# தமிழ்ச் சிறுகதைக் களஞ்சியம்

நூற்றாண்டு கண்ட தமிழ்ச் சிறுகதையின் சுருக்கமான வரலாறு

தமிழ்மகன்

விலை : ரூ.240/-

மின்னங்காடி
பதிப்பக வெளியீடு - 14

**தமிழ்ச் சிறுகதைக் களஞ்சியம்**

இலக்கியம்

ஆசிரியர் : தமிழ்மகன் ©

முதல் பதிப்பு : 2015

மூன்றாம் பதிப்பு : 2020

வெளியீடு : மின்னங்காடி பதிப்பகம்
24, அண்ணா 3-வது குறுக்குத் தெரு,
அவ்வை நகர், பாடி, சென்னை - 50.

**Tamil Sirukathaikal Kalanjiam**

litreture

Rs.240/-

Author : Tamilmagan ©

First Edition : 2015

3rd Edition : 2020

Published by : Minnangadi Pathipagam
24, Anna 3rd Cross Street,
Avvai Nagar, Padi, Chennai - 50

Website : www.minnangadi.com

Mail : writertamilmagan@gmail.com

Phone : 72992 41264

***ISBN : 978-93-92973-05-5***

# ஆசிரியர் குறிப்பு

**பிறப்பு, படிப்பு, பணி**

- தமிழ்மகன் என்கிற பா.வெங்கடேசன் சென்னையில் 1964-ல் பிறந்தவர்.
- படிப்பு; B.Sc., M.A. மாநிலக் கல்லூரி, சென்னைப் பல்கலைக்கழகம்.
- 1989 தொடங்கி போலீஸ் செய்தி, தமிழன் நாளிதழ், வண்ணத்திரை, தினமணி, குமுதம், குங்குமம், ஆனந்த விகடன் இதழ்களில் 2019 வரை பணியாற்றியவர்.
- மாநிலக் கல்லூரியில் படித்தபோது 'பூமிக்குப் புரியவைப்போம்', 'ஆறறிவு மரங்கள்' என இரண்டு கவிதைத் தொகுதிகள் வெளியாகின.
- இளைஞர் ஆண்டையொட்டி, 1984-ல் டி.வி.எஸ். நிறுவனமும் இதயம் பேசுகிறது இதழும் இணைந்து நடத்திய போட்டியில் இவரது வெள்ளை நிறத்தில் ஒரு காதல் புதினம் முதல் பரிசு பெற்றது. இதயம் பேசிறது இதழில் தொடராக வெளியானது. அரசியல் விமர்சகர் சின்னக்குத்தூசி தேர்வு செய்தார். இதுவும் கல்லூரி படிக்கும்போதே நிகழ்ந்தது. பேராசிரியர்கள் இரா.இளவரசு, கவிஞர் மு.மேத்தா, பொன். செல்வகணபதி, இ.மறைமலை, பி.சிவகுமார் போன்றோர் ஆசிரியர்களாக – வழிகாட்டிகளாக- அமைந்தனர்.

**விருதுகள்**

- 1984-ல் இதயம் பேசுகிறது - டி.வி.எஸ் நிறுவனம் நடத்திய போட்டியில் வெள்ளை நிறத்தில் ஒரு காதல் நாவலுக்கு விருது.
- மொத்தத்தில் சுமாரான வாரம் குறுநாவல் தி.ஜானகிராமன் நினைவு போட்டியில் தேர்வு செய்யப்பட்டது. 1986-ல் தேர்வு செய்தவர் எழுத்தாளர் அசோகமித்திரன்.
- இவர் எழுதிய மானுடப் பண்ணை நாவல் 1996இல் தமிழக அரசின் விருது பெற்றது.
- எட்டாயிரம் தலைமுறை சிறுகதைத் தொகுப்பு 2008-ம் ஆண்டுக்கான தமிழக அரசின் விருது பெற்றது.
- எழுத்தாளர் சுஜாதா நினைவு அறிவியல் புனைகதை விருது (2008).
- வெட்டுப்புலி நாவல் (2009) கோவை ரங்கம்மாள் நினைவு விருது, ஜெயந்தன் அறக்கட்டளை விருது பெற்றது.

- ஆண்பால் பெண்பால் நாவலுக்கு (2011) விகடன் விருதும் ஜி.எஸ். மணி நினைவு விருதும் கிடைத்துள்ளன.
- வனசாட்சி நாவல் (2012) சுஜாதா அறக்கட்டளை விருது, மலைச்சொல் விருதுகள், அமுதன் அடிகள் விருது ஆகியன பெற்றது.
- வேங்கை நங்கூரத்தின் ஜீன் குறிப்புகள் நாவலுக்கு கனடா இலக்கியத் தோட்ட புனைவு இலைக்கிய விருது (2017) பெற்றார்.
- திராவிடர் கழகத்தின் பெரியார் விருது (2014), விஜய் டி.வி நீயா? நானா? வழங்கிய இலக்கிய விருது (2016) உள்ளிட்ட பல விருதுகள் பெற்றவர்.
- படைவீடு நாவல் (2021) வென்றுமண்கொண்டார் விருது, சௌமா விருது, வள்ளுவப் பண்பாட்டு விருது, உலகத் தமிழ்ப் பண்பாட்டு மையம் விருது, மலேசிய இலக்கிய அமைப்பான டான் சோமா அறவாரியம் சர்வதேச விருது ஆகியன பெற்றது.

**எழுதிய நூல்கள்**

- பூமிக்குப் புரியவைப்போம், ஆறறிவு மரங்கள் இரண்டும் கவிதைத் தொகுப்புகள்.
- வெள்ளை நிறத்தில் ஒரு காதல் (1984), மானுடப் பண்ணை நாவல் (1996), சொல்லித் தந்த பூமி (1997), ஏவி. எம். ஸ்டூடியோ ஏழாவது தளம் (2007), வெட்டுப்புலி (2009),ஆண்பால் பெண்பால் (2011), வனசாட்சி (2012), ஆபரேஷன் நோவா (2014), தாரகை (2016), நான் ரம்யாவாக இருக்கிறேன் (2018), படைவீடு (2020), பிரம்மராட்சஷ் (2021) ஆகியவை இவரது நாவல்கள்.
- எட்டாயிரம் தலைமுறை (2008), மீன்மலர் (2008), அமரர் சுஜாதா (2013), மஞ்சு அக்காவின் மூன்று முகங்கள் (2014), சாலை ஓரத்திலே வேலையற்றதுகள் (2021), தமிழ்மகன் 100 சிறுகதைகள் இவரது சிறுகதைத் தொகுப்புகள்.
- இவருடைய நூல்கள் பலவும் முனைவர் பட்டத்துக்கும் ஆய்வு பட்டயங்களுக்கும் எடுத்தாளப்பட்டுள்ளன. கல்லூரிகளில் பாடமாக வைக்கப்பட்டுள்ளன.
- திரைப் பிரமுகர்கள் பற்றிய அரிய செய்திகளைச் சொல்லும் செல்லுலாயிட் சித்திரங்கள் (திரை) (2009), நூற்றாண்டு கண்ட தமிழ்ச் சிறுகதைகளை அறிமுகப்படுத்தும் தமிழ்ச் சிறுகதைக் களஞ்சியம் - (2013) ஆகிய கட்டுரைத் தொகுப்புகளும் இவர் படைப்புகள். சென்னையின் வரலாற்றை

மெட்ராஸ் நல்ல மெட்ராஸ் (2016) என்ற பெயரில் எழுதியிருக்கிறார். விகடன் இணைய இதழில் வெளிவந்து பெரும் வரவேற்பைப் பெற்றது.

- ஆனந்த விகடனில் வெளியான ஆபரேஷன் நோவா (2014), ஜூனியர் விகடனில் வெளியான 'நான் ரம்யாவாக இருக்கிறேன்' (2018) ஆகிய அறிவியல் புனைகதைகள் பெரும் வாசக வரவேற்பைப் பெற்றன. திரையுலகைப் பின்னணியாகக் கொண்டு தாரகை என்ற நாவலை எழுதியுள்ளார்.

### திரைத்துறை பணிகள்

- உள்ளக்கடத்தல், ரசிகர் மன்றம், பீட்ஸா மம்மி -3, கொற்றவை உள்ளிட்ட திரைப்படங்களுக்கு வசனம் எழுதியுள்ளார். நான் ரம்யாவாக இருக்கிறேன், ஆபரேஷன் நோவா நாவல்கள் சினிமாவுக்காக ஒப்பந்தமாகியுள்ளன.

### குடும்பம்

தந்தை க.பாலகிருஷ்ணன் - தாய் பார்வதி. மனைவி திலகவதி.

மகன் மாக்ஸிம் - மருமகள் த.சந்தியா. பேத்தி அகல்விழி.

மகள் அஞ்சலி - மருமகன் ஸ்ரீதர். பேரன்கள் அதியமான், அகிலன்.

**தொடர்புக்கு:**
writertamilmagan@gmail.com
7824049160

# 100 ஆண்டுகள்
# 11 கதைகள்

# பத்துக்கு பத்தாக...

‘சிறுகதை இலக்கியம், தமிழில் தோன்றி 100 ஆண்டுகளுக்கு மேல் ஆகிவிட்டன. உலகச் சிறுகதைகளுக்கு இணையான முயற்சிகள் தமிழில் நடைபெற்று வருகின்றன. ஒவ்வொரு பத்தாண்டுகளாகப் பிரித்துக்கொண்டு பார்த்தால், 11 பத்தாண்டுகள். பதினொரு காலகட்டத்தில் திருப்புமுனை ஏற்படுத்திய பதினொரு எழுத்தாளர் களைப் பட்டியலிடலாம். அலசிப் பார்ப்பதற்கான ஒரு வசதிக்காகத் தான் இது. ஐந்து ஆண்டுகளுக்கு ஒரு காலகட்டமாகவோ, ஓர் ஆண்டையோ ஒரு காலகட்டமாகவோ பிரித்தாலும் திருப்புமுனை ஏற்படுத்திய எழுத்தாளர்களை வரிசைப்படுத்த முடியும். அத்தனை சிறுகதை சக்ரவர்த்திகள் தமிழிலே உண்டு. என் அவகாசம் அல்லது என் சாமர்த்தியம் அவ்வளவுதான்.

ஒவ்வொரு பத்து ஆண்டுகளில் திருப்புமுனை ஏற்படுத்தியவர்கள் என்று ஒருவரை சிபாரிசு செய்கிறேன். அதையும் என் சாமர்த்தியம் என்றே வைத்துக்கொள்ளலாம். 1900 முதல் 1970 வரை என் உடன் கருத்து வேறுபாடு கொள்பவர்கள் குறைவாக இருப்பார்கள்.

1970-களுக்குப் பிறகு தமிழில் புதிய முயற்சிகள் ஏராளம். எழுதிய வர்கள் ஏராளம். சாதித்தவர்கள் ஏராளம். ஜீ.நாகராஜன், கி.ராஜ நாராயணன், அசோகமித்திரன், பிரபஞ்சன்,

நீல.பத்மநாபன், நாஞ்சில்நாடன், சா.கந்தசாமி, இந்திரா பார்த்தசாரதி, கிருஷ்ணன் நம்பி, திலீப்குமார், ஆ.மாதவன், ஆதவன், அம்பை, வண்ணநிலவன், வண்ணதாசன், பூமணி, சோ.தர்மன், அஸ்வகோஷ் (ராஜேந்திர

சோழன்), கந்தர்வன், ஆர்.சூடாமணி, மா.அரங்கநாதன், கோபி கிருஷ்ணன், சுஜாதா, சாரு நிவேதிதா, ஜெயமோகன், எஸ்.ராம கிருஷ்ணன், கோணங்கி என்று நூறு முக்கிய எழுத்தாளர்கள் இருந்தார் கள். அதில் இருந்து மூன்று பேரைத் தேர்வு செய்ய வேண்டியிருந்தது. ரொம்ப கஷ்டம்.

80-க்கு சுஜாதா, 90-க்கு ஜெயமோகன், 2000-க்கு எஸ்.ராம கிருஷ்ணன். இந்த காலக்கட்டங்களில் எழுத்துலகை ஆண்டவர்கள் இவர்கள்தான் என்பது என் டைய ர்மானம். சிறுகதை, நாவல், அறிவியல், அரசியல், குழந்தைகளுக்கான கதைகள், சினிமா என இவர்களின் பங்களிப்பு தமிழ்ச் சமுதாயத்தால் ஏற்றுக்கொள்ளப்பட்டது.

எழுதுபவர்களையும் படிப்பவர்களையும் அதிகம் பாதிப்பவர்களாக இருந்தவர்கள் இவர்கள்.

ஒவ்வொரு பத்தாண்டுகளிலும் தமிழில் சிறப்பாக எழுதிவந்த சில எழுத்தாளர்களின் பெயர்களையும் குறிப்பிட்டுள்ளேன். ஆர்வம் இருப்பவர்கள் அவர்களின் படைப்புகளை தேடிப் படிக்கலாம்.

சிறுகதைகளில் பல்வேறு பிரிவுகள் ஏற்பட்டுவிட்டன. பெண் எழுத்தாளர்களின் கதைகள் என, அ.வெண்ணிலா ஒரு தொகுப்பு கொண்டு வந்தார். இவ்வளவு பேர் இருக்கிறார்களா என்று ஆச்சர்ய மாக இருந்தது. அப்படி பட்டியலிடுவதால்தான் அனைவரையும் ஏதோ ஒருவகையில் திரட்ட முடிகிறது. தலித்திய கதைகள், பெண்ணிய கதைகள், வட்டார வழக்கு கதைகள் என சிறுகதைகளைப் பாகுபடுத்து வது ஒரு சேர தெரிந்து கொள்வதற்காகத்தான். சிறுகதையின் பிரிவு கள் பற்றியும் கடைசியாக குறிப்புகள் தந்துள்ளேன்.

இந்த 11 சிறுகதைகளிலும் பிரதானமாக பெண் பாத்திரங்கள் இடம்பெற்று இருக்கின்றன. இது தொகுத்த பின்பு கண்டு கொண்ட எதேச்சையான ஆச்சர்யம்.

புதிதாக எழுத வருபவர்களுக்கும், படிக்க வருபவர்களுக்கும், இந்த நூல் ஓர் எளிய கையேடாக இருக்கும்.

**அன்புடன்**

**தமிழ்மகன்**

2014

# 1900

தமிழ்ச் சிறுகதைக்கு, இப்போது ஏறத்தாழ நூறு வயது!

சென்ற நூற்றாண்டின் முதல் பத்தில், மகாகவி பாரதியார் சிறுகதைகள் எழுத ஆரம்பித்தார். அதில் 'ஆறில் ஒரு பங்கு' சிறுகதைதான் தமிழ்ச் சிறுகதைக்கான முதல் அடையாளம். 1910-ம் ஆண்டில் சிறு பிரசுரமாக இது வெளியானது. சுமார் ஒரு நூற்றாண்டாக 'தமிழின் முதல் சிறுகதை' என்று வ.வே.சு.ஐயரின் 'குளத்தங்கரை அரசமரத்தையே கிளிப்பிள்ளை மாதிரி நாம் பாடப் புத்தகங்களில் சொல்லி வந்தோம். இது பாரதிக்கு ஏற்பட்ட அநீதி. தமிழின் மூத்தப் படைப்பாளிகள் பலருமே இதை வழிமொழிந்தும் வந்தனர்.

1974-ல் தமிழ்ச் சிறுகதை வரலாறு எழுதிய சி.சு.செல்லப்பாவும், தமிழின் முதல் சிறுகதை வ.வே.சு. ஐயரின் 'குளத்தங்கரை அரசமரம்' என்றே குறிப்பிடுகிறார். இப்படி ஒரு பாவத்தைச் செய்ததற்காக அவரே பின்பு பிராயச்சித்தம் தேடுகிறார்.

அவருடைய வார்த்தையிலேயே சொல்வ தென்றால், 'உண்மை வேறுவிதம் என்பதை அப்போது உணர இயலாத நான், இப்போது உணர்ந்தபோது விமர்சனப் பொறுப்பைச் சரிவரச் செய்யத் தவறிய குற்ற உணர்வு என்

மனதை உறுத்தியது. பாரதியின் 'ஆறிலொரு பங்கு' என்ற கதை, தமிழில் குறிப்பிடத்தக்க முதல் சிறுகதையாக அமைந்திருப்பதுதான் விசேஷம். எனவே, அந்தச் சிறுகதையின் லட்சணங்களை ஆராய்ந்து கணித்து 'புதுச் சிறுகதை வடிவ'க் கட்டுரையை எழுதி, இதில் (இரண்டாவது பதிப்பில்) சேர்த்து தவறுக்குப் பிராயச்சித்தம் செய்துவிட்டேன்' என்று 1988-ல் நூலின் இரண்டாவது பதிப்பில் எழுதியிருக்கிறார்.

இருந்தாலும், முதல் தமிழ்ச் சிறுகதையைத் தீர்மானிப்பதில் எழுத்தாளர்களுக்கு இடையே சில பிடி(த்த)வாதங்கள் உண்டு.

"தமிழின் முதல் சிறுகதையாக பி.எஸ்.ராமையாவின் 'நட்சத்திரக் குழந்தை'யைக் கொண்டாடுபவர் உண்டு" என்கிறார் எழுத்தாளர் சுந்தர ராமசாமி. எழுத்தாளர் ஜெயமோகன், தமிழின் முதல் சிறுகதை ஆசிரியராகக் கருதுவது அ.மாதவையாவைத்தான். பாடப் புத்தகங்களில் வ.வே.சு. ஐயரின் 'குளத்தங்கரை அரசமரம்'. சி.சு.செல்லப்பாவுக்கு பாரதியாரின் 'ஆறில் ஒரு பங்கு.'

நவ கவிதையின் நாயகனான பாரதிதான், தமிழ்ச் சிறுகதையின் மூலவராகவும் இருக்கிறார் என்பதே உண்மை. பாரதி, 1882-ம் ஆண்டில் பிறந்தார்; 1921-ல் மறைந்தார். 39 ஆண்டு வாழ்வு. அதிலே காசி நகர் வாழ்க்கை முடிந்து தமிழகம் வந்ததில் இருந்துதான் அவருடைய படைப்புகள் நூல் வடிவம் பெற்றன. அதாவது, அவருடைய 22-வது வயதுக்குப் பின்பு. ஏறத்தாழ 16 ஆண்டுகள் எழுதினார்.

பிரமிப்பாக இருக்கிறது. நூறு ஆண்டுகள் ஆன பின்பும் ஆறாத சூட்டுடன் இருக்கின்றன அவருடைய கவிதை வரிகள். காட்சிப் பிழை, காற்றுவெளி, வெள்ளிப் பனிமலை, தோற்ற மயக்கங்கள்.. என்று நவ கவிதை செய்த பாரதி, சிறுகதையிலும் அந்தப் புதுமையைச் செய்தார்.

சந்திரிகையின் கதை, கிளிக் கதை, காக்காய் பார்லிமெண்ட், நவ தந்திர கதைகள் உள்ளிட்ட பல சிறுகதைகளை அவர் எழுதி இருந்தாலும், 'ஆறில் ஒரு பங்கு' என்ற சிறுகதையைத்தான் அதில் முதலில் வைக்க வேண்டும்.

கதை, புரசைவாக்கத்திலே ஆரம்பிக்கிறது. ஒரு கதை, நிஜமான ஓர் இடத்தில் நடப்பதே பாரதி செய்த புதுமைதான்.

சரஸ்வதிக்கு நிகராக வீணை வாசிக்கும் முறைப்பெண்ணின் மீது காதல் வயப்பட்ட இளைஞனின் பார்வையில் கதை விரிகிறது. ஆனால், அந்த இளைஞனின் சில குணங்களே அவனுடைய திருமணத்துக்குத் தடையாகிவிடுகிறது. இளைஞனுக்கு, சுதந்திரப் போராட்டத்திலே ஆர்வம். வைதீகமுறைகளை எதிர்க்கிறான். அவனின் லட்சியங்களே பெண்ணின் தகப்பனாருக்கு வெறுப்பை உருவாக்கிவிடுகிறது. பெண்ணுக்கு, வேறு இடத்தில் திருமணம் நிச்சயமாகிறது. தான் தற்கொலைக்குத் துணிந்துவிட்டதாகக் காதலுனுக்குக் கடிதம் எழுதி அனுப்புகிறாள் காதலி. நெஞ்சே வெடித்துவிடும் சோகத்தோடு துறவறம்

பூண்டு வடதேசம் போகிறான் நாயகன்.

இந்த இடத்தில் நமக்கு சில விஷயங்களை யூகிக்க முடிகிறது. அவள் இறந்திருக்க மாட்டாள். இருவரும் ஒன்று சேர்வார்கள்.. நம் யூகம் சரிதான். ஆனால்..?

அந்த விவரிப்புகள்... அவைதான் நம்மை பிரமிக்க வைக்கின்றன. ‘அவருக்கு நான்கு வருடங்களுக்கொரு முறை ஆபீஸில் பத்து ரூபாயும், வீட்டில் இரண்டு குழந்தைகளும் ப்ரமோஷன்’ என்று எழுதுகிறார்.

நாயகி மீனாம்பாள், நாயகனைச் சந்திக்க வருகிறாள். அந்த இடத்தில் பாரதி எழுதுகிறார்..

‘இப்பொழுதுதான் நாங்கள் புதிதாகத் தனியிடத்திலே சந்தித்து இருக்கிறோமென்றும் அதனால் இங்கு நீண்டதோர் காதல் வர்ணனை எழுதப்படுமென்றும் படிப்பவர்கள் எதிர்பார்க்க வேண்டாம். இவ்விதமாக நாங்களிருவரும் பலமுறை சந்தித்திருக்கிறோம்.’

அதற்கு அடுத்த வரி பட்டென்று முடிகிறது. ‘மீனாம்பாள் மஞ்சத்தின் மீது உட்கார்ந்தாள்’ என்று விஷயத்துக்கு வருகிறார். தேவையில்லாமல் நிறைய விவரிக்கிறோம் என்ற சந்தேகம் வரும்போதெல்லாம் இப்படி அறைந்தாற்போல அடுத்தக் கட்டம் நகர்கிறார் பாரதியார்.

கதையிலே அந்தக் கால நாட்டுநடப்புகள் எல்லாம் சொல்லப்படுவதுதான் கதைக்குக் கால் இருப்பதையும், அது தரையிலே ஊன்றி இருப்பதையும் காட்டுகிறது. அதற்கு முந்தையக் காலகட்டத்திலே மதனகாமராஜன் கதையோ, பரமார்த்த குரு கதையோ எத்தனையோ சம்பவங்களைச் சொல்லிச் சென்றாலும், அதிலே காலமோ, இடமோ இல்லாமல் இருந்தன. தமிழின் முதல் சிறுகதையாக நாம் தீர்மானிக்கும் ‘ஆறில் ஒரு பங்கு’ கதையில், லாலா லஜபதி ராய் வருகிறார்; லாகூர் வருகிறது; பொப்பிலி ராஜாவைப் பற்றியும் பிரம்ம சமாஜம் பற்றியும் சொல்கிறார்.

‘1200 வருஷங்களுக்கு முன்பு வடநாட்டிலிருந்து முகம்மதியர்கள் பஞ்சாப் நாட்டில் பிரவேசித்தபோது, நம்மவர்களின் இம்சை பொறுக்க முடியாமல் வருந்திக்கொண்டு இருந்த பள்ளர், பறையர் போன்றோர் பேரிகைக் கொட்டி, மணிகள் அடித்துக்கொண்டு போய் எதிரிகளுக்கு நல்வரவு கூறி அவர்களுடன் கலந்துகொண்டதாக இதிஹாஸம் சொல்கிறது. அப்போது நமது ஜாதியைப் பிடித்த நோய், இன்னும் தீராமல் இருக்கிறது. பஞ்சத்தில், பெரும்பாலும் பள், பறை வகுப்பினரே மடிந்து போகிறார்கள். இதைப் பற்றி, வேண்டிய அளவுக்குச் சிரத்தைச் செலுத்தாமல் இருக்கின்றனர், மேற்குலத்தார். எங்கிருந்தோ வந்த ஆங்கிலேயப் பாதிரிகள், பஞ்சம் பற்றிய ஜனங்களுக்குப் பலவித உதவிகள் செய்து, நூற்றுக்கணக்கான மனிதர்களையும் முக்கியமாக திக்கற்ற குழந்தைகளையும் கிறிஸ்து மதத்திலே சேர்த்துக்கொள்கிறார்கள். ஹிந்து ஜனங்களின் தொகை வருஷந்தோறும் அதிபயங்கரமாகக்

குறைந்துகொண்டு வருகிறது. மடாதிபதிகளும் சந்நிதானங்களும், தமது தொந்தி வளர்வதை ஞானம் வளர்வதாகக்கொண்டு ஆனந்தமடைந்து வருகின்றனர்.'

- பாரதி நிற்பது இங்குதான். அவர் வாழ்ந்த காலத்தில் இந்திய ஜனத்தொகையில் ஆறில் ஒரு பங்கு தாழ்த்தப்பட்ட வகுப்பினர் குறித்த வருத்தத்தை, அவர்கள் உயர வேண்டும் என்று சொன்னவிதத்தில் அன்றைய முப்பது வயது இளைஞனாக இருந்த பாரதியின் துணிச்சல் அபாரமானது. தொந்தி வளர்ப்பதை ஞானம் வளர்வதாக ஆனந்தமடையும் மடாதிபதிகள்.. பாழ்பட்டு நிற்கும் பாரத தேசத்தை இப்படிச் சுட்டுகிறார்.

கதையின் மூலம் அவர் ஒரு செய்தியைச் சொல்கிறார். அது அதற்கு முன்னர் சொல்லப்பட்ட செய்திகளில் இருந்து வேறுபட்டு இருந்தது.

இடம், காலம், சொல்லப்பட்ட செய்தி, வர்ணனை, பக்க அளவு.. ஆகிய எல்லா இலக்கணங்களின்படியும் (நமக்குக் கிடைத்த அளவில்) அதற்குமுன் தமிழில் வந்த கதைகளில் பாரதியே முன்னே நிற்கிறார்.

1900-ல் எழுதிய பிறரைப் பற்றி, பெரிய குறிப்புகள் இல்லை. சில காமரசம் பொங்கும் கதைகள் சிறு சிறு புத்தகங்களாக வெளியிடப்பட்டு வந்ததை, சில ஆய்வாளர்கள் குறிப்பிட்டு இருக்கிறார்கள். ஆனால், அவை எல்லாம் சிறுகதை இலக்கணத்தில் வராது.

# சுப்பிரமணிய பாரதியார்

## 1882 - 1921

## ஆறில் ஒரு பங்கு

### முகவுரை

ஒரு ஜாதி ஓர் உயிர்; பாரத நாட்டிலுள்ள முப்பது கோடி ஜனங்களும் ஒரு ஜாதி. வகுப்புகள் இருக்கலாம்; பிரிவுகள் இருக்கலாகாது. வெவ்வேறு தொழில் புரியலாம்; பிறவி மாத்திரத்தாலே உயர்வு-தாழ்வு என்ற எண்ணம் கூடாது. மத பேதங்கள் இருக்கலாம்; மத விரோதங்கள் இருக்கலாகாது.

இந்த உணர்வே நமக்கு ஸ்வதந்திரமும் அமரத்தன்மையும் கொடுக்கும். 'நாந்ய பந்தா வர்த்ததே அயநாய' வேறு வழியில்லை.

இந்நூலை, பாரத நாட்டில் உழவுத் தொழில் புரிந்து நமக்கெல்லாம் உணவு கொடுத்து ரக்ஷிப்பவர்களாகிய பள்ளர், பறையர் முதலிய பரிசுத்தத் தன்மை வாய்ந்த வைசிய சகோதரர்களுக்கு அர்ப்பணம் செய்கிறேன்.

# அத்தியாயம் 1

மீனாம்பாள், வீணை வாசிப்பதிலே ஸரஸ்வதிக்கு நிகரானவள். புரசைவாக்கத்திலுள்ள எங்கள் வீட்டுக்கு அவள் வரும் சமயங்களிலெல்லாம், மேல் மாடத்து அறையை அவளுடைய உபயோகத்துக்காகக் காலிசெய்து விட்டுவிடுவது வழக்கம். நிலாக் காலங்களில், இரவு எட்டு மணிக்கெல்லாம் போஜனம் முடிந்துவிடும். ஒன்பது மணி முதல் நடுநிசி வரையில், அவள் தனது அறையில் இருந்து வீணை வாசித்துக்கொண்டிருப்பாள். அறைக்கு அடுத்த வெளிப்புறத்திலே பந்தலில், அவளுடைய தகப்பனார் ராவ்பகதூர் சுந்தரராஜுலு நாயுடு கட்டிலின்மீது படுத்துக்கொண்டு சிறிது நேரம் வீணையைக் கேட்டுக்கொண்டிருந்து, சீக்கிரத்தில் குறட்டைவிட்டு நித்திரை செய்யத் தொடங்கிவிடுவார். ஆனால், மகாராஜன் குறட்டைச் சத்தத்தால் வீணை சத்தம் கேளாதபடிசெய்து விடமாட்டார்; இலேசான குறட்டைதான்.

வெளிமுற்றத்தின் ஓர் ஓரத்திலே நான் மட்டும் எனது 'பிரம்மசாரி'ப் படுக்கையைப் போட்டுக்கொண்டு படுத்திருப்பேன். வீணை நாதம் முடிவுறும் வரை, என் கண்ணிமைகளைப் புளியம் பசை போட்டு ஒட்டினாலும் ஒட்ட மாட்டா. மீனாம்பாளுடன் அறையிலே படுத்துக்

கொள்ளும் வழக்கமுடைய எனது தங்கை இரத்தினமும் சீக்கிரம் தூங்கிப் போய்விடுவாள். கீழே எனது தாயார், தமையனார், அவரது மனைவி முதலிய அனைவரும் தூங்கிவிடுவார்கள். எனது தமையனார் மனைவி, வயிற்றிலே சோற்றைப் போட்டுக் கைகழுவிக்கொண்டிருக்கும்போதே, குறட்டைவிட்டுக் கொண்டிருப்பாள். இடையிடையே குழந்தைகளின் அழுகைச் சத்தம் மட்டிலும் கேட்கும். தமையனாருக்குக் கோட்டையில் ரெவினியூ போர்டு ஆபீஸிலே உத்தியோகம். அவருக்கு நான்கு வருடங்களுக்கொரு முறை ஆபீஸில் பத்து ரூபாயும், வீட்டில் இரண்டு குழந்தைகளும் 'ப்ரமோஷன்'.

வஸந்த காலம், நிலாப் பொழுது, நள்ளிரவு நேரம், புரசைவாக்கம் முழுதும் நித்திரையிலிருந்தது. இரண்டு ஜீவன்கள்தான் விழித்து இருந்தன. நான் ஒன்று, மற்றொன்று அவள்.

கந்தர்வ ஸ்திரீகள் 'வீணை' வாசிப்பதுபோல மீனாம்பாள் வாசிப்பாள். பார்ப்பதற்கும் கந்தர்வ ஸ்திரீயைப் போலவே இருப்பாள். அவளுக்கு வயது பதினாறு இருக்கும். கதையை வளர்த்துக்கொண்டு ஏன் போக வேண்டும்? மன்மதன் தனது அம்பொன்றின் முனையிலே என் பிராணனைக் குத்தி எடுத்துக்கொண்டுபோய் அவள் வசம் ஒப்புவித்து விட்டான். அடடா! அவளது இசை, எவ்வளவு நேரம் கேட்டபோதிலும் தெவிட்டாது. தினந்தோறும் புதுமை தோன்றும், அவள் முகத்தில்.

அவளுடைய தந்தையாகிய ராவ்பகதூர் சுந்தரராஜுலு நாயுடு, எனது தாயாருக்கு ஒன்றுவிட்ட அண்ணன். தஞ்சாவூர் முதலிய பல ஜில்லாக்களில் நெடுங்காலம் போலீஸ் இன்ஸ்பெக்டர் உத்தியோகம் பார்த்து ஸர்க்காருக்கு நன்றாக உழைத்ததினால் 'ராவ் பகதூர்' என்ற பட்டம் பெற்றவர். சுதேசியம் தொடங்கும் முன்பாகவே இவர் வேலையிலிருந்து விலகிவிட்டார். இதை எதன் பொருட்டாகச் சொல்லுகிறேன் என்றால், அவருக்குக் கிடைத்த பட்டம் வெறுமே சில சுதேசியத் தலைவர்கள்மீது 'ரிப்போர்ட்' எழுதிக் கொடுத்துச் சுலபமாகச் சம்பாதித்த பட்டமன்று. யதார்த்தத்திலேயே திறமையுடன் உழைத்ததினால் கிடைத்த பட்டம். குழந்தை முதலாகவே மீனாம்பாளை எனக்கு விவாகம்செய்து கொடுக்க வேண்டும் என்பது அவருடைய கருத்து. அந்தக் கருத்து நிறைவேறுவதற்கு நேர்ந்த விக்கினங்கள் பல. அவ்விக்கினங்களில் பெரும்பான்மையானவை என்னாலேயே உண்டாயின.

நான், சுமார் பதினாறு பிராயம் வரை சென்னைக் கிறிஸ்தியன் காலேஜில் படித்துக் கொண்டிருந்தேன். 'வேத காலம் முதலாக இன்றுவரை பாரத தேசத்திலுள்ள ரிஷிகள் எல்லாரும், ஒன்றும் தெரியாத மூடர்கள். அர்ஜுனனும், காளிதாஸனும், சங்ராச்சாரியரும், சிவாஜியும், ராமதாஸரும், கபீர்தாஸரும், அதற்கு முன்னும் பின்னும் நேற்று வரையில் இருந்த பாரத தேசத்தார் அனைவரும் நெஞ்சில் வளர்த்து வந்த பக்திகளெல்லாம் இழிந்த அநாகரிகமான மூடபக்திகள்' என்பது முதலான ஆங்கிலேயே 'சத்தியங்கள்' எல்லாம் என் உள்ளத்திலே

குடிபுகுந்துவிட்டன. ஆனால், கிறிஸ்துவ பாதிரி ஒரு வினோதமான ஜந்து. ஹிந்து மார்க்கத்திலும், ஹிந்து நாகரிகத்திலும் பக்தி செலுத்துவது பேதைமை என்று ருஜூப்படுத்திக்கொண்டு வரும்போதே, அவர் கொண்டாடும் கிறிஸ்து மார்க்கமும் மூடபக்தி என்று வாலிபர் மனதில்படும்படி ஏற்பாடு செய்து விடுகிறார். மத விஷயங்களைப் பற்றி விஸ்தாரமான விஷயங்கள் எழுதி, படிப்பவர்களுக்கு நான் தலைநோவு உண்டாக்கப் போவதில்லை.

*சுருக்கம்:* நான் எனது பூர்வ மதாசாரங்களில் பற்று நீங்கி 'ஞானஸ்நானம்' பெறவில்லை. பிரம்மா ஸமாஜத்திலே சேர்ந்துகொண்டேன்.

சிறிது காலத்துக்கு அப்பால், பட்டணத்தில் படிப்பை நிறுத்திவிட்டு வீட்டில் யாரிடமும் சொல்லாமல் கல்கத்தாவுக்குப் புறப்பட்டுப் போய், அங்கே பிரம்ம ஸமாஜத்தாரின் மார்க்க போதனை கற்பிக்கும் பாடசாலையொன்றில் சேர்ந்து சில மாதங்கள் படித்தேன். பிரம்ம ஸமாஜத்தாரின் 'உபதேசி'களில் ஒருவனாக வெளியேற வேண்டும் என்பது என்னுடைய நோக்கம். அப்பால் அங்கிருந்து பஞ்சாப், ஹிந்துஸ்தானம் முதலிய பல பிரதேசங்களில் யாத்திரை செய்துகொண்டு, கடைசியாக சென்னப் பட்டணம் வந்து சேர்ந்தேன். நான் ஹிந்து மார்க்கத்தை விட்டு நீங்கியதாக எண்ணி, எனது ஜாதியார் என்னைப் பலவிதங்களில் இம்சை செய்தார்கள். இந்த இம்சைகளினால் எனது சித்த உறுதி நாளுக்கு நாள் பலம் அடைந்ததேயல்லாமல், எனக்கு மனச்சோர்வு உண்டாகவில்லை.

எனது தகப்பனார் துபாஷ் ராமச்சந்திர நாயுடு, வெளிவேஷ மாத்திரத்தில் சாதாரண ஜனங்களின் ஆசார விவகாரங்களை வைத்துக்கொண்டிருந்தார். எனினும், உள்ளத்தில் பிரம்ம ஸமாஜப் பற்று உடையவர். ஆதலால், நான் வாஸ்தவமான பரமாத்ம பக்தியும், ஆத்ம விசுவாஸமும், எப்போதும் உபநிஷத்துக்கள் படிப்பதில் சிரத்தைக் கொண்டிருப்பதும் கண்டு, அவருக்கு அந்தரங்கத்தில் மிகுந்த உவகையுண்டாயிற்று. வெளி நடப்பில் என் மீது கோபம் பாராட்டுவது போலிருந்தாரேயன்றி, எனது பந்துக்கள் சொற்படி கேட்டு என்னைத் தொல்லைப்படுத்தவில்லை. ஸகல ஸௌகரியங்களும் எனக்கு முன்னைக் காட்டிலும் அதிகமாக நடக்கும்படி வீட்டில் ஏற்பாடு செய்து வைத்திருக்கிறார்.

ஆனால், எனது தமையன் மாத்திரம் என்னிடம் எக்காரணம் பற்றியோ மிகுந்த வெறுப்பு பாராட்டினான். நான் தலையிலே பஞ்சாபிகளைப் போலப் பாகை கட்டிக்கொள்வது வழக்கம். '15 ரூபாய்'க் குமாஸ்தாக்களுக்கென்று பிரத்தியேகமாக அழகு, அந்தம், ஆண்மை எதுவுமின்றி ஏற்பட்டிருக்கும் கும்பகோணத்துப் பாகை நான் கட்டிக் கொள்வதில்லை. இதுகூடத் தமையனுக்குக் கோபம் உண்டாகும். 'ராஜ புத்ருடு வீடு, தொங்க விதவா! தலலோ மகா ஆடம்பரமுக பகடி வீடிகி!' என்று ஏதெல்லாமோ சொல்லி ஓயாமல் திட்டிக்கொண்டிருப்பான்.

இப்படியிருக்க, ஒருநாள் எனது தகப்பனார் திடீரென்று வாயுக் குத்தி இறந்து போய்விட்டார். அவருக்குப் பிரம்ம ஸமாஜ விதிப்படி கிரியைகள் நடத்த வேண்டும் என்று நான் சொன்னேன். எனது தமையன் சாதாரண ஆசாரங்களின்படிதான் நடத்த வேண்டும் என்றான். பிரமாத கலகங்கள் விளைந்து, நானூறு மத்தியஸ்தங்கள் நடந்த பிறகு, மயானத்தில் அவன் தனதிஷ்டப்படி கிரியைகள் முடித்த பின்பு நான் எனது கொள்கைப்படி பிரம்மா ஸமாஜ குரு ஒருவரை வைத்துக்கொண்டு கிரியைகள் செய்தேன். இதுவெல்லாம் எனது மாமா ராவ்பகதூர் சுந்தரராஜுலு நாயுடுக்கு என் மீது மிகுந்த கெட்ட எண்ணம் உண்டாகும்படி செய்துவிட்டது. ஆதலால், விவாகம் தடைபட்டுக்கொண்டே வந்தது. ஆனால், இறுதிவரை என்னை எப்படியேனும் சீர்திருத்தி, எனக்கே தனது மகளைப் பாணிக்கிரஹணம் செய்து கொடுக்க வேண்டும் என்பது அவருடைய இச்சை.

வஸந்த காலம், நிலாப்பொழுது, நள்ளிரவு நேரம். புரசைவாக்கம் முழுமையும் நித்திரையிலிருந்தது. விழித்திருந்த ஜீவன்கள் இரண்டே. ஒன்று நான்; மற்றொன்று அவள். இன்பமான காற்று வீசிக்கொண்டிருந்தது. மேல் மாடத்தில் மீனாம்பாளுடைய அறையிலிருந்து, முறைப்படி வீணைத் தொனி கேட்டது. ஆனால், வழக்கப்படி குறட்டை கேட்கவில்லை. ராவ்பகதூர் குறட்டை மாமா ஊரிலில்லை. வெளியே ஒரு கிராமத்துக்குப் போயிருந்தார். நான், நிலா முற்றத்தில் எனது கட்டிலின் மீது உட்கார்ந்து கொண்டிருந்தேன். என் உள்ளத்திலோ, இரண்டு எரிமலைகள் ஒன்றையொன்று சீரியெதிர்த்துப் போர்செய்து கொண்டிருந்தன. இவற்றுள்ளே, ஒன்று காதல்; மற்றொன்று பின்பு தெரியவரும். வீணைத் தொனி திடீரென்று நின்றது. சிறிது நேரத்தில், எனது பின்புறத்தில் ஓர் ஆள் வந்து நிற்பது உணர்ந்து, திரும்பிப் பார்த்தேன், மீனாம்பாள்!

இப்பொழுதுதான் நாங்கள் புதிதாகத் தனியிடத்திலே சந்தித்திருக்கிறோமென்றும், அதனால் இங்கு நீண்டதோர் காதல் வர்ணனை எழுதப்படுமென்றும் படிப்பவர்கள் எதிர்பார்க்க வேண்டாம். இவ்விதமாக நாங்களிருவரும் பலமுறை சந்தித்திருக்கிறோம். மீனாம்பாள் மஞ்சத்தின் மீது உட்கார்ந்தாள்.

“மீனா! இன்று உன்னிடத்திலே ஒரு விசேஷம் சொல்லப் போகிறேன்” என்றேன்.

“எனக்கு அது இன்னதென்று ஏற்கெனவே தெரியும்” என்றாள்.

“என்னது? சொல்லு.”

“நீ பிரம்மச்சரிய சங்கற்பம் செய்துகொள்ளப் போகிறாய் என்ற விசேஷம்.”

“ஏன்? எதற்கு? எப்படி? உனக்கு யார் சொன்னார்கள்?” என்று கேட்டேன்.

“வந்தே மாதரம்” என்றாள்.

மீனாம்பாளுடைய அறிவுக்கூர்மை எனக்கு முன்னமே

தெரியுமாதலால், அவள் சொல்லியதிலிருந்து அதிக வியப்பு உண்டாகவில்லை.

அதன்பின், நான் அவளிடம் பின்வருமாறு கூறலாயினேன்: “ஆம், பாரத தேசத்தை இப்போது பிரம்மசாரிகளே ரக்ஷிக்க வேண்டும். மிக உயர்ந்திருந்த நாடு மிகவும் இழிந்து போய்விட்டது. இமயமலை இருந்த இடத்தில் முட்செடிகளும் விஷப்பூச்சிகளும் நிறைய, ஒரு பாழுங்காடு இருப்பது போலாகிவிட்டது. அர்ஜுனன் வாழ்ந்த மாளிகையில் வௌவால்கள் தொங்குவது போலிருக்கிறது. இதை பிரம்மசாரிகளே காப்பாற்ற வேண்டும். பொப்பிலி ராஜாவின் மகனாகவேனும், ராஜா ஸர் ஸவலை ராமசாமி முதலியார் மகனாகவேனும் பிறவாமல், நம் போன்ற சாதாரண குடும்பங்களிலே பிறந்தவர்கள் விவாகம் செய்துகொண்டால், இந்தப் பஞ்ச நாட்டில் அவர்களுக்கு மூச்சு முட்டிக் போகிறது. குருவியின் தலையிலே பனங்காயை வைப்பதுபோல, இந்த நரிக் கூட்டத்திலுள்ள ஒரு வாலிபன் தலையிலே ஒரு குடும்ப பாரத்தைச் சுமத்தும்போது, அவனுக்குக் கண் பிதுங்கிப் போய்விடுகிறது. அவனவனுடைய அற்ப காரியங்கள் முடிவு பெறுவதே பகீரத ப்ரயத்தனம் ஆகிவிடுகிறது.

தேசக் காரியங்களை இவர்கள் எப்படிக் கருதுவார்கள்? பிரம்மசாரிகள் வேண்டும்; ஆத்ம ஞானிகள் வேண்டும்; தம் பொருட்டு உலக சுகங்களை விரும்பாத தீரர்கள் வேண்டும். இந்தச் சுதேசியம் கேவலம் ஒரு லௌகீக காரியமன்று. இது ஒரு கர்மம். இதில் பிரவேசிப்பவர்களுக்கு வீரியம், தேஜஸ், கர்ம தியாகித் தன்மை முதலிய அரிய குணங்கள் வேண்டும். நான் பிரம்மச்சரிய விரதத்தை கைக்கொள்ளலாமென்று நினைத்திருக்கிறேன். ஆனால்...”

“ஆனால், நான் அதற்கு ஒரு சனியாக வந்து குறுக்கிட்டிருக்கிறேன் என்று சொல்லுகிறாய்!” என்றாள் மீனா.

“பார்த்தாயா, பார்த்தாயா! என்ன வார்த்தை பேசுகிறாய்? நான் சொல்ல வந்ததைக் கேள். எனது புதிய சங்கற்பம் ஏற்படும் முன்னதாகவே என் உயிரை உனக்கு அர்ப்பணம் செய்து விட்டேன். இப்போது எனது உயிருக்கு வேறொரு கடமை ஏற்பட்டிருக்கிறது. அவ்விஷயத்தில் உனது கட்டளையை எதிர்பார்த்திருக்கிறேன்” என்றேன்.

அவள் ஏதோ மறுமொழி சொல்லப் போனாள். அதற்குள் வாயிற்புறத்தில் ஒரு வண்டி வந்து நிற்கும் சப்தம் கேட்டது.

“நாயன்னா வந்து விட்டார். நான் போகிறேன்” என்று சொல்லி ஒரு முத்தத்துடன் பிரிந்தாள்.

குறட்டை நாயுடு கதவை உடைத்து, உள்ளிருக்கும் குறட்டைகளையெல்லாம் எழுப்பி, மேலே வந்து படுத்து அரை நாழிகைக்கெல்லாம் தமது தொழிலை ஆரம்பித்துவிட்டார். இரண்டு ஜீவன்கள் அன்றிரவு முழுதும் விழித்திருந்தன. ஒன்று நான்; மற்றொன்று அவள்.

# அத்தியாயம் 2

மேல் அத்தியாயத்தின் இறுதியில் குறிக்கப்பட்ட செய்தி வந்ததற்கு அப்பால், சில மாதங்கள் கழிந்து போயின. இதற்கிடையே எங்களுடைய விவகாரத்திற் பல மாறுபாடுகள் உண்டாயிருந்தன. 'வந்தே மாதரம்' மார்க்கத்தில் நான் பற்றுடையவன் என்பதை அறிந்த ராவ்பகதூர் எனக்குத் தமது கன்னிகையை மணஞ்செய்து கொடுப்பது என்ற சிந்தனையை அறவே ஒழித்துவிட்டார். சில மாதங்களில் அவர் தமது சாஸ்வத வாஸஸ்தானமாகிய

தஞ்சாவூரிலிருந்து புரசைவாக்கத்துக்கு வருவதை முழுவதும் நிறுத்திவிட்டார்.

இதனிடையே மீனாம்பாளுக்கு வேறு வரன்கள் தேடிக்கொண்டிருந்ததாகவும் பிரஸ்தாபம் ஏற்பட்டது. அவளிடமிருந்தும் யாதொரு கடிதமும் வரவில்லை. ஒருவேளை முழுதும் மறந்து போய்விட்டாளோ? பெண்களே வஞ்சனையின் வடிவம் என்று சொல்லு கிறார்களோ, அது மெய்தானா?

**பெண்ணெனப்படுவகேண்மோ? உள் நிறைவுடைய வல்ல,**

**ஓராயிர மனத்தவாகும்**

என்று நான் சீவக சிந்தாமணியிலே படித்தபோது, அதை எழுதியவர் மீனாம்பாளைப் போன்ற ஸ்திரீயைக் கண்டு அவளுடைய காதலுக்குப்

பாத்திரமாகும் பாக்கியம் பெறவில்லை போலும் என்று நினைத்தேனே. இப்போது, அந்த ஆசிரியருடைய கொள்கைதான் மெய்யாகிவிட்டதா? நான் இளமைக்குரிய அறிவின்மையால், அத்தனை பெருமை வாய்ந்த ஆசிரியரது கொள்கையைப் பிழையென்று கருதினேன் போலும்!

'அடா மூடா! எனக்கு ஏன் இதில் இவ்வளவு வருத்தம்? நீயோ பிரம்மச்சரிய விரதத்திலே ஆயுளைக் கழிக்க வேண்டும் என்ற எண்ணத்தை நாள்தோறும் மேன்மேலும் வளர்த்து வருகின்றாய். மீனா, மற்றொருவனை மணஞ்செய்து கொண்டால் உனக்கு எளிதுதானே! நீயோ வேறொரு பெண் மீது இல்வாழ்க்கையில் மையல் கொள்ளப் போவதில்லை. இவளொருத்திதான் உனது விரதத்துக்கு இடையூறாக இருந்தாள். இவளும் வேறொருவனை மணஞ்செய்து கொண்டு அவன் மனைவியாய் விடுவாளாயின் உனது விரதம் நிர்விக்கினமாக நிறைவேறும். ஈசனன்றோ உனக்கு இங்ஙனம் நன்மையைக் கொண்டுவிடுகிறான்? இதில் ஏன் வருத்தமடைய வேண்டும்?' என்று சில சமயங்களில் என்னுள்ளம் தனக்குத்தானே நன்மதி புகட்டும்.

மீண்டும், வேறொருவிதமான சிந்தை தோன்றும். 'அவள் நம்மை மறந்திருக்கவே மாட்டாள். மாமா சொற்படிக் கேட்டு அவள் வேறொருவனை மணஞ்செய்து கொள்ளவே மாட்டாள். எனது பிராணனோடு ஒன்றுபட்டவளாதலால், எனது நெஞ்சத்திலே ஜ்வலிக்கும் தர்மத்தில் தானும் ஈடுபட்டவளாகி அந்தத் தர்மத்திற்கு இடையூறு உண்டாகும் என்று அஞ்சி எனக்கு ஒன்றும் எழுதாமலிருக்கிறாள். ஆமடி, மீனா! உன்னை நான் அறியேனா? எது வரினும் நீ என்னை மறப்பாயா? அந்தக் கண்கள் 'உன்னை மறக்கவே மாட்டேன்' என்று எத்தனை முறை என்னிடம் பிரமாணம்செய்து கொடுத்திருக்கின்றன! அந்தக் கண்கள்! அந்தக் கண்கள்! ஐயோ, இப்பொழுதுகூட என் முன்னே நிற்கின்றனவே! அவை பொய் சொல்லுமா?'

அப்பால் ஓர் உள்ளம்: 'அடா! நல்ல துறவடா உன் துறவு! நல்ல பக்தியடா உன் பக்தி! நல்ல தர்மம்! நல்ல சிரத்தை! ஆரிய நாட்டை உத்தாரணம் செய்வதற்கு இப்படியன்றோ பிள்ளைகள் வேண்டும்? பீஷ்மர் வாழ்ந்திருந்த தேசமல்லவா? இப்பொழுது அதற்கு உன்னைப் போன்றவர்கள் இருந்து ஒளி கொடுக்கிறார்கள்! சீச்சீ! நாய் மனமே! அமிருத வெல்லத்தை விட்டு வெறும் எலும்பைத் தேடிப் போகிறாயா? லோகோத்தாரணம் பெரிதா, உனது புலனின்பம் பெரிதா? தர்ம சேவை பெரிதா, ஸ்திரீ சேவை பெரிதா? எதனைக் கைக்கொள்ளப் போகிறாய்? சொல்லடா சொல்!'

பிறகு வேறொரு சிந்தனை: 'எப்படியும் அவளிடமிருந்து ஓர் உறுதி கிடைத்தால், அதுவே நமக்குப் பெரியதோர் பலமாயிருக்கும். 'நீ தர்ம பரிபாலனம் செய். என் பொருட்டாகத் தர்மத்தைக் கைவிடாதே. நான் மரணம் வரை உன்னையே மானஸீகத் தலைவனாகக் கொண்டு நோன்புகள் இழைத்துக் காலம் கழிப்பேன். ஸ்வர்க்கத்திலே நாம்

இருவரும் சேர்ந்து வாழலாம்' என்று அவள் உறுதி தருவாளானால், இந்த ஜன்மத்தில் ஜீவியம் வெகு சுலபமாய் இருக்கும்.'

அப்பால்: 'ஒரேயடியாக, இவளுக்கு இன்னொருவனுடன் விவாகம் நடந்து முடிந்துவிட்டது என்ற செய்தி வருமானால், கவலைவிட்டிருக்கும். பிறகு, இகத்தொடர் ஒன்றுமேயில்லாமல், தர்ம சேவையே தொழிலாக நின்றுவிடலாம்.'

பின் மற்றொரு சிந்தை: 'ஆ! அப்படி ஒரு செய்தி வருமானால் பின்பு உயிர் தரித்திருப்பதே அரியதாய்விடும். அவளுடைய அன்பு மாறிவிட்டது என்று தெரிந்தபின் இவ்வுலக வாழ்க்கையுண்டா?'

அப்பால் பிறிதொரு சிந்தை: 'அவள் அன்பு! மாதர்களுக்கு அன்பு என்றதோர் நிலையும் உண்டா? வஞ்சனை, கோபம் இரண்டையும் திரட்டிப் பிரமன் ஸ்திரீகளைப் படைத்தான்.'

இப்படி ஆயிரவிதமான சிந்தனைகள் மாறி மாறித் தோன்றி, எனது அறிவைக் கலக்கின. ஆன்ம உறுதியில்லாதவனுடைய உள்ளம் குழம்பியதோர் கடலுக்கு ஒப்பாகும். இதனைப் படிக்கின்றவர், ஒரு கணம் சாக்ஷிபோல் நின்று தமது உள்ளத்தினிடையே நிகழும் புரட்சிகளையும் கலக்கங்களையும் பார்ப்பாராயின், மிகுந்த வியப்பு உண்டாகும். மனித வாழ்க்கையிலே இத்தனை திகைப்புகள் ஏன் உண்டாகின்றன?

'மறப்பும் நினைப்புமாய் நின்ற வஞ்ச மாயா மனத்தால் வளர்ந்தது தோழி'

இவ்வாறிருக்கையில் ஒருநாள் திடீரென்று எனது கையில் மீனாம்பாளின் கடிதமொன்று கிடைத்தது. அதனை இங்குத் தருகின்றேன். அதைப் படித்துப் பார்த்தபொழுது என்னுள்ளம் என்ன பாடுபட்டிருக்கும் என்பதை நீங்களே யோசித்துக் கொள்ளுங்கள்.

'ஓம்.

தஞ்சாவூர்

உடையாய்,

இக்கடிதம் எழுதத் தொடங்கும்போதே எனது நெஞ்சு பதறுகிறது. எனக்கு எப்படி எழுதுவது என்று தெரியவில்லை. ஐயோ, இது என்னுடைய கடைசிக் கடிதம்! உன் முகத்தை நான் இனி இவ்வுலகத்தில் பார்க்கப் போவதில்லை.

'நாயன்னா', வருகிற தை மாதம் [illegible] இவ்வூரில் புதிய இன்ஸ்பெக்டராக வந்திருக்கும் 'மன்னார்' என்பவனுக்குப் பலியிட வேண்டுமென்று நிச்சயம் செய்துவிட்டார். கலியாணத்துக்கு வேண்டிய சாமக்கிரியைகளெல்லாம் தயாராகின்றன. உனது பெயரைக் கேட்டால் வேட்டை நாய் விழுவதுபோல விழுந்து, காதால் கேட்க முடியாத கெட்ட வார்த்தைகள் சொல்லி நிந்திக்கிறார். நான் தப்பியோடி

விடுவேன் என்று நினைத்து, என்னை வெளியேறாதபடி காவல்செய்து விட்டிருக்கிறார். நீ ஒருவேளை இச்செய்தி கேட்டு இங்கு வருவாய் என்று கருதி, நீ வந்தால் வீட்டுக்கு வர முடியாமல் செய்ய, இவரும் மன்னாரென்பவனும் சேர்ந்து நீசத்தனமான ஏற்பாடுகளும் செய்து வைத்திருக்கிறார்கள்.

அவன், 'நாயன்னா'வின் பணத்தின்மீது கண்வைத்து, இந்த விவாகத்தில் ஆசை மூண்டிருக்கிறான். 'எனது உள்ளத்திலே அவனிடம் மிகுந்த பகைமையும் அருவருப்பும் உள்ளனவென்றும், இப்படிப்பட்ட பெண்ணுக்குப் பலவந்தமாகத் தாலிக் கட்டினால் அவனுக்கு வாழ்நாள் முழுதும் துக்கமிருக்குமேயல்லாது சுகமிருக்காது!' என்றும் சொல்லியனுப்பினேன். அதற்கு அந்த மிருகம், 'எனக்கு அவளுடைய உள்ளத்தைப் பற்றி லக்ஷ்யமில்லை. அதைப் பின்னிட்டு சரிப்படுத்திக்கொள்வேன். முதலாவது, பணம் என் கையில் வந்து சேர்ந்தால், பிறகு அவள் ஓடிப்போய் அந்த ஜெயிலுக்குப் போகிற பயலுடன் சேர்ந்து கெட்டுத் திரிந்துவிட்டுப் பிறகு சமுத்திரத்தில் விழுந்து சாகட்டும்' என்று மறுமொழி கொடுத்தனுப்பிவிட்டது.

அநேக தினங்களாக எனக்கு இரவில் நித்திரை என்பதே கிடையாது. நேற்றிரவு படுக்கையின்மீது கண் மூடாமல் படுத்துப் புரண்டு கொண்டிருந்தேன். அப்போது கனவு போன்ற ஒரு தோற்றமுண்டாயிற்று. தூக்கமில்லாதபோது, கனவு எப்படி வரும்? அஃது கனவுமில்லை, நினைவுமில்லை; ஏதோ ஒரு வகையான காட்சி. அதில் அதிபயங்கரமான ரூபத்துடன், இரத்தம் போன்ற சிவந்த விழிகளும் கரிய மேகம் போன்ற மேனியும், வெட்டுண்ட தலைகளின் மாலையும் கையில் சூலமுமாகக் காளிதேவி வந்து தோன்றினாள்.

நான் நடுங்கிப் போய், 'மாதா என்னைக் காத்தருள்செய்ய வேண்டும்' என்று கூறி வணங்கினேன். உடனே திடீரென்று அவளுடைய உருவம் மிக அழகியதாக மாறுபட்டது. அந்த ஸௌந்தர்யத்தை என்னால் வருணிக்க முடியாது. அவளுடைய திருமுடியைச் சூழ்ந்து கோடி சூரியப் பிரகாசம் போன்ற தேஜோ மண்டலம் காணப்பட்டது. கண்கள் அருள் மழை பொழிந்தன. அப்போது தேவி எனக்கு அபயப்பிரதானம் புரிந்து பின்வருமாறு சொல்லலாயினாள்: 'குழந்தாய் உனது அத்தான் கோவிந்தராஜனை எனது சேவையின் பொருட்டாக எடுத்துக்கொள்ளப் போகிறேன். உனக்கு இம்மையில் அவனைப் பெற முடியாது. நீ பிறனுக்கு மனைவியாகவும் மாட்டாய். உனக்கு இவ்வுலகத்தில் இனி எவ்வித வாழ்வுமில்லை. உங்கள் வீட்டுக் கொல்லையில், வடமேற்கு மூலையில், தனியாக ஒரு பச்சிலை படர்ந்திருக்கக் காண்பாய். நாளைக் காலை ஸ்நானம் செய்து பூஜை முடிந்தவுடனே அதில் இரண்டு இலைகளை எடுத்துத் தின்றுவிடு. தவறாதே.' மேற்கண்டவாறு கட்டளை கொடுத்துவிட்டுப் பராசக்தி மறைந்து போயினாள்.

காலையில் எழுந்து அந்தப் பச்சிலையைப் பார்க்கப் போனேன்.

வானத்தில் இருந்து ஒரு காகம் இறங்கிற்று. அது அந்தப் பச்சிலையைக் கொத்தி உடனே தரையில் மாண்டுவிழக் கண்டேன். தேவியின் கருத்தை அறிந்துகொண்டேன். இன்று பகல் பத்து நாழிகைக்கு அந்த இலைகளை நான் தின்று பரலோகம் சென்றுவிடுவேன். நின் வரவை எதிர்பார்த்து அங்கும் கன்னிகையாகவே இருப்பேன். நீ உனது தர்மங்களை நேரே நிறைவேற்றி மாதாவுக்கு திருப்தி செய்வித்த பிறகு, அவள் உன்னை நான் இருக்குமிடம்கொண்டு சேர்ப்பாள். போய் வருகிறேன். ராஜா! ராஜா! என்னை மறக்காதே. வந்தே மாதரம்.'

இக்கடிதத்தைப் படித்துப் பார்த்தவுடன் மூர்ச்சைப் போட்டு விழுந்துவிட்டேன்.

# அத்தியாயம் 3

மீனாம்பாளுடைய 'மரண ஓலை' கிடைத்ததின் பிறகு இரண்டு வருஷங்கள் கழிந்துவிட்டன. இதனிடையே எனக்கு நிகழ்ந்த அனுபவங்களையெல்லாம் விஸ்தாரப் படுத்திக்கொண்டு போனால் பெரிய புராணமாக வளரும். சுருக்கமாகச் சொல்கிறேன். அந்த ஆற்றாமையால் வெளியேறிய நான் அப்படியே காஷாயம் தரித்துக் கொண்டு துறவியாக வட நாட்டிலே ஸஞ்சாரம் செய்து வந்தேன்.

'வந்தே மாதரம்' தர்மத்தை மட்டிலும் மறக்கவில்லை. ஆனால் என்னை சர்க்கார் அதிகாரிகள் பிடித்துச் சிறையிலிடும்படியான முயற்சிகளிலே நான் கலங்கவுமில்லை; ஜனங்களுக்குள் ஒற்றுமையும் பலமும் ஏற்படுத்தினால், ஸ்வதந்திரம் தானே சித்தியாகும் என்பது என்னுடைய கொள்கை. காரணத்தை விட்டுப் பயனைச் சீறுவதில் என் மனங்குவியவில்லை. அங்கங்கே சில சில பிரசாரங்கள் செய்ததுண்டு. இது பற்றிச் சில இடங்களில் என்னைப் போலீஸார் தொடரத் தலைப்பட்டார்கள். இதனால், நான் ஜனங்களிடையே நன்றாகக் கலந்து நன்மைகள் செய்துகொண்டு போக முடியாதபடி பல தடைகள் ஏற்பட்டன. ஆகவே, எனது பிரசங்கங்களிலிருந்து எனது நோக்கத்துக்கு

அனுகூலத்திலும் பிரதிகூலமே அதிகமாக விளங்கலாயிற்று. இதையும் தவிர, எனது பிரசங்கங்களைக் கேட்டு ஜனங்கள் மிகவும் வியப்படைவதையும் மற்றவர்களைக் காட்டிலும் எனக்கு அதிக உபசாரங்கள் செய்வதையும் கண்டு உள்ளத்திலே கர்வம் உண்டாகத் தலைப்பட்டது.

'இயற்கையின் குணங்களிலிருந்து செய்கைகள் பிறக்கின்றன. மூடன், நான் செய்கின்றேன் என்று கருதுகின்றான்' என்ற பகவத் கீதை வாக்கியத்தை அடிக்கடி மனனஞ்செய்து கொண்டேன். இந்த வீண கர்வம், நாளுக்கு நாள் மிகுதியடைந்து என்னை விழுங்கி, யாதொரு காரியத்திற்கும் பயன்படாமற் செய்துவிடுமோ என்ற அச்சம் உண்டாயிற்று. வெளிக்குத் தெரியாமல் எவருடைய மதிப்பையும் ஸன்மானத்தையும் எதிர்பார்க்காமல் ஸாதாரணத் தொண்டு இழைப்பதற்கு என்னை மாயா வைத்திருக்கிறாள் என்பதை அறிந்துகொண்டேன்.

எனவே, பிரசங்கக் கூட்டங்களில் சேர்வதை நிறுத்திவிட்டேன். சில தினங்களுக்கு அப்பால் எனக்குப் போலீஸ் சேவகர்கள் செய்யும் உபசாரங்களும் நின்று போய்விட்டன. பாதசாரியாகவே பல இடங்களில் சுற்றிவிட்டு, பாதசாரியாகவே லாகூர் நகரத்துக்குப் போய்ச் சேர்ந்தேன். அங்கே லாலா லஜபதி ராய் போன்ற பலரைப் பார்க்கவேண்டும் என்ற இச்சை ஜனித்தது. அவரைப் போய் கண்டதில், அவர் என்னிடம் நம்பிக்கை கொண்டவராகிக் கோசல நாட்டுப் பிரதேசங்களில் கொடிய பஞ்சம் பரவியிருக்கிறதென்றும், பஞ்சத்தில் கஷ்டப்படும் மக்களுக்குச் சோறு, துணி கொடுக்க வேண்டுமென்ற கருத்துடன் தான் நிதிகள் சேர்த்து வருவதாகவும், பல வாலிபர்கள் தம்மிடமிருந்து திரவியங் கொண்டுபோய் பஞ்சமுள்ள ஸ்தலங்களில் இருந்து உழைத்து வருவதாகவும் தெரிவித்துவிட்டு 'நீரும் போய் இவ்விஷயத்தில் வேலை செய்யக் கூடாதா?' என்று கேட்டார்.

ஆ! ராமச்சந்திரன் அரசு செலுத்திய நாடு! வால்மீகி முனிவர் புகழ்ந்து போற்றிய நாடு! அங்கு, ஜனங்கள் துணியும் சோறுமில்லாமல் பதினாயிரக்கணக்காகத் தவிக்கிறார்கள்! அவர்களுக்கு உதவி செய்யப் போவாயா என்று என்னைக் கேட்கவும் வேண்டுமா? அவர்களெல்லோரும் எனக்குத் தெய்வங்களல்லவா? அவர்களுக்கு வேண்டியன செய்ய முடியாவிட்டால் இந்தச் சதையுடம்பை எதன் பொருட்டாகச் சுமக்கிறேன்? லாலாவிடம் அனுமதி பெற்றுக்கொண்டு போய் சிறிது காலம் அந்தக் கடமையைச் செய்துகொண்டு வந்தேன்.

அங்கு கண்ட காட்சிகளைப் பற்றி எழுதவேண்டுமா? எழுதுகிறேன். கவனி. தேவலோகத்தைப் பற்றிக் கேள்வி யுற்றிருக்கிறாயா? சரி. நரகத்தைப் பற்றிக் கேள்வியுற்றிருக்கிறாயா? சரி. தேவலோகம் நரகலோகமாக மாறியிருந்தால் எப்படித் தோன்றுமோ, அப்படித் தோன்றியது. பகவான் ராமச்சந்திரன் ஆண்ட பூமி, நான் அங்கிருந்த கோரங்களையெல்லாம் உங்களிடம் விவரித்துச் சொல்ல வேண்டும். புண்ணிய பூமியைப் பற்றி இழிவுகள் சொல்வதினால் ஒருவேளை

சிறிது பாவம் உண்டாகக் கூடும். அந்தப் பாவத்தைத் தவிர வேறென்ன பயன் கிடைக்கப் போகிறது? உன்னால் எனது தாய்நாட்டிற்கு என்ன பயன் கிடைக்கப் போகிறது? எழுந்திருந்து வா, பார்ப்போம், எத்தனை நாள் உறங்கி இப்படி அழியப் போகிறீர்களோ? அட பாப ஜாதியே, பாப ஜாதியே! இது நிற்க. ஓரிரண்டு மாதங்களுக்கு அப்பால், லாலா லஜபதி ராய் எங்களுக்குக் கடிதம் எழுதி, இனி அந்த வேலை போதும் என்று கட்டளைப் பிறப்பித்துவிட்டார்.

கோசல நாட்டுப் பிரதேசங்களில் பஞ்சத்தின் சம்பந்தமாக நான் வேலைசெய்த சில மாதங்களில், ஏற்கெனவே என் மனதில் நெடுங்காலமாய் வேரூன்றியிருந்த ஒரு சிந்தனை பலங்கொண்டு வளரலாயிற்று. தணிந்த வகுப்பினரின் நன்மை தீமைகளிலே, நமது நாட்டில் உயர்ந்த வகுப்பினர் என்று கூறப்படுவோர் எவ்வளவு தூரம் அசிரத்தையும், அன்னியத் தன்மையும் பாராட்டுகிறார்கள் என்பதை நோக்குமிடத்து எனது உள்ளத்திலே மிகுந்த தளர்ச்சி உண்டாயிற்று.

தென்னாட்டைப் போலவே வட நாட்டிலும், கடைசி வகுப்பினர் என்பதாகச் சிலர் கருதப்படுகின்றனர். தென்நாட்டைப் போலவே வட நாட்டிலும், இந்த வகுப்பினர் பெரும்பாலும் விவசாயத் தொழிலையே கைக்கொண்டிருக்கிறார்கள். உழவுத் தொழில் உடைய இவர்கள், சாஸ்திரப்படி வைசியர்கள் ஆக வேண்டும். ஆனால், இவர்களிலேயே பலர் மாட்டிறைச்சித் தின்பது போன்ற அனாசாரங்கள் வைத்துக் கொண்டிருப்பதால், ஹிந்து ஜாதி இவர்களைத் தாழ்வாகக் கருதுகின்றது. ஹிந்து நாகரிகத்திலே பசுமாடு பிரதானமான வஸ்துக்களிலே ஒன்று. ஹிந்துக்களின் நாகரிகம், விவசாயத் தொழிலைப் பொறுத்து நிற்கின்றது. விவசாயத் தொழிலுக்குப் பசுவே ஜீவன். ஆதலால், ஹிந்துக்கள் புராதனகால முதலாகவே கோ மாம்ஸத்தை வர்ஜனம் செய்துவிட்டார்கள். சிறு பகுதி மட்டும் வர்ஜனம் செய்யாதிருப்பது கண்டு, ஜாதி பொதுமை அப்பகுதியைத் தாழ்வாகக் கருதுகின்றது. இது முற்றிலும் நியாயம். ஆனால் பஞ்சம், நோய் முதலியப் பொதுப் பகைவருக்கு முன்பு, நமது உயர்வு-தாழ்வுகளை விரித்துக்கொண்டு நிற்பது மடமை. தாழ்ந்த ஜாதியரை நாம் மிதமிஞ்சித் தாழ்த்தி விட்டோம். அதன் பயன்களை நாம் அனுபவிக்கிறோம். 'ஹிருதயமறிந்திடச் செய்திடுங் கர்மங்கள் இகழ்ந்து பிரிந்து போமே!'

'முற்பகல் செய்யின் பிற்பகல் விளையும்' நாம் பள்ளர், பறையருக்குச் செய்வதையெல்லாம், நமக்கு அந்நிய நாடுகளில் பிறர் செய்கிறார்கள். நமது சிருங்ககிரிச் சங்கராச்சாரியாரும், வானமாமலை ஜீயர் ஸ்வாமிகளும் நெட்டால், திரான்ஸ்வால் தேசங்களுக்குப் போவார்களானால், ஊருக்கு வெளியே சேரிகளில் வாசம்செய்ய வேண்டும் ஸாதாரண மனிதர்கள் நடக்கும் ரஸ்தாக்களில் நடக்கக் கூடாது. பிரத்தியேகமாக விலகி நடக்க வேண்டும். பல்லக்குகள், வண்டிகள் இவற்றைப் பற்றி யோசனையே வேண்டியதில்லை.

சுருக்கம்: நாம் நமக்குள்ளேயே ஒரு பகுதியாரை நீசர்களென்று பாவித்தோம். இப்போது நம்மெல்லோரையுமே உலகத்தார் மற்றெல்லா நாட்டினரைக் காட்டிலும் இழிந்த நீசர்களாகக் கருதுகிறார்கள். நம்முள் ஒரு வகுப்பினரை நாம் தீண்டாத வகுப்பினர் என்று விலக்கினோம். இப்போது தேச மார்க்கஸ்தர், மகம்மதியர் என்ற இரு பகுதி கொண்ட நமது ஹிந்து ஜாதி முழுதையுமே உலகம் தீண்டாத ஜாதி என்று கருதுகிறது. உலகத்தில் எல்லா ஜாதியாரிலும் வகுப்புகள் உண்டு. ஆனால், தீராத பிரிவுகள் ஏற்பட்டு ஜாதியை துர்லபப்படுத்திவிடுமானால், அதிலிருந்து நம்மைக் குறைவாக நடத்துதல் அன்னியர்களுக்கு எளிதாகிறது. 'ஊர் இரண்டுபட்டால் கூத்தாடிக்குக் கொண்டாட்டம்.'

1200 வருஷங்களுக்கு முன்பு வட நாட்டிலிருந்து மகம்மதியர்கள் பஞ்சாப் நாட்டில் பிரவேசித்தபோது, நம்மவர்களின் இம்சை பொறுக்க முடியாமல் வருந்திக் கொண்டிருந்த பள்ளர், பறையர் பேரிகைக் கொட்டி, மணிகள் அடித்துக் கொண்டு போய் எதிரிகளுக்கு நல்வரவு கூறி அவர்களுடன் கலந்துகொண்டதாக இதிஹாஸம் சொல்கின்றது. அப்போது நமது ஜாதியைப் பிடித்த நோய் இன்னும் தீராமலிருக்கிறது. பஞ்சத்தில் பெரும்பாலும் பள்- பறை வகுப்பினரே மடிந்து போகிறார்கள். இதைப் பற்றி மேற்குலத்தார்கள் வேண்டிய அளவு சிரத்தை செலுத்தாமல் இருக்கின்றனர். எங்கிருந்தோ வந்த ஆங்கிலேயப் பாதிரிகள் பஞ்சம் பற்றிய ஜனங்களுக்குப் பலவித உதவிகள் செய்து, நூற்றுக்கணக்கான மனிதர்களையும் முக்கியமாக திக்கற்ற குழந்தைகளையும், கிறிஸ்து மதத்திலே சேர்த்துக் கொள்கிறார்கள். ஹிந்து ஜனங்களின் தொகை வருஷந்தோறும் அதிபயங்கரமாகக் குறைந்துகொண்டு வருகிறது. மடாதிபதிகளும் ஸன்னிதானங்களும் தமது தொந்தி வளர்வதை ஞானம் வளர்வதாகக்கொண்டு ஆனந்தமடைந்து வருகின்றனர். ஹிந்து ஜனங்கள்! ஹிந்து ஜனங்கள்! நமது இரத்தம், நமது சதை, நமது எலும்பு, நமது உயிர் - ஹிந்துஸ்தானத்து ஜனங்கள் - ஏனென்று கேட்பாரில்லாமல் பசிப்பிணியால் மாய்ந்து போகின்றனர்.

கோ மாமிசம் உண்ணாதபடி அவர்களைப் பரிசுத்தப்படுத்தி, அவர்களை நமது ஸமூகத்திலே சேர்த்து அவர்களுக்குக் கல்வியும், தர்மமும், தெய்வமும் கொடுத்து நாமே ஆதரிக்க வேண்டும். இல்லாவிட்டால், அவர்களெல்லாரும் நமக்குப் பரிபூர்ண விரோதிகளாக மாறி விடுகிறார்கள். இந்த விஷயத்திலே, எனது சிறிய சக்திக்கு இயன்றவரை முயற்சிகள் செய்யவேண்டும் என்ற அவா எனது உள்ளத்தில் வளரலாயிற்று.

வங்க நாட்டில் 'அசுவினி குமார தத்தர்' என்கிற தேசபக்தர் ஒருவர் இருப்பதாகவும், அவர் இந்தப் பிரதேசங்களில் 'நாம் சூத்திரர்' (பெயர் மட்டில் சூத்திரர்) என்று கூறப்படும் பள்ளர்களை ஸமூக வரம்பினுள்ளே சேர்த்து உயர்வுபடுத்த முயற்சிகள் செய்வதாகவும் கேள்விப்பட்டேன். அவரைப் பார்க்க ஆசை உண்டாயிற்று.

# அத்தியாயம் 4

கல்கத்தாவுக்கு வந்து சில தினங்கள் இருந்துவிட்டு பாரிஸாலுக்கு போய்ச் சேர்ந்தேன். அங்குப் போய் வழி விசாரணை செய்துகொண்டு அசுவினி குமார தத்தருடைய வீட்டுக்குப் போய்ச் சேர்ந்தேன். வீட்டு வாசலில் ஒரு வங்காளி பாபு நின்று கொண்டிருந்தார்.

அவரிடம் "அசுவினி பாபு இருக்கிறாரா?" என்று கேட்டேன்.

"இல்லை, நேற்றுத்தான் புறப்பட்டுக் காசிக்குப் போயிருக்கிறார்" என்றார்.

'அடடா' என்று சொல்லித் திகைத்து நின்றேன். காஷாய உடைகளைக் கண்ட அந்தப் பாபு, உபசார மொழிகள் கூறி உள்ளே அழைத்துப் போய் தாகசாந்தி செய்வித்துவிட்டு, 'யார், எவ்விடம்' என்பதையெல்லாம் விசாரணை செய்தார்.

நான் எனது விருத்தமெல்லாம் தெரிவித்து விட்டு என் மனதிலிருந்த நோக்கத்தையும் சொன்னேன். "பாரும் பாபு, நம்மில் ஆரில் ஒரு பங்கு ஜனங்களை நாம் தீண்டாத ஜாதியாக வைத்திருப்போமேயானால், நமக்கு ஈசன் நல்ல கதி கொடுப்பாரா?" என்று என் வாயிலிருந்து வா।க்கியம் கேட்டவுடனே அவர் முகத்தில் வருத்தம் புலப்பட்டது. முகத்தைப் பார்த்தால்

கண்ணீர் ததும்பிவிடும் போலிருந்தது. தீண்டாத வகுப்பினரின் நிலையைக் கருதித்தான் இவ்வளவு பரிதாபமடைகிறார் போலும் என்று நான் நினைத்து "ஐயா உம்முடைய நெஞ்சுபோல் இன்னும் நூறு பேருடைய நெஞ்சு இருக்குமானால், நமது நாடு செம்மைப்பட்டுவிடும்" என்றேன்.

"ஸ்வாமி, தாங்கள் நினைக்கிறபடி அத்தனை கருணையுடைய நெஞ்சம் எனக்கு இன்னும் மாதா அருள் புரியவில்லை. ஹீன ஜாதியரைக் காக்க வேண்டும் என்ற விஷயத்தில் எனக்குக் கொஞ்சம் சிரத்தை உண்டு என்பது மெய்யே. அசுவினி பாபுவுடன் நானும் மேற்படி வகுப்பினருக்கு நன்மை செய்வதில் சிறிது உழைத்திருக்கிறேன். ஆயினும், என் முகத்தில் தாங்கள் கவனித்த துக்கக் குறி, நம்மில் ஆறிலொரு பங்கு ஜனங்கள் இப்படி அவலமாய் விட்டார்களே என்பதைக் கருதி ஏற்பட்டதன்று. தாங்கள் சொன்ன வாக்கியம் சில தினங்களுக்கு முன் இங்கு வந்திருந்த ஒரு மந்த்ராஜியம்மாளின்* *(மந்த்ராஜியம்மாள் என்பது, மதராஸ் பிரதேசத்து ஸ்த்ரீ என்று பொருள்படும். 'மதராஸ்' என்பதற்கு வட நாட்டார் 'மந்த்ராஜ்' என்பார்கள்.) வாயிலிருந்து அடிக்கடி வெளிவரக் கேட்டிருக்கிறேன். தாம் அது சொன்னவுடனே எனக்கு அந்த அம்மாளின் நிலை ஞாபகம் வந்தது. அவளுடைய தற்கால ஸ்திதியை நினைத்து வருத்தமுண்டாயிற்று. அடடா! என்ன குணம்! என்ன வடிவம்! இவ்வளவு பாலியத்திலே நமது தேசத்தினிடம் என்ன அபரிமிதமான பக்தி!" என்று சொல்லி, திடுக்கென்று பேச்சை நிறுத்திவிட்டார். அப்பால் என் முகத்தை ஓரிரண்டு தடவை நன்றாய் உற்று நோக்கினார். அவருடைய பெயர் ஸதீச சந்திர பாபு என்பதாக ஏற்கெனவே சொல்லியிருக்கிறார்.

"ஸதீச பாபு, ஏன் இப்படிப் பார்க்கிறீர்?" என்று கேட்டேன்.

"ஸ்வாமிஜி, க்ஷமித்துக்கொள்ள வேண்டும். நீங்கள் ஸந்யாசி. எந்த தேசத்தில் பிறந்தவரென்பதைக்கூட நான் இன்னும் தெரிந்து கொள்ளவில்லை. ஆயினும், உங்கள் முகத்தைப் பார்க்கும்பொழுது, அதில் எனக்கு அந்த யுவதியின் உருவம் கலந்திருப்பது போலத் தோன்றுகிறது. உங்களிருவருடைய முகமும் ஒன்றுபோலிருப்பதாக நான் சொல்லவில்லை. உங்கள் முகத்தில் எப்படியோ அவளுடைய சாயல் ஏறியிருப்பதுபோலத் தோன்றுகிறது" என்றார்.

மதராஸ் பக்கத்து யுவதியென்று அவர் சொன்னவுடனேயே என் மனதில் ஏதோ ஒருவிதமான பதைபதைப்பு உண்டாயிற்று. அதன் பின்னிட்டு, அவர் சொன்ன வார்த்தைகளைக் கேட்டவுடன், அந்தப் பதைபதைபபு மிகுதியுற்றது. ஸந்யாசி உடை தரித்து இருந்தேன். நெடுநாளாகத் துறவையே ஆதரித்து வந்திருக்கிறேன். வேஷத்திலென்னடா இருக்கிறது கோவிந்தா! வேஷத்தில் என்ன இருக்கிறது?

"மீனாம்பா.. அட, போ! மீனாம்பாள் இறந்துபோய் இரண்டு

வருஷங்களுக்கு மேலாகிறதே! ஐயோ, எனது கண்மணி என்ன கஷ்டத்துடன் இருந்தாள்!" என்பதாக மனப்பேய் ஆயிரம் விதமாகக் கூத்தாடியது.

"ஸதீச பாபு! நானும் மதராஸ் பக்கத்திலே ஜனித்தவன்தான். நீர் சொல்லிய யுவதியைப் பற்றிக் கேட்கும்போது, எனக்குத் தெரிந்த மற்றொரு பந்துவைப் பற்றி ஞாபகம் வருகிறது. நீர் சொல்லிய பெண் யார்? அவள் பெயரென்ன? அவள் இப்போது எங்கே இருக்கிறாள்? அவள் இங்கே என்ன நோக்கத்துடன் வந்திருந்தாள்? அவளுடைய தற்கால ஸ்திதியைக் குறித்து உமக்கு வருத்தமுண்டாவதேன்? அவளுக்கு இப்போது என்ன கஷ்டம் நேரிட்டிருக்கிறது? எனக்கு எல்லாவற்றையும் விவரமாகத் தெரிவிக்க வேண்டும்" என்றேன்.

கதையை விரிக்கத் தொடங்கினார் ஸதீச சந்திர பாபு. ஒவ்வொரு வாக்கியமும் என் உள்ளத்திலே செந்தீக் கனலும் இரும்புத் துண்டுகளை எறிவதுபோல விழுந்தது. அவர் சொல்லிய கதையினிடையே என்னுள்ளத்தில் நிகழ்ந்தனவற்றையெல்லாம் இடையீட்டுக்கொண்டு போனால் படிப்பவர்களுக்கு விர்ஸமாயிருக்கும் என்று அஞ்சி, இங்கு அவர் சொல்லிய விஷயங்களை மட்டிலும் குறிப்பிடுகிறேன். என் மனத் ததும்புதல்களைப் படிப்பவர்கள் தாமே ஊகத்தாற் கண்டுகொள்ள வேண்டும், ஸதீச பாபு சொல்லலானார்:

"அந்த யுவதிக்குத் 'தாஞ்சோர்'. அவள் பெயர் எனக்குத் தெரியாது. நாங்கள் எல்லோரும் அவளைத் 'தீன மாதா' என்று பெயர் சொல்லி அழைப்போம். அவளுடைய உண்மைப் பெயர் அசுவினி பாபுவுக்கு மாத்திரந்தான் தெரியும். ஆனால், அந்தத் தேவியின் சரித்திரத்தை எங்களுக்கு அசுவினி பாபு அடிக்கடி சொல்லியிருக்கிறார். அவள் ஒரு போலீஸ் பென்ஷன் உத்தியோகஸ்தருடைய குமாரியாம். அவளது அத்தை மகனாகிய ஒரு மந்த்ராஜ் நகரத்து வாலிபனுக்கு அவளை விவாகம் செய்து கொடுக்க வேண்டுமென்று தீர்மானம் செய்யப்பட்டிருந்ததாம். அவ்வாலிபன் 'வந்தே மாதரம்' கூட்டத்திலே சேர்ந்து விட்டான். அதிலிருந்து அவள் தகப்பன் அவளை வேறொரு போலீஸ் உத்தியோகஸ்தனுக்கு மணம் புரிவிக்க ஏற்பாடு செய்தான். கடைசித் தருணத்தில் அவள் கனவில் ஏதோ தெய்வத்தின் கட்டளை பெற்று ஒரு பச்சிலையைத் தின்றுவிடவே, அவளுக்கு பயங்கரமான ஜ்வர நோய் கண்டு விவாகம் தடைப்பட்டுப் போய்விட்டது. அப்பால் தகப்பனாரும் இறந்து போய்விட்டார். இதனிடையே அவளுடைய காதலனாகிய மந்த்ராஜ் வாலிபன், என்ன காரணத்தாலோ, அவள் இறந்துவிட்டதாக எண்ணி, ஸன்யாஸம் வாங்கிக்கொண்டு வெளியேறிவிட்டானாம்."

'ஏழை மனமே, வெடித்துப் போய்விடாதே. சற்றுப் பொறு' என்று என்னால் கூடியவரை அடக்கிப் பார்த்தேன். பொறுக்க முடியவில்லை. "ஐயோ, மீனா, மீனா!" என்று கூவினேன். பிறகு "ஸதீச பாபு, அவளுக்கு இப்போது என்ன கஷ்டம் நேரிட்டிருக்கிறது? சொல்லும், சொல்லும்"

என்று நெரித்தேன்.

ஸதீச சந்திரனுக்கு உளவு ஒருவாறு துலங்கிவிட்டது. "இப்போது ஒன்றுமில்லை. சௌக்கியமாகத்தானிருக்கிறாள்" என்றார்.

"இல்லையில்லை. என்னிடம் நீர் உண்மை பேசத் தயங்குகிறீர். உண்மை தெரிந்தால் நான் மிகத் துன்பப்படுவேன் என்று எண்ணி நீர் மறைக்கிறீர். இதுவே என்னை நரக வேதனைக்கு உட்படுத்துகிறது. சொல்லிவிடும்" என்று வற்புறுத்தினேன்.

மறுபடியும் ஸதீச பாபு ஏதோ பொருளற்ற வார்த்தைகளைப் போட்டுக் குழப்பி, எனக்கு ஸமாதான வசனம் சொல்லத் தலைப்பட்டார்.

"பாரத தேவியின் ஹிருதயத்தின் மீதும், பகவத் கீதையின் மீதும் ஆணையிட்டிருக்கிறேன். என்னிடம் உண்மையை ஒளியாமல் சொல்லும்" என்றேன்.

இந்த ஸத்தியம் நவீன வங்காளத்தினரை எவ்வளவு தூரம் கட்டுப்படுத்தும் என்பது எனக்குத் தெரியும். இங்ஙனம் நான் ஆணையிட்டதிலிருந்து அவருக்குக் கொஞ்சம் கோபம் உண்டாயிற்று.

"போமையா, மூட ஸந்யாஸி. என்ன வார்த்தை சொல்லிவிட்டீர்! இதோ, உண்மை தெரிவிக்கிறேன். கேட்டுக்கொள்ளும். அந்தப் பெண், இங்கு நாம சூத்திரர்களைப் பஞ்சத்திலிருந்து மீட்கப் பாடுபட்டதில், தீராத குளிர் ஜ்வரங் கண்டு, வைத்தியர்கள் சமீபத்தில் இறந்துவிடுவாள் என்று சொல்லிவிட்டனர். அதற்கு மேல் அவள் காசியில் போய் இறக்க விரும்பியது பற்றி, அசுவினி பாபு அவளைக் காசிக்கு அழைத்துச் சென்றிருக்கிறார், உண்மையைச் சொல்லிவிட்டேன், போம்" என்றார்.

"காசிக்கா?"

"ஆம்."

"காசியில் எங்கே?"

"அஸீ கட்டத்தில்."

"அஸீ கட்டத்தில் எந்த இடம்?"

"அஸீக்குத் தெற்கே 'நர்வா' என்ற இடம் இருக்கிறது. அதில் பல தோட்டங்களும் பங்களாக்களும் உண்டு. அதில் தைப்பூர் மஹாராஜா பங்களாவில் அசுவினி பாபு இறங்கியிருக்கிறார்."

"ரயில் செலவுக்குப் பணம் கொடும்" என்றேன்.

ஒரு பத்து ரூபாய் நோட்டை எடுத்து வீசியெறிந்தார். மானத்தைக் கண்டதார், மரியாதையைக் கண்டதார்? அங்கிருந்து அந்த க்ஷணமே வெளியேறிவிட்டேன். வழியெல்லாம் தின்பதற்கு நெஞ்சத்தையும் அருந்துவதற்குக் கண்ணீரையுமே கொண்டவனாய் காசிக்குப் போய்ச் சேர்ந்தேன்.

# அத்தியாயம் 5

காசியில் ஹனுமந்த கட்டத்திலே எனக்குத் தெரிந்தவர்கள் இருக்கிறார்கள். எனது நண்பர் ஒருவருடைய பந்துக்கள் அங்கு வாசஞ் செய்கின்றனர். இதைப் படிக்கும் தமிழர்கள் காசிக்குப் போயிருப்பதுண்டானால், நான் சொல்லப் போகிற இடம் அவர்களுக்குத் தெளிவாகத் தெரியும். தமிழர்கள் எல்லோரும் பெரும்பாலும் ஹனுமந்த கட்டத்துக்கே போய் இறங்குவதுண்டு. அங்குக் கீழ்மேற் சந்து ஒன்றிருக்கிறதல்லவா? அங்கு, கீழ் மேற்கு மூலையிலிருந்து மூன்றாம் வீடு. அந்த வீட்டுக்கு 'சிவமடம்' என்று பெயர். யாத்திரைக்காரர்கள் போய் இறங்கக்கூடிய வீடுகளைக் காசியிலே மடங்கள் என்கிறார்கள். சிவமடத்தில் போய் இறங்கி ஸ்நானம் செய்துவிட்டு, மடத்தார் கொடுத்த ஆகாரத்தை உண்டபிறகு, அப்பொழுதே அந்த மடத்துப் பிள்ளைகளில் ஒருவரைத் துணைக்கு அழைத்துக்கொண்டு நர்வா கட்டத்துக்குப் போனேன். அங்கே தைப்பூர் ராஜா பங்களா எது? என்று விசாரித்து, பங்களாவுக்குப் போய்ச் சேரும்போது இரவு ஏழு மணியாகிவிட்டது.

வாயிலில் ஒரு குதிரை வண்டி வந்து நின்றது. அந்த வண்டி புறப்படுந்தறுவாயில் இருந்தது. வண்டியின் மேல் ஆங்கிலேய உடை தரித்த

ஒரு வங்காளி உட்கார்ந்து கொண்டிருந்தார். வண்டிப் பக்கத்திலே ஒரு கிழவரும் வேறு சிலரும் நின்று கொண்டிருந்தார்கள். அசுவினி குமார தத்தரின் படத்தை நான் பல இடங்களில் பார்த்திருக்கிறபடியால், அந்தக் கிழவர்தான் அசுவினி பாபு என்று தெரிந்து கொண்டேன்.

நான் போனவுடனே அசுவினி பாபு பக்கத்திலிருந்த மனிதரை நோக்கி, "யாரோ ஒரு ஸன்யாஸி வந்திருக்கிறார். அவரைத் தாழ்வாரத்தில் வரச்சொல். நான் இதோ வருகிறேன்" என்றார். தாழ்வாரத்தில் போட்டிருந்த நாற்காலியில் நானும் என்னுடன் வந்திருந்த வாலிபனும் போய் உட்கார்ந்தோம். அசுவினி பாபுவும் வண்டிக்குள் இருந்தவரும் பேசியது என் செவியில் நன்றாக விழுந்தது.

அசுவினி பாபு: "டாக்டர் ஸாஹப்! நேற்றைக் காட்டிலும் இன்று சிறிது குணப்பட்டிருப்பதாகவே எனக்குத் தோன்றுகிறது. தமது கருத்தென்ன?"

டாக்டர்: "மிகவும் துர்ப்பல நிலையிலேதான் இருக்கிறாள். இன்னும் இருபத்து நான்கு மணி நேரம் இருப்பது கஷ்டம். அந்த நேரம் தப்பினால் பிறகு விபத்தில்லை" என்றார்.

காதில் விஷந்தடவிய தீயம்பு போல இந்த வார்த்தை கேட்டது. "மீனா! மீனா! மீனா!" என்று அலறினேன்.

வண்டி புறப்பட்டுவிட்டது. அதற்குள் நான் என்னை மீறி அலறிய சத்தம் கேட்டு, அசுவினி பாபுவும் அவரைச் சேர்ந்தவர்களும் நான் இருந்த பாரிசமாக விரைந்து வந்தார்கள். அவர் வருதல் கண்டு, நான் மனதை ஒருவாறு தேற்றிக்கொண்டு எழுந்து நின்று வணங்கினேன்.

அவர், "ஸ்வாமிக்கு எவ்விடம்? இங்கு வந்த கருத்தென்ன? ஏன் சத்தம் போட்டீர்கள்?" என்று ஹிந்துஸ்தானி பாஷையிலே கேட்டார்.

"பாபு, நான் ஸன்யாஸியல்ல. நான் திருடன். மஹா நிர்ப்பாக்கியமுள்ள பாவி. மீனாம்பாள் தம்மிடம் கோவிந்தராஜன் என்ற பெயர் சொல்லியிருப்பாளல்லவா? அந்தப் பாவி நான்தான்" என்றேன்.

உடனே அவர் என்னை மேன்மாடத்திலுள்ள ஓர் அறைக்குத் தனியாக அழைத்துச் சென்றார். அங்கு என்னை நோக்கி, "நேற்றெல்லாம் உம்மை அடிக்கடி நினைத்துக் கொண்டிருந்தேன். நீர் இங்கு வரக்கூடும் என்ற சிந்தனை, எனக்கு அடிக்கடி தோன்றிக் கொண்டிருந்தது" என்றார்.

பிறகு என்னிடம், "கிழக்கு முகமாகத் திரும்பி உட்காரும்" என்றார். அப்படியே உட்கார்ந்தேன். "கண்ணை மூடிக்கொள்ளும்" என்றார். இரண்டு கண்களையும் மூடிக் கொண்டேன். பிறகு, எனது நெற்றியைக் கையாலே தடவி ஏதோ முணுமுணுத்துக் கொண்டிருந்தார். எனக்கு உறக்கம் வருவதுபோல் இருந்தது. 'அடடா! இன்னும் மீனாம்பாளைப் பார்க்கவில்லை. எனது உயிரினுமினியாள் மரணாவஸ்தையிலிருக்கிறாள். அவளைப் பார்க்கும் முன்பாக உறக்கம் வருகிறதே! இவர் என்னை ஏதோ மாயமந்திரத்துக்கு உட்படுத்துகிறார். எனது பிராண ரத்தினத்தைப் பார்க்காதபடி கெடுத்துவிட முயலுகிறார்.

இந்த மாயைக்கு உட்படலாகாது. கண் விழித்து எழுந்து நின்றுவிட வேண்டும்' என்று சங்கற்பம் செய்துகொண்டு, எழுந்து நிற்க முயன்றேன். 'ஹூம்' என்றொரு சத்தம் கேட்டது. விழித்து விழித்துப் பார்க்கிறேன். கண்ணைத் திறக்க முடியவில்லை. மயக்கம் மேன்மேலும் அதிகப்பட்டது. அப்படியே உறங்கி விழுந்துவிட்டேன்.

விழித்த பிறகு நான் இரண்டு நாள் உறங்கிக் கிடந்ததாகத் தெரிந்தது. பக்கத்திலிருந்த ஒரு சேவகன் சொன்னான்.

"மீனா எங்கே? மீனா சௌக்கியமாயிருக்கிறாளா?" என்று அந்தச் சேவகனிடம் கேட்டேன்.

"எனக்கு ஒன்றுமே தெரியாது" என்று மறுமொழி கூறினான்.

சாதாரணமாக எப்போதும்போல் இருந்தேனாயின், அந்தச் சேவகனை உதைத்துத் தள்ளி, இடையே வந்தவர்களையெல்லாம் வீழ்த்திவிட்டு மீனா இருக்குமிடம் ஓடிப்போய் பார்த்திருப்பேன். ஆனால், இந்த நேரம் என்னுடலில் மிகுந்த அயர்வும், உள்ளத்தில் மிகுந்த தெளிவும் அமைதியும் ஏற்பட்டிருந்தன. மனதிலிருந்த ஜ்வரமும் நீங்கிப் போயிருந்தது. 'பாரிஸால் கிழவன்' செய்த சூது என்று தெரிந்துகொண்டேன். அரை நாழிகைக்கெல்லாம் அசுவினி பாபு, தாமே நானிருந்த அறைக்குள் வந்து, என் எதிரே ஒரு நாற்காலியின் மீது வீற்றிருந்தார். என்னை அறியாமல், எனது இரண்டு கைகளும் அவருக்கு அஞ்சலி புரிந்தன.

'ஓம்' என்று கூறி ஆசீர்வாதம் செய்தார். "பால ஸந்நியாசி, கபட ஸந்நியாசி, அர்ஜுன ஸந்நியாசி, உன் பக்கம் சீட்டு விழுந்தது" என்றார். மீனா பிழைத்துவிட்டாள் என்று தெரிந்துகொண்டேன்.

"முற்றிலும் சௌக்கியமாய்விட்டதா?" என்று கேட்டேன்.

"பூரணமாக சௌக்கியமாய்விட்டது. இன்னும் ஓரைம்பது வருஷத்திற்குச் சமுத்திரத்திலே தள்ளினாலும் அவளுக்கு எவ்விதமான தீங்கும் வரமாட்டாது" என்றார்.

"அப்படியானால் நான் போகிறேன். அவள் இறந்து போகப் போகிறாள் என்ற எண்ணத்திலேதான் என் விரதத்தைக்கூட மறந்து, அவளைப் பார்ப்பதற்காகப் பறந்தோடி வந்தேன். இனி, அவளைப் பார்த்து அவளுடன் இருக்க வேண்டும் என்ற எண்ணம் எனக்கில்லை. நான் போய் வருகிறேன்" என்று சொன்னேன்.

அசுவினி பாபு கடகடவென்று சிரித்துவிட்டு, பக்கத்திலிருந்த சேவகனை நோக்கி, "இவருக்குக் கொஞ்சம் பால் கொணர்ந்து கொடு" என்று ஏவினார். அவன் முகம் கழுவ நீரும், அருந்துவதற்குப் பாலும் கொணர்ந்து கொடுத்தான். அந்தப் பாலை உட்கொண்டவுடனே, திருக்குற்றாலத்து அருவியில் ஸ்நானம் செய்து முடிந்ததுபோல, எனது உடலிலிருந்து அயர்வெல்லாம் நீங்கிப் போய் மிகுந்த தெளிவும் சௌக்கியமும் அமைந்திருக்கக் கண்டேன்.

“இப்பொழுது என்ன சொல்லுகிறாய்? புறப்பட்டுப் போகிறாயா?” என்று அசுவினி பாபு புன்னகையுடன் கேட்டார்.

“அவளை ஒரு முறை பார்த்துவிட்டு அவளிடம் விடை பெற்றுக்கொண்டு செல்கிறேன்” என்றேன்.

திடீரென்று அசுவினி பாபுவின் முகத்தில் இருந்த புன்னகை மாறி சிரத்தா ரூபம் தோன்றியது. அப்பால் என்னிடம், “மகனே, நீ மீனாம்பாளை மணஞ்செய்து கொள்வாய். நீங்களிருவரும் சேர்ந்து வாழ்ந்து, முற்காலத்தில் ரிஷியும் ரிஷிபத்தினியுமாக வேத யக்ஞம் செய்ததுபோல, உங்கள் வாழ்நாள் முழுதும் மாதாவின் ப்ரீத்யர்த்தமாக ஜீவயக்ஞம் புரியக் கடவீர்கள்” என்றார்.

“காளிதேவியின் கட்டளை என்னாகிறது?” என்று கேட்டேன். இந்த ஜன்மத்தில் நீ கோவிந்தராஜனை மணஞ்செய்து கொள்ளலாகாது என்று காளி தேவி மீனாளுக்குக் கூறி, அவளை விஷம் தின்னும்படியாகக் கட்டளையிட்ட செய்தியை அவருக்கு நினைப்புறுத்தினேன்.

அதற்கு அவர், “அந்த செய்தியையெல்லாம் நான் அறிவேன். மஹாஸக்தியின் கட்டளையை மீனாம்பாள் நன்கு தெரிந்து கொள்ளாமல் உனக்குக் கடிதம் எழுதிவிட்டாள். மீனாம்பாளுடைய ஜன்மம் மாறுபட வேண்டுமென்று அம்மை சொல்லியதன் பொருள் வேறு. அவள் பச்சிலை தின்னும்படி கட்டளையிட்டது மீனாம்பாளுக்கு ஜ்வரமுண்டாகி, தந்தை எண்ணிய விவாகம் தடைப்படும் பொருட்டாகவே. அதற்கு முன்பு அவளுடைய ஜன்மம் வேறு.

மாதா தெளிவாகத்தான் சொல்லினாள். ஆனால், மீனாம்பாள் தனக்கு வேண்டாத ஒருவனுடன் விவாகம் நடக்கப் போகிறது என்ற தாபத்தால் படபடப்புண்டாகி உனக்கு ஏதெல்லாமோ எழுதிவிட்டாள். நீயும் அவசரப்பட்டு, காஷாயம் தரித்துக்கொண்டு விட்டாய். உனக்கு ஸன்னியாஸம் குருவினால் கொடுக்கப்படவில்லை. ஆயினும், இதுவெல்லாம் உங்களிருவருடைய நலத்தின் பொருட்டாகவே ஏற்பட்டது. உங்களிருவருக்கும் பரிபூரணமான ஹிருதய சுத்தி உண்டாவதற்கு இப்பிரிவு அவசியமாயிருந்தது. இப்போது நான் போகிறேன். இன்று மாலை நான்கு மணிக்கு பூஞ்சோலையிலுள்ள லதா மண்டபத்தில் மீனாம்பாள் இருப்பாள். உன் வரவிற்குக் காத்திருப்பாள்” என்று சொல்லிப் போய்விட்டார்.

மாலைப் பொழுதாயிற்று. நான் ஸன்யாசி வேஷத்தை மாற்றி, எனது தகுதிக்கு உரிய ஆடை தரித்துக் கொண்டிருந்தேன். பூஞ்சோலையிலே லதா மண்டபத்தில் தனியாக நானும் எனது உயிர், ஸ்த்ரீ ரூபங் கொண்டு பக்கத்தில் வந்து வீற்றிருப்பது போலத் தோன்றியவளுமாக இருந்தோம். நான்கு இதழ்கள் கூடின. இரண்டு ஜீவன்கள் மாதாவின் ஸேவைக்காக லயப்பட்டன. பிரகிருதி வடிவமாகத் தோன்றிய மாதாவின் முகத்திலே புன்னகை காணப்பட்டது.

வந்தே மாதரம்!

# 1910

சுதந்திரப் போராட்ட வீரராக நமக்கெல்லாம் தெரிந்திருக்கும் வ.வே. சுப்ரமணியம் ஐயர்தான், 'தமிழ்ச் சிறுகதையின் மூலவர்' என்றும் கொண்டாடப்படுபவர். அவருடைய 'மங்கையர்க்கரசியின் காதல்' என்ற சிறுகதைத் தொகுப்பு தமிழில் வந்த முதல் தொகுப்பு என்பதில் யாருக்கும் பெரிய விவாதங்கள் இல்லை.

ஒரு மரம் கதை சொல்கிறது. இதுதான் கதையின் புதுமை. வரதட்சணை காரணமாகப் புறக்கணிக்கப்பட்ட பெண், குளத்தில் பாய்ந்து தன்னை மாய்த்துக்கொள்கிறாள். அவள், சிறு பெண்ணாக விளையாடி மகிழ்ந்ததைப் பார்த்த மரம், அவளுக்கு நேர்ந்த துன்ப வாழ்க்கையை விவரிப்பதே கதை.

இந்தப் புதுமையான படைப்பு வடிவத்தை, எழுத்தாளர் மாலன் மறுக்கிறார். அது தாகூர் எழுதிய கதையின் தழுவல் என்கிறார்.

"தாகூரின் கதையில் ஆற்றங்கரைப் படிக்கட்டு கதைச் சொல்கிறது. ஐயரின் கதையில் குளத்தங்கரை அரசமரம் கதை சொல்கிறது. எட்டு வயதில் விதவையான ஒரு பெண், யுவதியான பிறகு ஒரு பால சன்யாசியிடம் மனதைக் கொடுத்து, அவரிடம் எந்தச் சலனமும் ஏற்படாததால் ஆற்றில் குதித்துத் தற்கொலை

செய்து கொள்வதைத் தாகூரின் கதை விவரிக்கிறது. சிறுவயதில் மணமுடிக்கப்பட்ட ருக்மிணி, வயது வந்த பிறகும் வரதட்சணைக் கொடுமைக் காரணமாக கணவன் வீடு செல்ல முடியாத சூழலில் குளத்தில் குதித்து உயிரை விடுவதைச் சொல்வது ஐயரின் கதை" என, இரண்டு கதைகளின் ஒற்றுமை பற்றி விவரிக்கிறார்.

ஐயர் எழுதியது தழுவல் என்று எடுத்துக்கொள்ள வேண்டியதில்லை. தாகூரின் கதையை வ.வே.சு. ஐயர் படித்திருக்க வாய்ப்புகள் உண்டு. அந்தக் கதை தந்த உந்துதலில் மரம் சொல்வதுபோல வேறு ஒரு கதையைத் தமிழ்ச் சூழலை உள்ளடக்கி எழுதினார் என்றே தோன்றுகிறது. மலைப் பேசுவதாக, மரம் பேசுவதாக, நச்சுப் பொய்கை பேசுவதாக நம் இதிகாசங்களிலேயே கதைகள் இடம் பெற்றிருக்கின்றன. அப்படி ஒரு கதையின் சாயலில் தாகூர் எழுதியிருக்க வாய்ப்பு இருக்கலாம் அல்லவா?

ஆஷ் துரையைச் சுட்டுக்கொன்ற வாஞ்சிநாதனுக்கு, புதுவையில் துப்பாக்கிப் பயிற்சி அளித்தது வ.வே.சு. ஐயர்தான். பாரதி நடத்திய 'இந்தியா' இதழில் அரசியல் கட்டுரைகள் பல எழுதியவர்.

'வீரம்' என்றால் அப்படியொரு வீரம். பிரிட்டிஷ் அரசாங்கத்தை எதிர்ப்பதில் தீவிரவாதத்தைக் கடைப்பிடித்த அவர், காந்தியின் தலைமை ஏற்று மிதவாதத்துக்கு மாறினார். திருக்குறளை ஆங்கிலத்தில் மொழிபெயர்த்தது, ஆங்கிலத்தில் எழுதப்பட்ட கம்பராமாயண ஆய்வு நூல் போன்றவை அவருடைய இலக்கிய பங்களிப்புகள்.

இவருடைய காலகட்டத்தில் எழுதிவந்த நாரண.துரைக்கண்ணன், முக்கியமானப் படைப்பாளி. ஆரணி குப்புசாமி ஐயங்கார், வடுவூர் துரைசாமி ஐயங்கார் போன்றவர்கள், துப்பறியும் கதைகள் எழுதினர். அந்த நாளில் நாவல் எழுதும் பித்துப் பிடித்து ஆட்டியது. பலரும் ஆங்கில நாவல்களை தழுவி, தமிழில் நாவல்களை எழுதினர்.

இந்தக் காலத்தில் மாத நாவல் என்ற போக்கு நிலவுவதுபோல அப்போது பலரும் நூற்றுக்கணக்கான நாவல்களை எழுதித் தள்ளினர். அவை யாவுமே இன்று எந்த இலக்கியப் பட்டியலிலும் குறிப்பிடப்படுவது இல்லை. அவற்றில் காம இச்சை தூண்டும் கொச்சைப் பிரயோகங்கள் இருந்ததாகவும் விமர்சனங்கள் உண்டு.

# வ.வே.சு. ஐயர்

## 1881 - 1925

## குளத்தங்கரை அரசமரம்

பார்க்கப்போனால் நான் மரந்தான். ஆனால் என் மனஸிலுள்ளதையெல்லாம் சொல்லுகிறதானால் இன்னைக்கெல்லாம் சொன்னாலும் தீராது. இந்த ஆயுஸுக்குள் கண்ணாலே எத்தனைப் பார்த்திருக்கிறேன்! காதாலே எத்தனைக் கேட்டிருக்கிறேன். உங்கள் பாட்டிகளுக்குப் பாட்டிகள் தவுந்து விளையாடுவதை இந்தக் கண்ணாலே பார்த்திருக்கிறேன். சிரிக்கிறீர்கள். ஆனால், நான் சொல்லுகிறதிலே எள்ளளவேணும் பொய்யில்லை. நான் பழைய நாளத்து மரம்.- பொய் சொல்லக் கத்ததில்லை. இப்போ தொண்ணூறு - நூறு வருஷமிருக்கும். உங்கள் கொள்ளு பாட்டிகளின் பாட்டிகளெல்லாம் நம்ம குளத்துங்கரைக்குத்தான் குடமுங்கையுமாக வருவார்கள். சில பேர் குழந்தைகளையுங்கூட கூட்டி வருவார்கள். பட்டு பட்டாயிருக்கும் குழந்தைகள். அதுகளை கரையில் விட்டுவிட்டுப் புடவைகளை அழுக்குப் போகத் தோய்த்து, மஞ்சள் பூசிக்கொண்டு அழகாக ஸ்நானம் பண்ணுவார்கள். குழந்தை களெல்லாம் ராஜகோபாலன் போலத் தவுந்துகொண்டு மல்லிகைச் செடியண்டே போய் மல்லிகை மொக்குகளை பார்த்து சிரிக்கும். அந்தக் காலத்திலே ஒரு பவள மல்லிகைச் செடி, முத்து

முத்தாய்ப் பூப்பூத்துக் கொண்டு அந்த ஓரத்திலிருந்தது.

குளத்தங்கரையெல்லாம் 'கம்' என்று மணம் வீசும். இப்பொழுது ஆதரிப்பாரில்லாமல் பட்டுப்போய்விட்டது. கொஞ்சம் பெரிய குழந்தைகள், அதனதன் புஷ்பங்களை பொறுக்கி ஆசையுடன் மோந்து பார்க்கும்... ஆ! அந்த நாளையெல்லாம் நினைத்தால் ஆசையாயிருக்கிறது! ஆனால், இப்போது நான் உங்களுக்கு அந்தக் காலத்துக் கதை ஒன்றும் சொல்லுவதாக இல்லை. மனசு சந்தோஷமாயிருக்கும்போது சொல்லுகிறேன்.

ஏழெட்டு நாளாய் எனக்கு ருக்மிணியின் ஞாபகமாகவே இருக்கிறது. பதினஞ்சு வருஷமாச்சு. ஆனால், எனக்கு நேற்று போலிருக்கிறது. உங்களில் ஒருவருக்கும் ருக்மிணியைத் தெரியாது. பார்த்தால் சுவர்ண விக்கிரகம் போலிருப்பாள் குழந்தை. அவளுடைய சிரிச்ச முகத்தை நினைச்சால் அவளே எதிரில் வந்து நிற்பது போலிருக்கிறது எனக்கு. அவள் நெத்தியின் அழகை இன்னைக்கெல்லாம் பார்த்துக் கொண்டிருக்கலாம். நல்ல உயரமாக இருப்பாள். அவள் கையும் காலும் தாமரைத் தண்டுகள் மாதிரி நீளமாயிருக்கும். அவள் சரீரமோ மல்லிகைப் புஷ்பம்போல் மிருதுவாக இருக்கும்.

அவள் அழகெல்லாம் கண்ணிலேதான். என்ன விசாலம்! என்ன தெளிவு! என்ன அறிவு! களங்கமற்ற நீல ஆகாசம் ஞாபகத்துக்கு வரும். அவள் கண்கள், நீலோற்பலம் நிறைஞ்ச நிர்மலமான நீரோடையைப் போலிருக்கும். பார்வையிலுந்தான் எத்தனை அன்பு! எத்தனை பரிவு! ஸோமவார அமாவாசைகளில் பரமாத்மாவைப் பூஷிக்கிறதற்காக என்னைப் பிரதக்ஷணம் செய்வாள். அப்போது அவள் என்னைப் பார்க்கும் பார்வையிலிருக்கும் அன்பை என்னவென்று சொல்லுவேன்! என்னுடைய காய்ந்துபோன கப்புகளுங்கூட அவளுடைய பிரேமையான பார்வைப் பட்டதும் துளிர்த்துவிடுமே!

ஐயோ, என் ருக்மிணித் தங்கமே! எப்போ காண்பேன் இனிமேல் உன்னைப் போலக் குழந்தைகளை? அவள் குழந்தைப் பருவம் முதல் அவளுடைய கடைசி நாள் வரையில், இங்கே வராத நாளே கிடையாது. அஞ்சாறு வயஸின் போதெல்லாம் ஸதா ஸர்வ காலமும் இங்கேயேதான் விளையாடிக்கொண்டிருப்பாள். அவளைப் பார்த்ததும் வாரியெடுத்து முத்தங்கொடுக்க வேணுமென்று நினையாதவர் இல்லை. எத்தனை அவசரமான காரியமிருந்தாலும் சரி, நம்ம வேணுகோபால் சாஸ்திரி இருந்தாரே, அவர் காலமே ஸ்நாநஞ் செய்துவிட்டு, குழந்தை கை நிறைய மல்லிகைப் பூப் பறித்துக் கொடுத்துவிட்டுத்தான் போவார். நம்மூர் மாடு கன்றுகள்கூட, எத்தனை முரடாக இருந்தாலும் சரி, அவளைக் கண்டதும் உடனே முரட்டுத்தனத்தையெல்லாம் விட்டுவிட்டு, அவளுடைய சிறிய கைகளால் தடவிக் கொடுக்க வேணுமென்று அவள் பக்கத்திலேயே போய்க் காத்துக் கொண்டிருக்கும்.

குழந்தைகள் என்றால் எனக்கு எப்பொழுதுமே ஆசை. ஆனால்

அவள் வந்துவிட்டால் போதும், மெய்ம்மறந்து போய்விடுவேன். அவள் பேரில் துளி வெயில் படக்கூடாது. அவள் கொஞ்சம் ஒதுங்கியிருந்தால்கூட என் கைகளை நீட்டி அவளுக்குக் குடை பிடிப்பேன். என்னுடைய நாதனான சூரியனுடைய முகத்தை காலமே ஆசை பயபக்தியோடு தரிசனம் செய்தானதும் எனக்குக் குழந்தை ருக்மிணியின் ஞாபகம் வந்துவிடும். அவள் வரவை ஆவலோடு எதிர்பார்த்துக்கொண்டேயிருப்பேன். அவள் வந்ததும் எனக்குள் அடங்காத ஆனந்தம் பிறந்துவிடும். குழந்தைகளுக்குள் பேதம் பாராட்டக்கூடாதுதான். ஆனால், மற்ற யார் வந்தாலும் எனக்கு அவள் வருகிறதுபோல் இருப்பதில்லை. நான் மாத்திரமா? ஊரில் உள்ள மற்ற குழந்தைகள்கூட அவள் வந்த பிறகுதான் பூரணமான ஆனந்தத்துடன் விளையாடும். அவள்தான் அவர்களுக்குள்ளே ராணி. அத்தனை காந்தச் சக்தியிருந்தது அவளிடத்தில்.

அப்போதெல்லாம் அவள் அப்பா காமேசுவரையர் நல்ல ஸ்திதியில் இருக்கிறார். குழந்தைப் பேரில் அவருக்கு மிகுந்த பிரேமை. அவளுக்குச் செய்வதற்கு என்றால் அவருக்கு சலிக்கிறதே இல்லை. கடைவீதியில் பட்டுத் தினுசுகள் புதுசாக வந்திருப்பது ஏதாவது பார்த்தால், 'நம்ம ருக்மிணி அணிந்துகொண்டால் அழகாக இருக்கும்' என்று உடனே வாங்கி வந்துவிடுவார். முதல் தரமான வைரமும் சிவப்பும் இழைத்து அவளுக்கு நிறைய நகைகள் செய்திருந்தார். அவளுக்குப் பத்து வயசாயிருந்தபோது கோலாட்ட ஜோத்ரைக்கு என்று ஒரு பாவாடையும் தாவணியும் வாங்கியிருந்தார். அந்த நிலாவுக்கும் அவளுடைய அலங்காரத்திற்கும் அவளுடைய அழகுக்கும் என்ன ஏர்வை! கண்கொள்ளா காட்சியாயிருந்தது எனக்கு! அவள் குரலைப் பற்றி உங்களுக்குச் சொல்ல மறந்து போய்விட்டேன். குயில் என்னத்துக்கு ஆச்சு! தங்கக் கம்பிபோல் இழையும் அவள் சாரீரம். இன்னைக்கெல்லாம் கேட்டுக் கொண்டிருந்தாலும் சலிக்காது. ஜோத்ராக்களின்போதுதான் அவள் பாட்டை நான் கேட்டிருக்கிறேன். இப்போது நினைச்சாலுங்கூட அவளுடைய குரல் அதே இனிமையுடன் நயத்துடன் என் மனசில் கேட்கிறது. அவளுக்கு வயசாக ஆக, அவளுடைய அன்பு வளர்ந்த அழகை என்ன என்று சொல்லுவேன்?

குழந்தையாக இருக்கும்போதே யாரிடத்திலும் ஒட்டுதலாக இருப்பாள். இந்தக் குணம் நாளுக்கு நாள் விருத்தியாய்க் கொண்டே வந்தது. தோழிகள் வேறு, தான் வேறு என்கிற எண்ணமே அவளுக்கு இராது. ஏழை வீட்டுப் பெண்ணாயிருந்தாலும் சரி, பணக்காரர் வீட்டுப் பெண்ணாயிருந்தாலும் சரி, அவளுக்கு எல்லா தோழிகள் பேரிலும் ஒரே பாசந்தான். இன்னும் பார்க்கப்போனால் ஏழைக் குழந்தைகள் பேரில், மற்றவர்களைவிட அதிக பாசம் காட்டுவாள். பிச்சைக்காரர்கள் வந்தால், கை நிறைய அரிசி கொண்டு வந்து போடுவாள். கண் பொட்டையான பிச்சைக்காரர்களைப் பார்க்கும்போது அவளை அறியாமலேயே அவள் கண்களில் தாரைத் தாரையாகக் கண்ணீர்

பெருகுவதை பார்த்திருக்கிறேன்! அவர்களுக்கு, மற்றவர்களுக்குப் போடுவதைவிட அதிகமாகவே போடுவாள். இப்படி அளவு கடந்த தயையும் இரக்கமும் அவளுக்கு இருந்ததனால்தான், அவளை நினைக்கும்போதெல்லாம் எனக்குக் கடினமான கோடைக்குப் பிறகு நல்ல மழை பெய்யும்போது உண்டாகுமே, அந்த நிரதிசயமான ஆனந்தம் உண்டாகிறது.

இவ்விதம் கண்ணுக்குக் கண்ணாய் நான் பாவித்து வந்த என் அருமைக் குழந்தையின் கதி இப்படியா போகணும்! நான் பாவி, வெச்ச ஆசை பழுதாய் போகணுமா? பிரும்மதேவனுக்குக் கொஞ்சங்கூடக் கண்ணில்லாமல் போய்விட்டதே! ஆனால், பிரும்மதேவன் என்ன பண்ணுவான், மனுஷாள் செய்யும் அக்கிரமத்துக்கு?

ருக்மிணிக்கு பன்னிரண்டு வயசானதும் அவள் அப்பா, அவளை நம்மூர் மணியம் ராமசுவாமி ஐயர் குமாரன் நாகராஜனுக்கு கன்னிகாதானமாகக் கொடுத்தார். கல்யாணம் வெகு விமரிசையாக நடந்தது. தோழிப் பொங்கலன்னிக்கும், ஊர்கோலத்தன்னிக்கும் அவள் வருவதைப் பார்த்தேன். கண்பட்டுவிடும், அத்தனை அழகாயிருந்தது. அவள் தோழிகளுக்கு மத்தியில் இருந்ததைப் பார்க்கும்போது, மின்னற்கொடிகளெல்லாம் சேவித்து நிற்க மின்னரசு ஜொலிக்குமே அந்த மாதிரியேதான் இருந்தது. காமேசுவரையர், ருக்மிணிக்கு கல்யாணப் பந்தலில் நிறைய சீரும் செனத்தியும் செய்திருந்தார். ருக்மிணியின் மாமியாருக்கும் மாமனாருக்கும் ரொம்ப திருப்தியாயிருந்தது.

கல்யாணத்துக்குப் பிறகு மாமியார் அவளை அடிக்கடி அழைச்சுக் கொண்டுபோய் அகத்திலேயே வைத்துகொள்வாள். ஆசையோடு அவளுக்கு தலை பின்னிப் பூச்சூட்டுவாள். தன் பந்துக்களைப் பார்க்கப் போகும்போது அவளை அழைச்சுக் கொண்டு போகாமல் போகவே மாட்டாள். இப்படி சகல விதமாகவும் ஜானகி (அதுதான் ருக்மிணி மாமியார் பேர்) தனக்கு ருக்மிணியின் பேரிலுள்ள அபிமானத்தை காட்டி வந்தாள். மாப்பிள்ளை நாகராஜனும் நல்ல புத்திசாலி. அவனும் ருக்மிணியின் பேரில் மிகவும் பிரியமாய் இருப்பான். கிராமத்தில் அவர்கள் இருவருந்தான் ரூபத்திலும் புத்தியிலும் செல்வத்திலும் சரியான இணை என்று நினைக்காதவர், பேசிக்கொள்ளாதவர் கிடையாது. இப்படி என்று வருஷ காலம் சென்றது.

அந்த மூணு வருஷத்துக்குள் எத்தனை மாறுபாடுகள்! காமேசுவரையருக்குக் கையிளைச்சு போய்விட்டது. ரொக்க வேஷியையெல்லாம், ஏதோ அருபத்து நாட்டுக் கம்பெனியாம்! அதில் வட்டிக்குப் போட்டிருந்தார். நம்மூர் பணம நாலு கோடி ரூபாயையும் முழுங்கிவிட்டு அது ஏப்பம் விட்டுவிடவே, காமேசுவரையர் ஒரே நாளில் ஸர்வ ஏழையாய்ப் போய்விட்டார். ருக்மிணியின் தாயார் மீனாட்சியம்மாள் உடம்பிலிருந்த நகைகள்தான் அவருக்கு மிச்சம். பூர்வீகச் சொத்தான வீட்டையும் நிலங்களையும் வித்துதான் அவர்

கொடுக்க வேண்டிய கடன்களைத் தீர்க்க வேண்டியதாயிருந்தது.

இப்போ குப்புசாமி ஐயர் இருக்காரே, வாய்க்காங் கரையோரத்திலே, அந்த வீட்டில் வந்து அவர் குடியிருக்கலானார். மீனாட்சியும் பார்க்கிறதுக்கு மஹாலட்சுமி மாதிரி இருப்பாள். அவளுடைய சாந்தத்துக்கு எல்லையே இல்லை. எத்தனை பெரிய கஷ்டம் வந்துவிட்டதே, இருந்தாலும் அவள் மனம் கொஞ்சமேனும் இடியவில்லை. "ஏதோ இத்தனை நாள் சுகமாக வாழ்ந்தோம். யாரைக் கேட்டுக் கொண்டு ஸ்வாமி கொடுத்தார்! அவர் கொடுத்ததை அவரே எடுத்துக்கொண்டு விட்டார். இதனாலே என்ன இப்போ? அவாளும் ருக்மிணியும் ஆயுஸோடு இருக்கிறவரையில் எனக்கு குறைச்சலுமில்லை. இந்தத் தை மாஸத்திலே ருக்மிணிக்கு சாந்தி முகூர்த்தம் பண்ணிப் புக்காத்துக்கு அனுப்பிவிட்டால் அப்புறம் எங்களுக்கு நிர்விசாரம். கஞ்சியோ கூழோ சாப்பிட்டுக்கொண்டு வழக்கம்போல் பகவத்தியானம் பண்ணிக்கொண்டே எங்கள் காலத்தைக் கழித்து விடுகிறோம்" என்று சொல்லுவாள். ஐயோ பாவம், நடக்கப் போகிற சங்கதியை அவள் எப்படி அறிஞ்சிருப்பாள்?

காமேசுவரையர் ஐவேஷியில் கொஞ்சமேனும் தேறாது என்று ஏற்பட்டதும் ராமசுவாமி ஐயருக்கு அவருடனிருந்த சிநேகம் குளிர ஆரம்பித்துவிட்டது. இதற்கு முன்னெல்லாம் அவர் காமேசுவரையர் அகத்துக்கு அடிக்கடி வருவார். வழியில் அவரைக்கண்டால் பத்து நிமிஷம்பேசாமல் போகவே மாட்டார். இப்பொழுதோ, காமேசுவரையர் தூர வருகிறதைக் கண்டுவிட்டால், ஏதோ, அவசர காரியமாகப் போகிறதுபோல இன்னொரு பக்கம் திரும்பி வேகமாகப் போய்விடுவார். இப்படி செய்பவர், அவர் வீட்டுக்கு வருவதை நிறுத்திவிட்டார் என்று நான் சொல்லாமலே நீங்கள் நினைத்துக் கொண்டுவிடுவீர்கள். அவர் சம்சாரம் ஜானகியும் அதே மாதிரி மீனாட்சியம்மாளிடம் நெறுங்குவதை நிறுத்திவிட்டாள். ஆனால் இதையெல்லாம் மீனாட்சியம்மாளும் காமேசுவரையரும் ஒரு பொருட்டாக நினைக்கவில்லை. செல்வமுள்ளபோது உறவு கொண்டாடுகிறது; அது போய்விட்டபோது வேத்து மனுஷாள்போல போய்விடுகிறது.- இதெல்லாம் ஒரு சிநேகிதத்தோடு சேர்த்தியா? ஆனால், அவர்கள் ருக்மிணி விஷயத்திலுங்கூட வேத்துமை பாராட்ட ஆரம்பித்துவிட்டார்கள்.

அருபத்து நாட்டு உடைகிறதற்கு முந்தி சில மாதங்களாக ஜானகி பிரதி வெள்ளிக்கிழமையும் சாப்பிட்டானதும், ருக்மிணியை அழைத்துக்கொண்டுவரும்படி வேலைக்காரியை அனுப்பிவிடுவாள். அன்னைக்கு அவளுக்குத் தலைப்பின்னி, மை சாந்திட்டு, சிங்காரிச்சு, அகிலாண்டேசுவரி கோவிலுக்குக் கூட்டிக்கொண்டு போய்த் தரிசனம் பண்ணிவிட்டு, அன்னைக்கு ராத்திரி முழுவதும் தங்கள் அகத்திலேயே வைத்துக்கொண்டிருந்து அடுத்த நாள் காலமேதான் அவளை அகத்துக்கு அனுப்புவாள். ஆனால், அருபத்துநாட்டில்

போனது போனதுதான் என்று ஏற்பட்டுவிட்டபிறகு வந்து முதல் வெள்ளிக்கிழமையன்னைக்கே, 'எனக்கு ஆத்தில் இன்னைக்கு ரொம்ப வேலையாக இருக்கும்' என்பாள். அடுத்த வெள்ளிக்கிழமை முதல் அவ்விதம் சொல்லியனுப்புவதைக்கூட நிறுத்திவிட்டாள். இது மீனாட்சிக்கும் காமேசுவரையருக்கும் மிகுந்த துக்கத்தை தந்தது. ருக்மிணியும், நம்மை இவ்வளவு இளக்காரம் செய்கிறாள் பார்த்தாயா? நம்ப மாமியார்கூட, என்று மிகவும் வருத்தப்பட்டாள்.

இப்படி கொஞ்ச நாளாச்சு. ஊரெல்லாம் 'குசு குசு' என்று பேசிக்கொண்டிருப்பார்கள். எல்லா ரகசியங்களும் குளத்தங்கரையிலேதான். அரை வார்த்தையும் குறை வார்த்தையுமாகத்தான் என் காதில் விழுமேயொழிய முட்ட முழுக்க ஒரு பேச்சும் எனக்கு எட்டாது. ஊரிலே இப்படி எப்போதும் இருந்ததில்லை. எனக்கு மனசு குருகுருத்துக் கொண்டேயிருந்தது. ஏதோ கெடுதலுக்குத்தான் இத்தனை ரகசியம் வந்திருக்கிறது என்று எனக்கு அப்பொழுதே தோன்றிவிட்டது. ஆனால் யாருக்கு என்று மாத்திரம் தெரியவில்லை. கடைசியாக அப்படியும் இப்படியுமாய், அத்தையும் இத்தையும் கூட்டிச் சேர்த்துப் பார்க்கப் பார்க்க, கொஞ்சங்கொஞ்சமாய் சமாசாரம் என் மனசுக்கு அத்துபடியாச்சு. ராமசாமி ஐயரும் ஜானகியும் ருக்மிணியை வாழாதே பண்ணிவிட்டு, நாகராஜனுக்கு வேறு கல்யாணம் செய்து வைக்க நிச்சயித்து விட்டார்கள்! என்ன பண்ணுவேன்! என் மனசு இடிஞ்சி போய்விட்டது. குழந்தை ருக்மிணியைத் தள்ளி வைக்கத் துணியுமா மனுஷாளுக்கு?

அடிப்பாவி! உன்னைப் போலே அதுவும் ஒரு பெண்ணில்லையா! என்ன பண்ணித்து அது உன்னை! அதை கண்ணாலே பார்த்தால் கல்லும் இரங்குமே! கல்லையும்விட அழுத்தமா உன் நெஞ்சு! காமேசுவரையருக்கும் மீனாட்சிக்கும் முகத்தில் ஈ ஆடாது. எனக்கே இப்படி இருந்தபோது, பெத்த தாயார்-தகப்பனாருக்கு கேட்கணுமா? இனிமேல் நாகராஜனைப் பற்றி ஏதாவது நம்பிக்கை வைத்தால்தான் உண்டு!

அவன் பட்டணத்தில் படித்துக் கொண்டிருந்தான். மார்கழி பிறந்துவிட்டது. அவன் வருகிற நாளை எண்ணிக்கொண்டே இருந்தேன். கடைசியாக வந்து சேர்ந்தான். வந்த அன்னைக்குக் காலமே அவன் முகத்தில் சிரிப்பும் விளையாட்டுமாக இருந்தது. சந்தோஷம் மாறி வேறாகிவிட்டது. தாயார்-தகப்பனார் அவன் மனத்தைக் கலைக்க ஆரம்பித்துவிட்டார்கள். நாளுக்கு நாள் முகத்தில் கலக்கம் அதிகரித்துக்கொண்டே வந்தது. கரைப்பார் கரைச்சால் கல்லுங்கரையும் என்பார்கள். அவன் கலங்கின முகத்தைப் பார்க்கும்போதெல்லாம் எனக்கு வயித்திலே பகீர் என்னும். இனிமேல் ஏது? இந்த ஆசை இருந்தது. அதுவும் போய்விட்டது. ருக்மிணியின் கெதி அதோகெதிதான் என்று நினைத்துவிட்டேன்.

தை பிறந்தது. வெளிப்படையாகப் பேச ஆரம்பித்துவிட்டார்கள். ஏதோ கிழக்கத்தி பெண்ணாம். தகப்பனாருக்கு நாலு லட்ச ரூபாய்க்கு பூஸ்திதியாம். பிள்ளை கிடையாதாம். இந்தப் பெண்ணைத் தவிர காலக்கிரமத்தில் இன்னும் ஒரே ஒரு பெண்தானாம். ராமசாமி ஐயர் குடும்பத்துக்கு இரண்டு லட்ச ரூபாய் சொத்து சேர்ந்துவிடுமாம். இதெல்லாம் எனக்கு கர்ணகடூரமாக இருக்கும். ஆனால் என்ன செய்கிறது? தலைவிதியே என்று கேட்டுக்கொண்டிருப்பேன்.

இந்தப் பேச்சுப் புறப்பட்டது முதல், மீனாட்சி, பகலில் வெளியிலேயே வருவதில்லை. சூரியோதையத்துக்கு முன்னேயே குளத்துக்கு வந்து ஸ்நாநம் செய்துவிட்டு தீர்த்தம் எடுத்துக்கொண்டு போய்விடுவாள். அவள் முகத்தைப் பார்த்தால் கண்றாவியாயிருக்கும். சரியான தூக்கமேது? சாப்பாடேது? ஓஹோவென்று வாழ்ந்துவிட்டு, இந்தக் கதிக்கு ஆளானோமே என்கிற ஏக்கம் அவள் அழகை அழித்துவிட்டது. வீடு, வாசல் போய்விட்டதே என்றாவது, நகை நட்டெல்லாம் போய், வெறும் உரிசல் தாலியை மாத்திரம் கட்டிக்கொண்டிருக்கும்படியாகிவிட்டதே என்றாவது அவள் வருத்தப்படவில்லை. கிளிபோல் குழந்தை அகத்திலிருக்க, ஜானகி அதன் பேரில் கொஞ்சம்கூட இரக்கம் வைக்காமல் கண்ணுக்கெதிராகவே பிள்ளைக்கு வேறு விவாகம் பண்ணிவைக்க நினைத்துவிட்டாள் பார்த்தயா என்னும் ஏக்கந்தான் அவளுக்கு இரவு பகலெல்லாம். அவள் முகத்தைப் பார்த்தால் ஜானகிக்குக்கூட மனசு உருகிப் போய்விடும். ஆனால் ராணி, அவளெங்கே பார்ப்பாள்! அப்போதெல்லாம் ருக்மிணி எப்படி இருந்தாளோ, என்ன நினைத்தாளோ, எனக்கொண்ணுந்தெரியாது. அறியாக்குழந்தை அது என்ன நினைத்திருக்குமோ! ஒரு வேளை, மாமியார் நம்மை கட்டோடே கெடுத்துவிடமாட்டாள் என்று நினைத்தாளோ? அல்லது மாமியார் என்ன நினைத்தாலும், நாகராஜன் சம்மதிக்க மாட்டான் என்று நினைத்தாளோ?

இன்னும் முட்ட முழுக்க ஐந்து வருஷமாகவில்லையே அவர்களிருவரும் ஜோடியாய் நம்ம குளக்கரையில் விளையாடி! கல்யாணமான பிறகுங்கூட ஒருவருக்கும் தெரியாமல் எத்தனை தடவை பார்த்துப் பழைய நாள் போலவே அன்பும் ஆதரவுமாக நாகராஜன் அவளோடு பேசியிருக்கிறான்! அவன் கைவிடமாட்டான் என்றேதான் ருக்மிணி நினைத்திருப்பாள். ஆனால், நாளாக ஆக நாகராஜனுடைய கல்யாணப் பேச்சு முத்திக்கொண்டே வந்தது. நாகராஜனுடைய மனதில் மாத்திரம் இன்னது இருக்கிறது என்று யாருக்கும் தெரியாது. பட்டணத்திலிருந்து வந்த அன்று, மாமனாரையும் மாமியாரையும் நமஸ்காரம் செய்வதற்காக அகத்துக்கு வந்தானே அவ்வளவுதான். பிறகு ருக்மிணியை அவன் ஸ்மரித்தான் என்பதற்கு எள்ளளவுகூட அடையாளமில்லை. ஆனால், முகத்தைவிட்டு முதனாள் போன உல்லாஸக்குறி மறுபடியும் திரும்பி வரவேயில்லை! யாருடனும் பேசாமல் எப்பொழுதும் சுளித்த முகமாகவேயிருப்பான்.

கடைசியாக, நாள் வைத்தாகிவிட்டது. பெண் அகத்துக்காரர் வந்து லக்கினப் பத்திரிகையையும் வாசித்துவிட்டு போய்விட்டார்கள். ஐயோ! அன்னைக்கு மேளச் சத்தத்தைக் கேட்க என் பஞ்சப் பிராணனும் துடித்தது. காமேஸ்வரையருக்கு எப்படியிருந்திருக்குமோ? மீனாட்சி மனசு எப்படி துடித்ததோ? ருக்மிணி எப்படி சகித்தாளோ? எல்லாம் ஈசுவரனுக்குதான் தெரியும். நாகராஜனுக்குக்கூடத் துளி இரக்கம் பச்சாத்தாபமில்லாமற் போய்விட்டது பார்த்தாயா என்று நான் அழாத நாள் கிடையாது. சில வேளைகளில், இப்படியெல்லாம் பண்ணினால் இவன் மாத்திரம் நன்றாக இருப்பானோ என்றுகூடச் சொல்லிவிடுவேன்.

இப்படி என் மனசு தளும்பி, தத்தளித்துக் கொண்டிருக்கிறபோது, ஒருநாள் வயித்திலே பால் வார்த்தார்போல ஒரு சங்கதி என் காதில் விழுந்தது. நாகராஜனோடுகூட படித்துக்கொண்டிருந்தவனாம் ஸ்ரீநிவாசன் என்ற ஒரு பையன். அவன் நாகராஜனை பார்க்கறதற்கென்று வந்தான். அவர்களுக்கெல்லாம் ரகசியமாகப் பேச இடம் வேறெங்கே? நம்ம குளத்தங்கரைதானே?

ஒருநாள் சாயங்காலம் ஏழெட்டு மணிக்கு எல்லோரும் போய்விட்ட பிறகு இவர்கள் இரண்டு பேரும் இங்கே வந்தார்கள். ஸ்ரீநிவாசன் ரொம்ப நல்லவன். அவன் ஊர் ஐம்பது அறுபது கல்லுக்கந்தண்டை இருக்கிறது. நாகராஜன், பெண்ணிருக்க, வேறு பெண்ணைக் கல்யாணம் பண்ணிக்கொள்ள போகிறான் என்று யாரோ அவனுக்கு எழுதிவிட்டார்களாக்கும். உடனே தபால் வண்டி மாதிரி ஓடிவந்துவிட்டான். குளத்தங்கரைக்கு வந்ததும், தான் கேள்விப்பட்டதைச் சொல்லி அதெல்லாம் வாஸ்தவந்தானா என்று அவன் நாகராஜனைக் கேட்டான். நாகராஜனும், "அம்மாவும் அப்பாவும் சேர்ந்து நிச்சயம் செய்துவிட்ட போது நான் மாட்டேன் என்று சொன்னால்தான் தீரப்போகிறதா? தவிர, பெண்ணும் லட்சணமாக இருக்கிறதாம். அவள் தகப்பனார் லட்ச ரூபாய் ஆஸ்தி அவள் பேருக்கு எழுதி இருக்கிறாராம். அவருக்குப் பிற்காலத்தில் இன்னொரு லட்ச ரூபாய் சொத்து சேருமாம். இப்படி, தானே வருகிற ஸ்ரீதேவியை எதற்கு வேண்டாமென்று சொல்லுவது?" என்று சொன்னான்.

இந்த வார்த்தையெல்லாம் சொல்லும்போது ஸ்ரீநிவாசன் முகம் போன போக்கை என்ன என்று சொல்வது? நாகராஜன் நிறுத்தினதும் அரைமணி தேசகாலம் ஸ்ரீநிவாசன் அவனுக்கு, "எத்தனை லட்சந்தான் வரட்டுமே, ஒரு பெண் பாவத்தைக் கட்டிக் கொள்ளலாமா? கல்யாணப் பந்தலில் மந்திர ரூபமாகச் செய்த பிரமாணத்தையெல்லாம் அழித்துவிடலாமா?" என்று நானாவிதமாய்த் தர்மத்தையும் நியாயத்தையும் எடுத்துச் சொல்லி, கல்லுங்கரையும் படியாக ருக்மிணிக்காக பரிஞ்சுப் பேசினான். அவன் நன்றாக இருக்க வேணும், க்ஷேமமாக இருக்க வேணும், ஒரு குறைவுமில்லாமல் வாழ வேணும் என்று நிமிஷத்துக்கு நிமிஷம்

நான் வாழ்த்திக்கொண்டே இருந்தேன். ஆனால், அவன் பேசினதும் நாகராஜன் அவனைப் பார்த்து, "ஸ்ரீநிவாசா, உன்னிடம் இதுவரை சொன்னதெல்லாம் விளையாட்டாக்கும். நான் காசுக்காக இவ்வளவு அற்பமாக போய்விடுவேன் என்று நினைக்கிறாயா? நான் யாருக்கும் தெரியாமல் வைத்துக்கொண்டிருக்க வேணும் என்றிருந்தேன். ஆனால், எப்போ இவ்வளவு தூரம் பேசிவிட்டோமோ, இனிமேல் உனக்குத் தெரியாமல் வைக்கிறதில் காரியமில்லை என்று நினைத்துவிட்டேன். ஆனால் ஒன்று மாத்திரம்; இதை நீ யாருக்கும் சொல்லக்கூடாது. இவர்களெல்லாம் ஆரியத் தன்மையைவிட்டு மிலேச்சத்தனமாய் நடக்க உத்தேசித்திருக்கிறபடியால், இவர்களை நன்றாக அவமானம் செய்துவிட வேண்டியது என்று நிச்சயித்துவிட்டேன். நான் எத்தனை மறுத்தும் அம்மாவும் அப்பாவும் ஒரே பிடிவாதமாக இருக்கிறார்கள். ஆகையால் மன்னார் கோவிலுக்கே போகிறேன். அங்கே போயும் மாட்டேனென்றே சொல்லுவேன். ஆனால், கட்டாயப்படுத்தத்தான் போகிறார்கள். முகூர்த்தப் பந்தலிலும் உட்காருவேன். ஆனால், என்ன இருந்தாலும் திருமாங்கல்யத்தில் நான்தானே முடிச்சு போடவேணும்? வேறு ஒருவரும் போட முடியாதே. அந்தச் சமயத்தில் கண்டிப்பாக மாட்டேனென்று சொல்லிவிடப் போகிறேன். எல்லோரும் இஞ்சித்தின்ற குரங்கு போலே விழிக்கட்டும். ருக்மிணியைத் தொட்ட கையினாலே இன்னொரு பெண்ணையும் நான் தொடுவேன் என்றிருக்கிறாயா?" என்று சொல்லி முடித்தான்.

"ஆனால் நீ விவாகத்துக்கென்று போகுங்காலத்தில், ருக்மிணி, அவள் அப்பா-அம்மா மனதெல்லாம் எப்படியிருக்கும் என்று யோசித்துப் பார்த்தாயா?" என்று ஸ்ரீநிவாசன் கேட்டான். அதற்கு நாகராஜன், "யோசித்தேன்; ஆனால் எல்லாம் போய்விட்டதென்று அவர்கள் நிராசையாய்த் தவித்துக் கொண்டிருக்கும் சமயத்தில், திடீரென நான் ஓடிவந்து மாமியார்-மாமனாரை வணங்கி, 'துயரப்படாதீர்கள்! என் ருக்மிணியை நான் ஒரு நாளும் கைவிடமாட்டேன்! பணத்தாசை பிடித்தவர்களையெல்லாம் மணப்பந்தலில் மானபங்கம் செய்துவிட்டு இங்கே வந்துவிட்டேன்' என்று நான் சொல்லுங்காலத்தில் அவர்களுக்கு எத்தனை ஆனந்தமாக இருக்கும்! அதைப் பார்த்து அனுபவிக்க விரும்புகிறேன்" என்றான்.

"அந்த நாள் வரையில் அவர்கள் மனசு எப்படி அடித்துக் கொண்டிருக்கும்? நினைத்துப்பார்" என்றான் ஸ்ரீநிவாசன். அதற்கு நாகராஜன், "இன்னும் ஐந்து நாளில்லை; இன்று வெள்ளிக் கிழமை. ஞாயிற்றுக் கிழமை இவ்விடமிருந்து எல்லோரும் புறப்படப் போகிறோம். அடுத்த நாள் முகூர்த்தம் அன்றைக்கே புறப்பட்டு அடுத்தநாள் காலையில் இங்கே திரும்பிவிடுவேன். இத்தனை நாள் பொறுக்க மாட்டார்களா?" என்றான். "என்னவோ அப்பா, எனக்கு இது சரியில்லை என்று தோன்றுகிறது" என்று ஸ்ரீநிவாசன் பேசிக் கொண்டிருக்கும்போதே, இருவரும் நகர ஆரம்பித்து விட்டார்கள்.

எனக்கு மேலே ஒன்றும் கேட்கவில்லை. அன்னைக்கு ராத்திரியெல்லாம் எனக்கு தூக்கமே வரவில்லை. 'பார்த்தாயா, நாகராஜனை வையக்கூட வைதேனே பாவி, அவனைப்போல ஸத்புத்திரன் உண்டா உலகத்திலே' என்று சொல்லிக் கொண்டேன். இனிமேல் பயமில்லை; அஞ்சு நாளென்ன, பத்து நாளென்ன? நாகராஜன் பிடிவாதக்காரன்; சொன்னபடியே செய்துவிடுவான். ருக்மிணிக்கு இனிமேல் ஒரு குறைச்சலுமில்லை என்று பூரித்துப் போய்விட்டேன்.

ஞாயிற்றுக் கிழமை; இவர்களெல்லாம் மன்னார் கோவிலுக்குப் புறப்படுகிறார்களென்று ஊரெல்லாம் அல்லோல கல்லோலப் பட்டது. ராமசுவாமி ஐயரையும் ஜானகியையும் வையாதவர்கள் கிடையாது. ஆனால், அவர்களைக் கூப்பிட்டு நல்ல புத்தி சொல்வதற்கு மாத்திரம் ஒருவரும் இல்லை. அப்படியே யாரேனும் சொன்னாலும் அவர்கள் கட்டுப்படுபவர்களும் இல்லை. அவர்கள் புறப்படுகிற அன்னைக்கு ஊரிலிருந்து கண்ணாலே பார்த்தால் இன்னுங்கொஞ்சம் வயித்தெரிச்சல்தான் அதிகமாகுமென்று நினைத்து, காமேசுவரையரும் மீனாட்சியும் சனிக்கிழமை மத்தியானமே புறப்பட்டு மணப்பாறைக்குப் போய்விட்டார்கள். அகத்தில் ருக்மிணிக்கு அவள் அத்தை சுப்புலட்சுமி அம்மாள்தான் துணை.

சனிக்கிழமை ராத்திரியாச்சு. ஊரடங்க ஆரம்பித்துவிட்டது. ஒன்பது ஒன்பதரை மணி இருக்கும். நாகராஜன் தனியாக குளத்தங்கரைக்கு வந்தான். வந்து வேப்பமரத்தடியில் உட்கார்ந்துகொண்டு ஏதோ யோசித்துக் கொண்டிருந்தான். சில நாழிக்கெல்லாம் தூரத்தில் ஒரு பெண் உருவம் தென்பட்டது. அது குளத்தங்கரைப்பக்கம் வந்துகொண்டிருந்தது. ஆனால், அடிக்கொரு தடவை பின் பக்கம் திரும்பி பார்த்துக்கொண்டே வந்தது. கடைசியாக நாகராஜன் உட்கார்ந்து கொண்டிருந்த இடத்தில் வந்து நிற்கும்போதுதான் அது ருக்மிணி என்று நான் அறிந்துகொண்டேன். எனக்குத் தூக்கிவாரிப் போட்டது. ஆனால், உடனே தெளிஞ்சுக்கொண்டு என்ன நடக்கிறது பார்க்கலாம் என்று கண்ணைத் துடைத்துக்கொண்டு உன்னிப்பாய் கவனிக்கலானேன். ஐந்து நிமிஷம் வரையில் நாகராஜன் கவனிக்கவேயில்லை. ஆழ்ந்த யோசனையில் இருந்தான். ருக்மிணி அசைவற்று அப்படியே நின்று கொண்டிருந்தாள். எதேச்சையாய் நாகராஜன் தலையை தூக்கினான். ருக்மிணியைப் பார்த்தேன். பார்த்ததும் அவனும் திடுக்கிட்டுப் போய்விட்டான். ஆனால், உடனே நிதானித்துக் கொண்டு, "ருக்மிணி, இத்தனை நாழிகைக்கு மேலே தனியாக இங்கே வரலாமா நீ?" என்று கேட்டான். "நீங்கள் இருக்கிற இடத்தில் தனியாக நான் இருக்க வேண்டிய நாள் வரவில்லையே" என்று பதில் சொல்லிவிட்டு ருக்மிணி நின்றாள்.

இரண்டு, மூன்று நிமிஷத்துக்கு ஒருவரும் வாய்திறக்கவில்லை. இரண்டு பேர் மனதும் குழம்பிக் கொண்டிருந்தது. ஆனால் எப்படி ஆரம்பிப்பது, என்ன பேசுவது என்று அவர்களுக்கு ஒன்றும்

தெரியவில்லை. கடைசியில் நாகராஜன், "இந்த வேளையில் நாம் இங்கே இருப்பது தெரிந்தால் ஊரில் ஏதாவது சொல்லுவார்கள்; வா, அகத்துக்கு போய்விடலாம்" என்றான். அதற்கு ருக்மிணி, "உங்களிடத்தில் சில வார்த்தைகள் சொல்ல உத்தரவு கொடுக்க வேணும்" என்றாள். "சொல்லேன்!" என்று நாகராஜன் சொல்ல, ருக்மிணி பேசலானாள். "எனக்கு உங்களிடத்தில் என்ன சொல்லுவது என்று தெரியவில்லை. இந்த மூணு மாசமாய் மனசு படுகிறபாடு அந்த அகிலாண்டேசுவரிக்குத்தான் தெரியுமேயொழிய மனுஷாளுக்குத் தெரியாது. நீங்கள் பட்டணத்திலேயிருந்து வந்தவுடன் என் கலக்கமெல்லாம் போய்விடும் என்றிருந்தேன். மாமாவும் மாமியும் என்ன செய்தாலும், நீங்கள் என்னைக் கை விடமாட்டீர்கள் என்று நம்பியிருந்தேன். ஆனால், நீங்களும் என்னைக் கைவிட்டுவிட்டால் அப்புறம் எதை நம்பிக்கொண்டு நான் வாழ்வேன்? வேலியே பயிரை அழித்துவிட ஆரம்பித்தால், பயிரின் கதி என்னவாகும்? இதுவரையில் நடந்ததெல்லாம் என் மனசை உடைத்துவிட்டது. நீங்கள் அதைச் சேர்த்து வைத்தால்தான் உண்டு. இல்லையானால் என் ஆயுசு இவ்வளவுதான்; அதில் சந்தேகமில்லை." இந்த வார்த்தையைப் பேசும்போது ருக்மிணியின் கண்களில் ஜலம் வந்துவிட்டது. அத்தோடு நின்றுவிட்டாள்.

நாகராஜன் பேசவில்லை. ருக்மிணியும் சில நாழி வரைக்கும் பார்த்துவிட்டு, "நாளைக்குப் பயணம் வைத்திருக்காப் போலிருக்கிறதே; நீங்கள் போகத்தானே போகிறீர்கள்?" என்று கேட்டாள். கொஞ்ச நாழி யோசித்துவிட்டு நாகராஜன், "ஆமாம், போகலாம் என்றுதான் இருக்கிறேன்" என்றான். அப்படி அவன் சொன்னதும் ருக்மிணிக்கு நெஞ்சை அடைத்துக்கொண்டு துக்கம் வந்துவிட்டது. உடம்பு கிடு கிடு என்று நடுங்கியது. கண்ணில் ஜலம் தளும்பிவிட்டது. ஆனால், பல்லைக் கடித்துக்கொண்டு அதையெல்லாம் வெளியே காட்டிக்கொள்ளாமல், "அப்படியானால் நீங்கள் என்னைக் கைவிட்டு விட்டீர்கள்தானே?" என்று கேட்டாள். அதற்கு நாகராஜன், "உன்னை நான் கைவிடுவேனா ருக்மிணி? ஒரு நாளும் விடமாட்டேன். ஆனால் அம்மா - அப்பாவைத் திருப்தி பண்ணி வைக்க வேண்டியதும் கடமைதானே? ஆனால், நீ கவலைப்படாதே. உன்னை ஒரு நாளும் தள்ளிவிட மாட்டேன்" என்றான். ருக்மிணிக்குப் பொறுக்கவில்லை. "நீங்கள் மறுவிவாகம் பண்ணிக்கொண்டுவிடுகிறது. நான் கவலைப்படாமல் இருக்கிறது. என்னை ஒரு நாளும் கைவிடமாட்டீர்கள். ஆனால் அம்மா- அப்பா சொல்லுவதை இது விஷயத்தில் தட்டமாட்டீர்கள். நான் சொல்லக்கூடியது இனிமேல் என்ன இருக்கு? என் கதி இத்தனைதானாக்கும்" என்று சொல்லிக்கொண்டு அப்படியே உட்கார்ந்துவிட்டாள்.

நாகராஜன் ஒன்றும் பேசவில்லை. 'கல்யாணத்தை நிறுத்திவிடுகிறேன்' என்கிற வார்த்தைகளைத் தவிர வேறே எந்த வார்த்தையைச் சொன்னால்

தான் ருக்மிணியின் மனதைத் தேற்றலாம்? அந்த வார்த்தையை இப்போது சொல்லவோ அவனுக்குச் சம்மதமில்லை. ஆகையால், அவன் வாயால் ஒண்ணும் பேசாமல் தன் மனதிலுள்ள அன்பையும் ஆதரவையும் சமிக்கினையால் மாத்திரம் காட்டினான். அவள் கையைத் தன்னுடைய கைகளால் வாரி எடுத்து மடியில் வைத்துக்கொண்டு மிருதுவாய்ப் பிடித்தான். குழந்தையைத் தட்டிக் கொடுத்துத் தேத்துவதுபோல், முதுகில் ஆதரவோடு தடவினான். அப்பொழுது அவள் தலைமயிர் அவன் கையில் பட்டது. உடனே திடுக்கிட்டுப் போய், "என்ன ருக்மிணி, தலை சடையாய்ப் போய்விட்டதே; இப்படித்தானா பண்ணிக்கொள்கிறது? உன்னை இந்த அலங்கோலத்தில் பார்க்க என் மனசு சகிக்கவில்லையே! எங்கே உன் முகத்தைப் பார்ப்போம்! ஐயோ, கண்ணெல்லாம் செக்கச் செவேர் என்று சிவந்து போயிருக்கிறதே! முகத்தின் ஒளியெல்லாம் போய்விட்டதே! என் கண்ணே, இப்படி இருக்காதே. உன்னை நான் கைவிடமாட்டேன் என்று சத்தியமாய் நம்பு. உன் மனசில் கொஞ்சங்கூட அதைரியப்படாதே. என் ஹிருதயப்பூர்வமாகச் சொல்லுகிறேன், எனக்கு பொறுக்கவில்லை உன்னை இந்த ஸ்திதியில் பார்க்க. சின்ன வயது முதல் நாமிருந்த அன்னியோன்னியத்தை மறந்துவிட்டேன் என்று கனவில்கூட

நீ நினையாதே. வா, போகலாம், நாழிகையாகிவிட்டது. இனிமேல் நாம் இங்கே இருக்கக்கூடாது" என்று சொல்லி முடித்தான்.

ருக்மிணி எழுந்திருக்கவில்லை. ஏக்கம் பிடித்தவள்போல் உட்கார்ந்திருந்தாள். அதைப் பார்த்ததும் நாகராஜனுக்குக் கண்ணில் ஜலம் ததும்பிவிட்டது. அந்தச் சமயத்தில் தன் மனதிலுள்ள ரகசியத்தைச் சொல்லித்தான்விடலாமே என்று அவன் புத்தியில் தோன்றியது போலிருந்தது. சொல்லித்தான் வைத்தானா பாவி! ஆனால், அவனுக்கு அவனுடைய விளையாட்டுதான் பெரிதாய்ப்பட்டது. ஆகையினாலே அதை மாத்திரம் அவன் வாய்விடவில்லை. ஆனால், அவனுக்குத்தான் எப்படித் தெரியும் இப்படியெல்லாம் வரும் என்று? அத்தனை வயசாகி எனக்கே தெரியவில்லையே. அந்தச் சமயத்திலே, எங்கே தெரிந்திருக்கப்போகிறது குழந்தைக்கு?

அப்படி நினைத்துபோய் உட்கார்ந்திருந்த ருக்மிணியை, நாகராஜன் மெல்லப் பூத்தாப்போல் தூக்கி மார்போடே அணைத்துக்கொண்டு, "என்ன, ஒன்றும் பேசமாட்டேன் என்கிறாயே ருக்மிணி; நான் என்ன செய்யட்டும்?" என்று கருணையோடு இரங்கி சொன்னான். ருக்மிணி தலை நிமிர்ந்து அவனை ஏறிட்டுப் பார்த்தாள். அந்தப் பார்வையின் குறிப்பை உங்களுக்கு எப்படிச் சொல்வேன்? பிரவாகத்தில் அகப்பட்டுக் கை அலுத்துப்போய் ஆத்தோடு போகிற ஒருவனுக்கு, தூரத்தில் கட்டை ஒன்று மிதந்து போவதுபோல் தென்பட, அவனும் பதை பதைத்துக் கொண்டு ஆசையும் ஆவலுமாய் அதன் பக்கம் நீந்திக்கொண்டு போய், 'அப்பா, பிழைத்தோமடா..!'ன்னு சொல்லிக்கொண்டு அதைப் போய்த் தொடும்போது, ஐயோ பாவம், அது கட்டையாக இராமல்,

வெறும் குப்பை செத்தையாக இருந்துவிட்டால் அவன் மனசு எப்படி விண்டுவிடும், அவன் முகம் எப்படியாகிவிடும், அப்படி இருந்தது ருக்மிணியின் முகமும், அந்த முகத்தில் பிரதிபலித்துக்காட்டிய அவள் மனசும்.

எல்லையில்லாத துன்பம், எல்லையில்லாத கஷ்டம், அந்தப் பார்வையில் இருந்தது. அதைக் கண்டும் நாகராஜன் மௌனமாக இருப்பதைப் பார்த்து ருக்மிணி மெல்ல ஒதுங்கிக்கொண்டு, "நான் சொல்லக்கூடியது இனிமேல் ஒண்ணுமில்லை. மன்னார்கோவிலுக்குப் போகிறதில்லை என்கிற வார்த்தையை நீங்கள் எனக்கு சொல்லமாட்டேன் என்கிறீர்கள்; இன்றோடு என் தலைவிதி முடிந்தது. நீங்கள் எப்போது என்னை இவ்விதம்விடத் துணிந்தீர்களோ, நான் இனிமேல் எதை நம்பிக்கொண்டு யாருக்காக, உயிரை வைத்துக்கொண்டிருப்பது? உங்கள் மீது எனக்கு வருத்தமில்லை. உங்கள் மனது இந்தக் காரியத்துக்குச் சம்மதியாது.

என்னுடைய விதிவசம், என் அப்பா-அம்மாவுடைய கஷ்டம், உங்களை இப்படியெல்லாம் செய்ய சொல்லுகிறது. இனிமேல் 'ருக்மிணி' என்று ஒருத்தி இருந்தாள். அவள் நம் பேரில் எல்லையில்லாத அன்பு வைத்திருந்தாள், பிராணனை விடுகிறபோதுகூட நம்மையே நினைத்துக்கொண்டுதான் பிராணனை விட்டாளென்று எப்பொழுதாவது நினைத்துக் கொள்ளுங்கள். இதுதான் நான் உங்களிடம் கடைசியாகக் கேட்டுக்கொள்வது" என்று சொல்லிக்கொண்டு நாகராஜன் காலில் விழுந்து, காலை கெட்டியாய்ப் பிடித்துக்கொண்டு தேம்பித் தேம்பி அழுதாள்.

நாகராஜன், உடனே அவளை தரையிலிருந்து தூக்கியெடுத்து, "பைத்தியமே, அப்படி ஒன்றும் பண்ணிவிடாதே, நீ போய்விட்டால் என் ஆவியே போய்விடும். அப்புறம் யார் யாரை நினைக்கிறது? மழைத்தூற்றல் போடுகிறது. வானமெல்லாம் கறுகும்மென்றாகி விட்டது. இன்னும் சற்று போனால் சந்தரத்தாரையாய்க் கொட்டும் போலிருக்கிறது; வா அகத்துக்கு போகலாம்" என்று அவள் கையைப் பிடித்துக்கொண்டு ரெண்டடி எடுத்துவைத்தான். ஆகாயத்தில் சந்திரன், நட்சத்திரம் ஒன்றும் தெரியவில்லை. எங்கே பார்த்தாலும் ஒரே அந்தகாரம். சித்தைக்கொருதரம் மேகத்தை வாளால் வெட்டுகிறதுபோலே மின்னல் கொடிகள் ஜொலிக்கும். ஆனால், அடுத்த நிமிஷம் முன்னிலும் அதிகமான காடாந்தகாரமாகிவிடும். பூமியெல்லாம் கிடுகிடுவென்று நடுங்க ஆகாயத்தையே பிளந்துவிடும்போலே இடிஇடிக்கும். காற்று ஒன்று, சண்டமாருதம்போல அடித்துக் கொண்டிருந்தது.

தூரத்தில் மழை பெய்து கொண்டிருந்த இரைச்சல் அதிகமாகவே நெருங்கிக்கொண்டு வந்தது. இந்தப் பிரளயக் காலத்தைப்போல இருந்த அரவத்தில் ருக்மிணியும் நாகராஜனும் பேசிக்கொண்டு போன வார்த்தைகள் என் காதில் சரிவரப்படவில்லை. அவர்களும்

அகத்துப்பக்கம் வேகமாக சென்றுகொண்டிருந்தார்கள். ஒரு மின்னல் மின்னும்போது, ருக்மிணி வீட்டுக்குப் போக மனமில்லாமல் பின்வாங்குவதும், ஆனால் நாகராஜன் தடுத்து முன்னால் அழைத்துச் செல்வதும் மாத்திரம் கண்ணுக்கு தென்பட்டது. அவர்கள் வார்த்தையும் ஒண்ணும் ரெண்டுமாகத்தான் என் காதில் பட்டது. "....பிராணன் நிற்காது.... அம்மாவுடைய ஹிருதயம் திருப்தி..... வெள்ளிக்கிழமை காலமே..... ஸ்திரீகளின். ....உடைந்து விடும்..... சொல்லாதே..... கொடுத்துவைத்ததுதானே? ....அந்தப் பெண்ணையாவது நன்றாக வைத்துக் கொள்ளுங்கள்..... மனப்பூர்த்தியாக வாழ்த்துகிறேன்..... அன்றைக்குத் தெரிந்து கொள்வாய்..... கடைசி நமஸ்காரம்... வரையில் பொறுத்துக்கொள்....." இந்த வார்த்தைகள்தான் இடி முழக்கத்திலும், காற்றின் அமலையிலும், மழை இரைச்சலிலும் எனக்குக் கேட்டது. மழை தாரை தாரையாகக் கொட்ட ஆரம்பித்துவிட்டது. ருக்மிணியும் நாகராஜனும் மறைந்துபோய்விட்டார்கள். ஆச்சு, அடுத்த நாள் காலமே விடிந்தது. மழை நின்றுவிட்டது. ஆனால், ஆகாயத்திலே தெளிவு வரவில்லை. மேகங்களின் கருக்கல் வாங்கவில்லை. காற்று, ஸமாதானஞ் செய்ய மனுஷாள் இல்லாத குழந்தைபோல, ஓயாமல் கதறிக் கொண்டேயிருந்தது. என் மனசிலும் குழப்பம் சொல்லி முடியாது. எப்படி நிதானித்துக் கொண்டாலும் மனசுக்குச் சமாதானம் வரவில்லை. 'என்னடா இது, என்னைக்கும் இல்லாத துக்கம் இன்னைக்கு மனசில் அடைத்துக்கொண்டு வருகிறது? காரணம் ஒண்ணும் தெரியவில்லையே' என்று நான் எனக்குள் யோசித்துக்கொண்டேயிருக்கும்போது மீனா, "என்னடியம்மா, இங்கே ஒரு புடவை மிதக்கிறது!" என்று கத்தினாள்.

உடனே பதட்டம் பதட்டமாய், அந்தப் பக்கம் திரும்பினேன். குளத்திலே குளித்துக் கொண்டிருந்த பெண்களெல்லோரும் அப்படியே திரும்பிப் பார்த்தார்கள். பார்த்துவிட்டு காதோடு காதாக ரகசியம் பேச ஆரம்பித்துவிட்டார்கள். எனக்கு

பஞ்சப்பிராணனும் போய்விட்டது. புடவையைப் பார்த்தால் காமாக்ஷியம்மாள் புடவைபோல் இருந்தது. சரி, அம்மா-அப்பா தலையிலே கல்லை தூக்கிப் போட்டுவிட்டு ருக்மிணிதான் மறுபடியும் வந்து குளத்திலே விழுந்துவிட்டாள் என்று நினைத்தேன். அதுதான் தெரியும். அப்படியே சர்ச்சை போட்டுவிட்டேன். அப்புறம் சித்த நாழி கழித்து எனக்குப் பிரக்கினை வந்தது. அதற்குள்ளே குளத்தங்கரையெல்லாம் கும்பலாய்க் கூடிப் போய்விட்டது. ஜானகியையும் ராமசுவாமி ஐயரையும் வையாதவர் இல்லை. இனிமேல் வைதாலென்ன, வையாதெபோனாலென்ன? ஊரின் சோபையையும் தாயார் தகப்பனார் ஷீவனையும், என்னுடைய சந்தோஷத்தையும் எல்லாம் ஒண்ணாய்ச் சேர்த்துக் கட்டிக்கொண்டு ஒரு நிமிஷத்தில் பறந்துபோய்விட்டாளே என் ருக்மிணி.

கீழே, அந்த மல்லிகைக்கொடி ஓரத்திலேதான் அவளை விட்டிருந்தார்கள். எத்தனை தடவை அந்த மல்லிகை

மொக்குகளைப் பறித்திருக்கிறாள். அவள் பொன்னான கையாலே! குளத்தங்கரையெல்லாம், அவள் குழந்தையாயிருக்கிறபோது அவள் பாதம் படாத இடம் ஏது, அவள் தொடாத மரமேது, செடியேது! ஐயோ, நினைக்க மனம் குமுறுகிறது. அந்த அழகான கைகள், அந்த அழகிய பாதங்கள், எல்லாம் துவண்டு, தோஞ்சு போய்விட்டன. ஆனால், அவள் முகத்தின் களை மாத்திரம் மாறவே இல்லை. பழைய துக்கக் குறிப்பெல்லாம் போய் முகத்தில் ஒருவித அத்தியாச்சரியமான சாந்தம் வியாபித்திருந்தது! இதையெல்லாம் கொஞ்சந்தான் கவனிக்க முடிந்தது. அதற்குள்ளே, 'நாகராஜன் வர்றான், நாகராஜன் வர்றான்...' என்ற ஆரவாரம் கூட்டத்தில் பிறந்தது. ஆமாம், நிசந்தான், அவன்தான் தலைகால் தெரியாமல் பதைக்கப் பதைக்க ஓடி வந்துகொண்டிருந்தான். வந்துவிட்டான். மல்லிகை செடியண்டை வந்ததும், கும்பலையாவது, கும்பலில் இருந்த தாயார்-தகப்பனாரையாவது கவனிக்காமல், "ருக்மிணி, என்ன பண்ணிவிட்டாய் ருக்மிணி!" என்று கதறிக்கொண்டு கீழே மரம்போல் சாய்ந்துவிட்டான். கூட்டத்தில் சத்தம், 'கப்'பென்று அடங்கிப் போய்விட்டது. எல்லோரும் நாகராஜனையே பார்த்துக்கொண்டிருந்தார்கள். ரொம்ப நாழி வரைக்கும் அவன் தரையில் மூர்ச்சை போட்டே கிடந்தான்.

ராமசுவாமி ஐயர் பயந்துபோய் அவன் முகத்திலே ஜலத்தைத் தெளித்து விசிறியால் விசிறிக்கொண்டிருக்கையில், அவனுக்குக் கடைசியாய் பிரக்கினை வந்தது. கண்ணை முழித்தான். ஆனால், தகப்பனாரிடத்திலே ஒரு வார்த்தைகூட பேசவில்லை. ருக்மிணியின் உயிரற்ற சரீரத்தை பார்த்து, "என்னுடைய எண்ணமத்தையும் பாழாக்கிவிட்டு ஜாலியத் மாதிரி பறந்தோடிபோய்விட்டாயே ருக்மிணி! ஸ்ரீநிவாசன் சொன்னது சரியாய் போய்விட்டதே! பாவி என்னால்தான் நீ உயிரை விட்டாய்; நான்தான் உன்னைக் கொலை செய்த பாதகன்! நேற்று நான் உன்னிடம் ரகஸ்யம் முழுவதையும் சொல்லியிருந்தால் இந்தக் கதி நமக்கு இன்று வந்திருக்காதே! குஸுும ஸத்ருசம் ......ஸத்ய: பாதி ப்ரணயி ஹ்ரதயம்* (* காளிதாசன், மேகஸந்தேசம். பொருள்: பெண்ணியலாரின் அன்பு நிறைந்த இருதயம் பூப்போல மிகவும் மெல்லியது; அன்புக்குக் கேடுவரின், உடனே விண்டு விழுந்துவிடும்.)

என்கிற ஆழமான வாக்கியத்தை வேடிக்கையாக மாத்திரந்தான் படித்தேனேயொழிய, அதன் சத்தியத்தை நான் உணரவில்லையே! இனிமேல் எனக்கென்ன இருக்கிறது? ருக்மிணி, நீயோ அவசரப்பட்டு என்னை விட்டுவிட்டுப் போய்விட்டாய். எனக்கு இனிமேல் சம்சார வாழ்க்கை வேண்டாம். இதோ, சன்னியாசம் வாங்கிக் கொள்ளுகிறேன்!" என்று சொல்லிக்கொண்டே யாரும் தடுப்பதற்கு முந்தி தான் உடுத்தியிருந்த வேஷ்டியையும் உத்திரீயத்தையும் அப்படியே தாராய் கிழித்து விட்டான். அவன் தாயார்-தகப்பனார் ஒருவரும் வாய் பேசவில்லை. நாகராஜனும், அவர்கள் திடுக்கிட்டதிலிருந்து சுதாரிச்சுக் கொள்ளுகிறதற்குள்ளே அவர்கள் காலில் சாஷ்டாங்கமாய் விழுந்து

நமஸ்காரம் பண்ணிவிட்டு யாருடனும் பேசாமல் கௌபீனதாரியாய்ப் புறப்பட்டுப் போய்விட்டான்.

இப்படி முடிந்தது என் ருக்மிணியின் கதை! என் அருமைக் குழந்தைகளே! பெண்கள் மனசு நோகும்படி ஏதாவது செய்யத் தோணும்போது இனிமேல் இந்தக் கதையை நினைத்துப் பார்த்துக் கொள்ளுங்கள். விளையாட்டுக்காகக்கூடப் பெண்ணாய்ப் பிறந்தவர்களின் மனதைக் கசக்க வேண்டாம். எந்த விளையாட்டு என்ன வினைக்கு கொண்டுவந்துவிடும் என்று யாரால் சொல்ல முடியும்?

# 1920

அ.மாதவையாவைத்தான் தமிழின் முதல் சிறுகதை ஆசிரியர் என்கிறார், எழுத்தாளர் ஜெயமோகன். மொழியும் பிரச்னையும் கதையின் போக்கும் அ.மாதவையாவின் எழுத்தில் கூடிவரப் பெற்றது என்பது அவருடைய கருத்து.

திருநெல்வேலி மாவட்டம் பெருங்குளம் என்ற கிராமத்தில் பிறந்தவர் மாதவையா. ஆரம்பத்தில், இவருடைய கவனம் நாவல் எழுதுவதிலேயே இருந்தது. 'பத்மாவதி சரித்திரம்', 'முத்து மீனாட்சி' போன்ற அவருடைய நாவல்கள் இந்த நூற்றாண்டின் துவக்கத்திலேயே வெளியானவை. இவற்றுக்குப் பிறகு சுமார் 15 ஆண்டுகள் கழித்தே அவர் சிறுகதைகள் எழுத ஆரம்பித்தார்.

1916-ல், குசிகர் குட்டிக் கதைகளை ஆங்கிலத்தில் எழுத ஆரம்பித்தார். ஹிந்து நாளிதழில் இவர் எழுதிய குசிகர் கதைகள், அவராலேயே தமிழில் மொழிபெயர்க்கப்பட்டு, 1924-ல் நூல் வடிவம் பெற்றன. மிக உயர்ந்த நோக்கங்களும் சமூக அவலமும் தோய்ந்த கதைகள் அவை. மணிப்பிரவாள நடையில் நகைச்சுவை தொனிக்க அவருடைய நடை அமைந்திருந்தது. அந்தக் காலகட்டத்தில், விதவைத் திருமணம், பால்ய விவாக எதிர்ப்பு, சாதி மறுப்பு, போலிச்சடங்கு போன்ற

அம்சங்களைக் கதைக்குள் கொண்டுவருவதற்கு உண்மையிலேயே நெஞ்சுரம் வேண்டும். இந்தக் காரணங்களுக்காக சொந்த சாதியினரால் ஒதுக்கிவைக்கப்படும் அவலங்கள் அப்போது நேர்ந்தது.

'சாஸ்தா ப்ரீதி' என்ற இவருடைய கதை, சடங்கு சம்பிரதாயத்தில் இருக்கும் போலித்தனத்தைத் தோலுரிக்கிறது. 'ஆரியங்காவு', சபரிமலை நாதனின் கோயில். அங்கே அன்னதானம் நடக்கிறது. அங்குச் செல்லும் இரண்டு பிராமணர்கள் பசியால் துடிக்கிறார்கள். சாப்பாடு போடுவதற்குத் தாமதமாகிறது. ஏன் தாமதமாகிறது என்பதற்கு, அ.மாதவையா பட்டியலிடும் காரணங்களை இப்போது சொன்னால் கொன்றே போடுவார்கள். அப்போது திட்டுவதோடு நிறுத்திக்கொண்டார்கள். அந்த அன்னதானத்துக்காக நெடுந்தூரத்தில் இருந்துவந்த இருவருக்கும் நல்ல பசி, மயக்கம். எல்லோருக்கும் உணவு கிடைக்குமா என்பதும் சந்தேகமாகிவிடுகிறது. இதைவிட்டால் உயிர் பிழைக்க வழியில்லை போன்ற அவல நிலை. அதில் ஒருவன் திடீரென சாமி வந்ததுபோல ஆடுகிறான். குறி சொல்கிறான். அப்படியே காட்சி மாறுகிறது. அவனுக்கு முதல் விருந்து. வீட்டுக்கும் பலகாரங்கள் கொடுத்து வழியனுப்புகிறார்கள்.

நெறியா, பசியா... எது வெல்கிறது என்ற நோக்கிலே எடுத்துக் கொண்டாலும் போலி சம்பிரதாயங்களைக் கிண்டல் செய்கிற அளவில் எடுத்துக்கொண்டாலும் இந்தக் கதை மிரட்டலானது. உயிர் வாழ வேண்டும் என்ற இலக்கில், மனிதன் எதையும் தூக்கி எறிந்துவிடுகிறான்.. விடுவான்... விட்டுத்தான் ஆக வேண்டும் என்கிற சூழலை, மிக லாகவமாகச் சொல்கிறார் அ.மாதவையா. கதை நடக்கும் இடம், வரலாறு, சூழல் ஆகியவை மிகுந்த நம்பகத்தன்மையுடன் படைக்கப்பட்ட கதை இது. பழைமையைக் கண்டிப்பதில், நையாண்டி செய்வதில் கவனம் தேவை. 'அது அந்தக் காலம்' என்று குருட்டாம் போக்கில் எல்லாவற்றையும் புறக்கணிப்பது பெருந்தவறாக முடியும். எல்லா காலங்களிலும் நல்லதும் கெட்டதும் கலந்தே கிடக்கிறது. அதில் கெட்டவை எவை எனக் கண்டுபிடித்துக் கண்டிக்க வேண்டியது பெரும் சவால். அந்தச் சவாலை எதிர்கொள்ளும் முழுதிறனும் பெற்றவர் அ.மாதவையா.

இவர் காலத்தில் எழுதி வந்த முக்கியப் படைப்பாளிகள், தி.ஜ.ர-வும் பி.எஸ்.ராமையாவும்.

# அ.மாதவைய்யா

## 1872 - 1925

## சாஸ்தா ப்ரீதி

செங்கோட்டைக்கும் கொல்லத்துக்கும் இடையிலே, தென்னிந்தியா இருப்புப் பாதை சுமார் 20 மைல் நீளத்துக்கு, குறிஞ்சி நிலத்தை ஊடுருவிச் செல்கிறது. அந்தப் பிரதேசம், மலைவளத்திலும் இயற்கைக் காட்சியின் வனப்பிலும், இந்தத் தேசமெங்குமே இணை எதிர் இன்றிச் சிறந்ததாகும். நெடுகவே பலவளம் செறிந்து விளங்கும் மேற்கு மலைத்தொடர், இந்தப் பாகத்திலே கண்கவர் அழகுடன் செல்வ வளமும் மலிந்து, சந்தன மரம், தேக்கு மரம், காப்பிக்கொட்டை, தேயிலை, சாதிக்காய், ஏலக்காய், மிளகு, கிராம்பு முதலிய பல்வேறு பொருட்களை விளைவிக்கும் குளிர்ந்த பசிய சோலைகளுடன் பொலிய நிற்கும். மெதுவாகவே செல்லும் ரயில்வண்டியிலிருந்து இருபுறமும் மலைக்காட்சியைக் காண மனோகரமாக இருக்கும்.

சில சமயங்களில் காட்டு யானைகள் அங்கே வருவதுண்டு. இந்தப் பாதையிலுள்ள 'ஆரியங்காவு' என்னும் ஸ்தலம் மிகவும் அழகானது. அதன் சமீபத்தில் ரயில் வண்டி, சற்றே ஏக்குறைய 3000 அடி தூரத்துக்கு மலையை ஊடுருவித் தோண்டியுள்ள குகை மார்க்கமாகச் செல்கின்றது. ஆயின், நம் கதை நிகழ்ந்த காலத்திலே குகை வழியும் இல்லை,

ரயிலும் இல்லை. அந்தப் பிரதேசத்துக்கு ரயில் வந்து கொஞ்ச காலம்தான் ஆகிறது. ஆரியங்காவு என்னும் பெயர், அங்குள்ள ஆரியன், ஐயன், ஹரிஹர புத்திரன் என்னும் சாஸ்தாவின் கோயிலை ஒட்டி வந்தது.

அசுரர்கள், அமிர்தத்தைப் பானம் செய்து நித்தியத்துவம் பெற்றுவிடாதபடி, அவர்களை ஏமாற்றும் பொருட்டு, மகாவிஷ்ணு, மோகினி அவதாரமெடுத்தபோது, அந்த மோகினிக்கும் பரமசிவனுக்கும் ஹரிஹர புத்திரன் உற்பவித்த புராணக் கதையைப் பலர் அறிந்திருக்கலாம்.

காட்டு யானைகள் சஞ்சரிக்கும் வனப்புமிக்க அந்த மலைப் பாங்கிலே, அந்த ஹரிஹர புத்திரர் கோயில்கொண்டு வாழ்வதும் வர்ணபேதமின்றிப் பல்லாயிரம் பக்தர்கள் அவரை வழிபட்டுக் கொண்டாடுவதுமே, நம் கதையைச் சார்ந்த விஷயங்கள்.

திருநெல்வேலி ஜில்லாவிலிருந்து செங்கோட்டை-கொல்லம் வழியாக மலையாளம் செல்லும் பிராமணப் பிரயாணிகளுக்கு, ஆரியங்காவில் மலையாளத்து மகாராசா ஏற்படுத்தி இருக்கும் 'ஊட்டுப்புரை', வழித்தங்கலுக்கு வசதியான இடம். ஆகவே, ஆண்டாண்டுதோறும் அந்தக் கோயிலில் நடக்கும் 'சாஸ்தா ப்ரீதி' என்னும் விசேஷச் சடங்குக்கும் விருந்துக்கும், பிராமணர்கள் திரள் திரளாகக் கூடுவது உண்டு.

பிரக்கியாதி பெற்ற சாஸ்தாவின் தரிசன மகிமையும், அன்று நிகழும் விருந்து சாப்பாட்டின் சிறப்பும் யாவரும் அறிந்தனவே. செல்வச் சுருக்கமும் சீரண சக்திப் பெருக்கமும் ஒருங்கே வாய்ந்து, ஆங்காங்குள்ள பல புண்ணியக்ஷேத்திரங்களைச் சென்று தரிசித்து, அந்தந்த இடங்களில் ஏற்பட்டிருக்கும் ஊட்டுப்புரை, சத்திரம், கோயில்களில் பணச்செலவின்றி வயிறு புடைக்க உண்டுகளித்து, தாம் கண்ட பற்பல தெய்வங்களின் ஏற்றத்தாழ்வையும் வரசக்திகளையும் பற்றிக் கதை பேசியும் வாதாடியும் ஒருநாள்போலப் பல நாளையும் ஆண்டுகளையும் கழிக்கும் பிராமணோத்தம கோஷ்டிகள் எல்லாம், கிழக்கே உதிக்கும் ஞாயிறு மேற்கே உதிக்கினும், ஆரியங்காவு சாஸ்தா ப்ரீதியன்று, அங்கு கூடாதொழியார்.

இத்தகைய கோயில் பெருச்சாளிகளின் யதார்த்தமான தெய்வ பக்தியும் விசுவாசமும் ஆழ்ந்து பரிசோதிக்கத்தக்கதன்று. 'பனங்காட்டு நரி சலசலப்புக்கெல்லாம் அஞ்சாது.'

ஆரியங்காவில், அன்று சாஸ்தா ப்ரீதி. மணி பன்னிரண்டு ஆகிவிட்டது. வெயில் கடூரமாய் இருந்தது. இலை அசங்கவில்லை. மேற்குத் திக்கிலிருந்து வரும் இரண்டு பிராமணர், ஆரியங்காவை நோக்கி மூச்சிரைக்க நடந்து வந்துகொண்டிருந்தார்கள். மலையேற்றம் அதிகம் இல்லை. ஆனால், தொந்திகளின் பெருமையினால், அவர்கள் வியர்த்து விருவிருத்து, வாய் திறந்து மூச்சுவிட்டு, வெகு சிரமத்துடன்

தமிழ்மகன் | 57

நடந்து வந்தார்கள். கோயில் இன்னும் அரை மைலுக்கு மேலிருக்கும். பொழுதாகிவிட்டது. ஆகவே, அவர்கள் இயன்றமட்டும் அவசரமாக நடந்தார்கள்.

கடைசியில் ஆரியன் கோயிலை அடைந்தவுடன், அவர்களில் ஒருவர் களைப்புற்று, குளத்தின் கரையில் கீழே விழுந்துவிட்டார். மற்றவர் பரபரப்பாய் விசாரித்ததில், இன்னும் சடங்கு முடியவில்லை, அவர்கள் வந்தது நல்ல சமயந்தான் என்று தெரிய வரவே, களைப்புற்றவரைத் தேற்றி, அவசரப்படுத்திக் கையுதவினார். பின்பு, இருவரும் வேகமாய் நீராடி, சந்தியாவந்தன ஜபங்களை முடித்துக்கொண்டு, கோயிலுக்குள் நுழைந்தார்கள். பழைய பெருச்சாளிகளாகிய அவர்களுக்கு, எங்கே உட்கார்ந்தால் நல்ல சாப்பாடு போதுமானபடி கிடைக்கும் என்பது தெரியும். ஆனால், கோயிலில் கூட்டம் அதிகமாயும், இவர்கள் உட்கார உள்ளங்கை அகலமுள்ள இடம் கிடைப்பதும் அரிதாயுமிருந்தது.

யாவரும் சளசளவென்று பேசிக்கொண்டுமிருந்தனர். விருந்து சமையல் முடிந்து, சாஸ்தாவின் பூசையும் முடிந்தாய்விட்டது. ஆயின், வழக்கம்போல், ஐயன் இன்னும் எவர்மேலும் ஆவேசமாகி வந்து பிரசன்னமாகி, தான் திருப்தியடைந்ததை வெளியிட்டு, பிரசாதம் கொடுக்கவில்லை. அதன்பொருட்டு எல்லோரும் ஆவலுடன் காத்திருந்தனர். ‘கோயிலின் வெளிப் பிராகாரத்துக்குள் ஒரு நாய் வந்துவிட்டது. அதனால் பூஜையும் விருந்தும் அசுத்தமாகி விட்டது. அதனால்தான் ஐயனுக்குக் கோபம்’ என்றனர் சிலர். சிலர், ‘வந்தது பூனைதான், நாய் இல்லை; அதனால் அசுத்தமில்லை’ என்றனர். வேறு சிலர், ‘கோயில் சுயம்பாகிகளில் ஒருவன் கையில், ஒரு நாயர் ஸ்திரீ ஒரு முறத்தைக் கொடுக்கும்பொழுது, அவள் கை அவன்மேல் பட்டும், அவன் ஸ்நாநம் செய்யாமல் மடைப்பள்ளியில் வேலை செய்ததனால்தான் ஐயனுக்குக் கோபம்’ என்றனர். பின்னும் சிலர், ஊட்டுப்புரைகளில் சிலவற்றை அடைத்துவிடுவது என்ற திருவாங்கூர் சமஸ்தானத்தாரின் யோசனைதான், தீனதயாளுவாகிய ஐயனது கோபத்துக்குக் காரணமென்றனர்.

இவ்வாறாக, பலர் பலவண்ணம் கூக்குரலிட்டு வாதாடிக் கொண்டிருப்பினும், எங்கே இடம் போய்விடுமோ என்ற பயத்தினால், ஒவ்வொருவரும், தத்தம் ஸ்தானத்திலேயே நிலையாயிருந்தனர். ஆகவே, இரட்டையிரட்டை வரிசைகளாய் உள்ள பந்திகளினூடே, நூதனமாய் வந்த பிராமணர் இருவரும், திரிந்து திரிந்து பார்த்தும், அவர்களுக்கு இடம் கிடைக்கவில்லை. அதே சமயத்தில், முன்பு களைப்புற்றுக் கீழே விழுந்தவரும் இப்பொழுதுகொடும் பசியினால் வருந்திக்கொண்டிருப்பவருமான கிருஷ்ணையருக்கு, முரட்டு யுக்தி ஒன்று தோன்றிற்று. உடனே அவர், தன் நண்பர் இராமையர் காதில் அதை ஊதினார். கசுகசுவென்று இருவரும் சில நிமிஷம் அந்தரங்கமாய்ப் பேசிக் கொண்டிருந்தார்கள். பின்பு, ஆபத்துக்குப் பாவமில்லையென்று நினைத்தோ அல்லது சாகத் துணிந்துவிட்டால்

சமுத்திரம் முழங்கால் என்று எண்ணியோ, தங்கள் குயுக்தியை நிறைவேற்றத் துணிந்துவிட்டனர்.

பூசை முடிந்து ஒருமணி நேரமாய்விட்டது. பூசாரி நைவேத்யஞ் செய்த தேங்காய், பழம் முதலிய பிரசாதங்கள், அப்படியே திரள் திரளாய் இருந்தன. மூச்சு முட்டும்படி, பூசையறை, தூப தீபங்களால் நிறைந்திருந்தது. நாவில் நீரூறும்படி மணக்க மணக்கச் செய்து வைத்திருந்த போஜன பதார்த்தங்களெல்லாம், ஆறிக்கொண்டிருந்தன. பிராமணப் பாடகர்கள் மூவர், ஐயனது திவ்ய மங்கள குணங்களைப் புகழ்ந்து பாடிக்கொண்டிருந்தனர். ஐயன் மனமிரங்கி, இன்னும் எவர்மேலும் ஆவேசமாகிப் பிரசன்னமாகவில்லை. எல்லாருக்கும் அலுப்பும் பசியும் அதிகரித்துக் கொண்டிருந்தன.

இங்கனமிருக்கும்பொழுது, அதோ அந்தப் பிராமணரைப் பாருங்கள்! அவர் தொந்தியினும் பருத்த தொந்தி அங்கு எவருக்குமில்லை. ஒரு தூணிற் சாய்ந்தபடியே கண்களை மூடிக்கொண்டு, இராமையரால் அணைக்கப்பட்டு, கிருஷ்ணையர் உடலெல்லாம் உதறி நடுங்கினார். முதலில் ஒருவரும் அவரைக் கவனிக்கவில்லை. ஆயின், அடுத்த நிமிஷத்தில் "அதோ ஐயன் வருகிறான்... ஐயன் வருகிறான்! ஐயன் வந்துவிட்டான்!" என்ற சந்தோஷகரமான பேரொலி கோயிலெங்கும் முழங்கிற்று. பாடகர்கள் தங்களுக்கெட்டிய மட்டும் உயர்ந்த குரலில் ஐயனைப் புகழலானார்கள்.

ஐயனது ஆவேசத்தைப் பார்க்கும்வண்ணம், பலர் எழுந்து வந்தனர். 'தாசிக்குத் தண்ணீர்க் குடத்திற்கண்' என்னும் மூதுரை விளங்க, அங்ஙனம் எழுந்து வந்தோரெல்லாம், தத்தம் ஸ்தானத்திலே மேல் வேஷ்டியோ, துண்டோ போட்டுவிட்டே வந்தனர். "உவாய்! உவாய்! உவாய்!" என்று, அப்பெருமுழக்கமும் அடங்கும்படி கர்ச்சித்தார் கிருஷ்ணையர். இப்பொழுது பார்த்தால், சற்று நேரத்துக்கு முன், மலையேறி வருவதில் மூச்சிரைத்துக் களைத்து விழுந்தவர் இவர்தானோ என்று சந்தேகமுண்டாகும். ஐயன் உளமகிழ்ந்து ஆவேசங்கொண்ட மகா புருஷனை, பிரதானிகரான ஐந்தாறு பிராமணர்கள் சூழ்ந்து, அணைத்துப் பிடித்து, பூசையறைக்குள் ஐயன் சந்நிதிக்கு மெதுவாகக் கொண்டு சென்றனர். கிருஷ்ணையரோ, கண்மூடி, கால்களை உதறிக்கொண்டு, பிரக்ஞையின்றி, வலிப்புற்றவர்போலவே இன்னும் தோன்றினார்.

பூசையறைக்குள், சந்நிதிக்கும் பிரசாதங்களுக்கும் நடுவே, ஒரு பலகையின் மேல் அவரை உட்கார வைத்தனர். அப்பொழுது, அவர், வெறியயர்ச்சியின் வேகம் சற்று தணிந்து, பலகையிலிருந்தபடியே சுழன்று ஆடலானார். மற்றவர்கள், கை கட்டி, வாய் புதைத்து, வெகு வணக்கத்துடனும் மரியாதையுடனும் திருவுளக் கருத்தை விசாரிக்கலாயினர். "சுவாமி! ஐயனே! உன் குழந்தைகள் நாங்கள். ஒன்றும் அறியாதவர். உன்னைத்தவிர வேறு கதியில்லை. தெரிந்தும்

தெரியாமலும் நீங்கள் ஏதாவது செய்துவிட்டால், நீயே பொறுத்தருள வேண்டும். தன் பிள்ளைகளுக்கு வேண்டிய புத்தி சொல்லி அவர்களைத் திருத்துவது, தந்தையின் கடமையன்றோ? எங்கள் ஐயனாகிய நீயே கோபம் கொண்டுவிட்டால், நாங்கள் மற்றென் செய்வோம்?

நீ என்ன உத்தரவு கொடுத்தாலும் நாங்கள் செய்யச் சித்தமாயிருக்கிறோம். ஏழைகளாகிய எங்கள்மேல் இரங்க வேண்டும். உன்னைத் தவிர எங்களுக்கு வேறு கதி யார்?" இவ்வாறு பிராமணர் வருந்தி வேண்டிக்கொண்டதை சிறிதும் கவனியாது, ஐயன் ஆடிக்கொண்டிருந்தான்.

அப்பொழுது, இராமையர் சிறிது கோபத்துடன், "சுவாமி! இது தர்மமா? வெகு தூரத்திலிருந்து உன் கியாதியைக் கேள்வியுற்றுத் தரிசிக்க வந்த பிராமணோத்தமர்களெல்லாம், மிக்க பசியுடன் உன் உத்தரவை எதிர்பார்த்து நிற்கின்றனர். சூரியனும் அஸ்தமிக்கலாயிற்று. அவர்கள்மேல் உனக்கு இரக்கமில்லையா? பிரசாதத்தை அநுக்கிரகஞ் செய்து, பிராமண போஜனம் மேல் நடக்கும்படி உத்தரவு செய்யமாட்டாயா? இவ்வளவு ஆலசியம் போதாதா?" என்று சொன்னார்.

உடனே ஐயன், "உவாய்! உவாய்! உவாய்!" என்று மறுபடியும் ஓலமிட்டு, தன் இரு கைகளையும் கீழே ஓங்கி அறைந்து, ஆவேசத்தின் உக்கிரக மத்தியிலே, பின்வருமாறு திருவாய் மலர்ந்தருளினான். "பிராமணர்கள்... பிராமணர்கள்- பட்டினியே... பட்டினியே- கிடந்தால்- என் பிசகா..? என் பிசகா..? உங்கள் பிசகுதான்! உங்கள் பிசகுதான்! ஆம்! முக்காலும் மூன்று தரம் உங்கள் பிசகுதான்! அதற்கு நீங்கள் பிரசாயச்சித்தம்-... பிராயச்சித்தம்- செய்தாலன்றி-எனக்குத்- திருப்தியாகாது. நான் போகவும்மாட்டேன். செய்கிறீர்களா? சொல்! செய்கிறீர்களா?" உடனே ஊட்டுப்புரைக் கணக்கர் எதிரே வந்து, என்ன அபராதம் விதித்தாலும் தான் தண்டமிறுக்கச் சித்தமாயிருப்பதாகச் சொல்லி, மேல் உத்தரவை வேண்டினார்.

"இந்தப் பிராமணாள்...- இந்தப் பிராமணாள் -ஒவ்வொருவருக்கும்கூட ஒவ்வொரு சக்கரம் - அதிக தக்ஷிணை... அதிக தக்ஷிணை கொடுக்க வேண்டும். கொடுக்கிறாயா..? கொடுக்கிறாயா..?"

"சுவாமி! உத்தரவுப்படியே கொடுக்கிறேன்" என்றார் ஊட்டுப்புரை அதிகாரி.

"அந்தப் பரிசாரகப் பயல்...- அந்தக் கொலை பாதகப்பயல்- அச்சியை ஒரு சூத்திர ஸ்திரீயைத்- தொட்டுவிட்டு குளியாமல் என் மடைப்பள்ளிக்குள்ளே இருந்தப்பயல்... கொண்டு வா அவனை இங்கே! கொண்டு வா இந்த நிமிஷம்!"

உடனே ஐந்தாறு பேர் கோயில் மடைப்பள்ளிக்கும் மற்றப் பாகங்களுக்கும் சென்றோடிப் பார்த்தனர். ஆனால், அந்தக் 'கொலைப்

பாதகப் பயல்' அகப்படவில்லை.

"சுவாமி! அவன் ஓடிப்போய் விட்டான்" என்றார் ஊட்டுப்புரை அதிகாரி.

"பிழைத்தான்! பிழைத்தான் இந்த விசை! இல்லாவிட்டால் அவனை...- இல்லாவிட்டால் அவனை! நல்லது சவம் போகிறான்.- இனிமேல் அவன் என் வேலை செய்ய வேண்டாம். என் கோயிலுக்குள் அடியெடுத்து வைக்க வேண்டாம், அந்தப் பயல்."

"சுவாமி! ஆக்ஞைப்படி அவனை நீக்கிவிடுகிறேன்" என்றார், ஊட்டுப்புரை அதிகாரி.

பின்பு, பஜனமாகவோ, நோன்புக் கடனாகவோ வந்திருந்த சிலர், தங்கள் தங்கள் முறைபாடுகளை ஐயனிடம் தெரிவித்துக் கொண்டனர். அவர்களில் இரண்டொருத்தருக்கே அநுகூலமான உத்தரவு கிடைத்தது. சிலர் மறுபடியும் வரும்படி உத்தரவு பெற்றார்கள். சிலருக்கு உத்தரவு கிடைக்கவில்லை. விபூதியும் பிரசாதங்களும் கை நீட்டியவருக்கு ஐயன் உதவியபின், ஆவேசம் ஓய்ந்து முடிந்தது.

மற்றவர் அப்பொழுது கவனியாவிட்டாலும், நாம் கவனிக்கத்தக்க விஷயம் ஒன்றும் நிகழ்ந்தது. பிரசாதம் பெற்றவர் பெரும்பாலார்க்கும், ஒரு வாழைப்பழமோ, ஒரு மூடித் தேங்காயோ, சிறிது விபூதியோ, இரண்டொரு புஷ்பமோதான் கிடைத்தது. ஆனால், இராமையர் பாகத்துக்கு மட்டும் ஏழெட்டுத் தேங்காய் மூடிகளும், இருபது முப்பது பழங்களும் கிடைத்தன. ஐயனாரின் ஆவேசப் பாத்திரமாகிய கிருஷ்ணையரும், அவர் நண்பர் இராமையரும், அக்கிர ஸ்தானங்களில் மணைகளின் மேல் வீற்றிருந்து, கோயில் அதிகாரிகளால் மிக்க மரியாதையுடன் உபசரிக்கப்பட்டு, திருப்தி போஜனம் செய்தனர்.

சாப்பாடான பின், ஊட்டுப்புரை அதிகாரியே அவர்களுக்குச் சந்தனாபிஷேகம் செய்து, ஜோடி தாம்பூலமும் விசேஷ தக்ஷிணையும் உதவினார்.

# 1930

தன் கதைகளில் உள்ள கவர்ச்சிக்கு ஓரளவு காரணம், தான் வைத்துக் கொண்ட புனைபெயர்' என்று குறிப்பிட்ட சொ.விருத்தாசலம், 1906--ல் திருநெல்வேலியில் பிறந்தவர். புதுமையான எழுத்தில் பித்துகொண்டதால் 'புதுமைப்பித்தன்' ஆனவர். 'மணிக்கொடி' எழுத்தாளர். கவிதை, விமர்சனக் கட்டுரை, பொதுவான கட்டுரை, மொழிபெயர்ப்புகள் ஆகியவற்றோடு திரைப்படத் துறையிலும் பணியாற்றியவர்.

தியாகராஜ பாகவதர் நடித்த 'ராஜமுக்தி' எனும் படத்தில் (பாகவதர், பானுமதி, ஜானகி ஆகியோர் நடித்தது) திரைக்கதை, வசனப் பொறுப்பு புதுமைப்பித்தனுடையது. 'துன்பக் கேணி', 'சாப விமோசனம்', 'ஞானக் குகை', 'பிரும்ம ராட்சஸ்', 'கடவுளும் கந்தசாமிப் பிள்ளையும்', 'கயிற்றரவு' ஆகிய கதைகள் பலராலும் பாராட்டப்பட்டவை. இவர் எழுதிய நாடகம் 'நாரத ராமாயணம்'. ராமாயணக் கதைப் பின்னணியில் அங்கதமும் நகைச்சுவையும் ததும்ப எழுதப்பட்ட நாடகம் இது. இவர், 1948-ல் காலமானார்.

30-கள். 'மணிக்கொடி' கோலோச்சிய பத்தாண்டு இது. தமிழுக்கு சிறுகதைக் கொடை யளித்த காலகட்டம். சொ.விருத்தாசலம் என்ற இயற்பெயரை 'புதுமைப்பித்தன்'

ஆக்கியதிலேயே அவருடைய பித்து என்னவென்று தெரிந்துபோனது. யாருக்கும், எந்த இலக்கணத்துக்கும் அடங்காத சிறுகதைச் சிங்கமாக இருந்தார் புதுமைப்பித்தன்.

'டாக்டர் சம்பத்' போன்ற சுமாரான துப்பறியும் கதையும், 'பால்வண்ணம் பிள்ளை' போன்ற பெண்ணுரிமைக் கோரும் கதையும் அவர் எழுதினார். 'துன்பக் கேணி' என்ற சிறுகதை, இலங்கைக்குத் தேயிலைத் தோட்ட வேலைக்குப்போன தமிழக மக்களின் சோகத்தைச் சொல்லியது.

'பிரும்ம ராட்சஸ்', 'காஞ்சனை' போன்றவை அமானுஷ்யம் சொல்லி அச்சுறுத்தின. அவர் சோயாபீன்ஸ் பற்றி எழுதினார். சினிமா விமர்சனம் எழுதினார். தினமணியில் உதவி ஆசிரியர் பொறுப்பில் பணியாற்றினார். சினிமாவுக்கு வசனம் எழுதினார். மொழிபெயர்ப்புகள் செய்தார். அவருடைய சமகாலத்தில் எழுதிய கல்கி போன்றோரை விளாசித் தள்ளினார்.

அவருடைய மகத்தான அடையாளமாக இருப்பது அவருடைய எதார்த்த கதைகள்தான். மனித அவலத்தை, அவரைப்போல பகடி செய்தவர்கள் யாருமே இல்லை. 'பொன்னகரம்' என்ற கதையிலே 'ரயில்வேகாரரர்கள், மக்கள் யாரும் உள்ளே வந்துவிடக் கூடாது என்பதற்காகக் கிராதிகள் போட்டிருந்தனர். நம் மக்களோ அந்தக் கிராதி இடைவெளிக்கும் மெலிதாகவே இருந்து சாதாரணமாக உள்ளே நுழைந்து சென்றார்கள்' என்பார்.

'இது, மெஷின் யுகம்', 'மனித யந்திரம்', 'ஒரு நாள் கழிந்தது', 'புதிய நந்தன்', 'துன்பக் கேணி' போன்ற அவருடைய கதைகள் சமூகத்தின் அன்றைய நிலையை நம் கண்முன் நிறுத்துகின்றன. புதுமைப்பித்தன் மாய எதார்த்தவாதம், ஃபேன்டஸி, சரித்திரக் கதை எல்லாவற்றிலும் சாதனைப் படைத்து இருந்தாலும், அவர் எதார்த்த உலகை கண்முன் கொண்டுவந்தவர் என்பதற்காகவே, அவரை எல்லோரும் போற்றுவர். 'மனித யந்திரம்' அத்தகைய ஒரு கதை.

விசுவாசமான ஒரு ஊழியர். கடை முதலாளி, அவரிடம் முழு நிர்வாகத்தையும் ஒப்படைத்திருக்கிறார். காலையில் எட்டு மணிக்குக் கடை திறப்பார். அவர் கடை திறக்கிற நேரத்தைப் பார்த்து உங்கள் கடிகாரத்தை எட்டு மணிக்குத் திருப்பி வைத்துக்கொள்ளலாம் போன்ற சிரத்தையானவர். கணக்கு என்றால், அத்தனை நேர்மையான கணக்கு. அவருடைய குடும்பச் சூழலால், சின்ன சபலம். 'இலங்கை போய்விட்டால் நம் பிரச்னை எல்லாம் தீர்ந்துவிடும்' என்று.

கடையில் இருந்து ஆறு ரூபாயை எடுத்துக்கொண்டு ராமேஸ்வரத்துக்கு ரயில் ஏறுகிறார். ரயிலில், தெரிந்த ஒருவர் பார்த்து சாதாரணமாக, 'என்ன இந்தப் பக்கம்?' என்கிறார். அடுத்த ஸ்டேஷனிலேயே இறங்கி திரும்ப கடைக்கு வந்துவிடுகிறார். அவருடைய ரொட்டீன் வாழ்க்கை தொடர்கிறது. நடுத்தர வர்க்கத்தை ஆட்டிப்படைக்கும்

நேர்மையும் நாணயமும் அதை மீறுவதற்கான சந்தர்ப்பமும்தான் கதையின் அடிநாதம். பாடாய்படுத்தும் இந்தப் போராட்டங்கள்தான் புதுமைப்பித்தன் கதைகளின் சுவாரஸ்யம். இவற்றை அப்படியே போட்டு உடைப்பதில் மனுஷர் கில்லாடி.

'பால்வண்ணம் பிள்ளை' ஓர் அபூர்வம்.

ஆண்களின் விநோத மனப்போக்கு. ஒரு மனைவி, குழந்தைக்குப் பால் இல்லாமல் தன் நகையை விற்று பசு வாங்குகிறாள். அதை அவளே முடிவெடுத்துவிட்டாள் என்பதால், அந்தப் பசுவை உடனே அடிமாட்டு விலைக்கு விற்றுவிடுகிறான் கணவன். பெண்ணின் துயரங்களை பொருட்படுத்தாத ஆண்களின் அசட்டைத்தனம் மிக நுணக்கமாக விவரிக்கப்படும் கதை இது.

இதை அவர் 1934-ல் எழுதினார். இந்தக் கதையில் ஐந்து குழந்தைகளைப் பெற்று போதிய போஷாக்கு இல்லாமல் வளரும் குழந்தைகளைப் பற்றிக் கவலைப்படுவது பெண்ணின் பிரச்னையாகவும், 'மெக்ஸிகோ' எந்தப் பகுதியில் இருக்கிறது என்பதில் ஏற்படும் குழப்பம் ஆணுக்கானதாகவும் காட்டப்படுவதில் புதுமைப்பித்தனின் தனித்தன்மை பளிச்சிடுகிறது.

எல்லா கதைகளிலும் இருக்கும் சோகமும், அதைச் சொல்வதற்கு இவர் பிரயோகிக்கும் நையாண்டி நடையும் வாசகனுக்கு உச்சகட்ட முரண்சுவையை ஏற்படுத்தும். எத்தகைய துயரமான கதையையும் சிரித்துக்கொண்டே படிக்க முடிவதும் சோகத்தை மனதில் கிரகிக்க முடிவதும் எப்படி என்பதுதான் அவருடைய கதைகளின் அடையாளம்.

இவருடைய காலகட்டத்தில், ஒரு டஜன் எழுத்தாளர்கள் தமிழின் மிக முக்கியமான எழுத்தாளர்கள் பட்டியலில் இடம்பெற்றார்கள். 'மணிக்கொடி' என்ற சிற்றிதழ், திறமையான பல எழுத்தாளர்களை அறிமுகப்படுத்தியது. மௌனி, ந.பிச்சமூர்த்தி, பி.எஸ்.ராமையா, கு.ப.ரா., கு.அழகிரிசாமி போன்ற பலர், அதில் எழுதினார்கள். இன்னொரு பக்கம் 'ஆனந்த விகடன்' இதழ் இன்னொருவிதமான கதாசிரியர்களை உருவாக்கியது. கல்கி, அதில் முக்கியமானவர். அறிஞர் அண்ணாவும் அந்தக் காலகட்டத்தில் 'சௌமியன்' என்ற பெயரில் சிறுகதை முயற்சிகளை மேற்கொண்டார். அவர் அரசியல்வாதியாக உயர்ந்தது இலக்கியத்துக்கு இழப்பு என்றுதான் சொல்ல வேண்டும்.

"புரட்சிகரமான கருத்துகளை ஜனரஞ்சக முடிவுகளோடு சொன்னவர்கள் விகடன் கதாசிரியர்களாக இருந்தார்கள்" என்கிறார் சி.சு.செல்லப்பா. தீவிர இலக்கியப்போக்கு கொண்டவர்கள் 'மணிக்கொடி'யில் எழுதினர். மணிக்கொடி, விகடன் கதைகள் என சிறுகதைகளைப் பிரித்துவிட முடியாது. அதிலே ஏகப்பட்ட உட்பிரிவுகள் உண்டு.

மனம் சம்பந்தப்பட்ட போராட்டங்களை, நினைவோட்டங்களை

மௌனி எழுதினார். ஆண்-பெண் உறவுச் சிக்கலை, கு.ப.ரா முன்னிலைப் படுத்தினார். சமூகத்தின் ஏற்றத்தாழ்வில் தென்படும் விநோதங்களை பகடி செய்தார் புதுமைப்பித்தன். அந்த 10 ஆண்டுகள், சிறுகதை உலகின் பிரளயம் என்றுதான் சொல்ல வேண்டும். இதைக் கொஞ்சம் இறுக்கிச் சொல்லவேண்டுமானால் முற்போக்கு, எதார்த்தம், பெண்ணியச் சிக்கல்கள், தலித்தியம் போன்றவை புதுமைப்பித்தன் அணியாகவும், ஃபேன்டஸி, அழகியல், பின்நவீனத்துவம் போன்றவை மௌனி அணியாகவும் பிரிக்கலாம்.

இன்று இருக்கும் அத்தனை இலக்கியப் பிரிவுகளுக்கும் அச்சாரமாக இது இருந்தது, 1930-களில் உருவான இந்த இலக்கியப் பிரிவு. இன்று அந்த இரண்டு இலக்கியக் கிளைகளும் பல்வேறு கிளைகளாகப் பிரிந்து சென்றிருந்தாலும் அடிமரத்தின் இந்த இரண்டு பிரிவிலிருந்து கிளைத்தவைதான் அத்தனையும். அந்த அணிகளுக்கு அவர்களே அறியாமல் தலைமை தாங்கியவர்களாக புதுமைப்பித்தனும் மௌனியும் உள்ளனர்.

# புதுமைப்பித்தன்
## 1906 - 1948
## பால்வண்ணம்பிள்ளை

**பா**ல்வண்ணம் பிள்ளை, கலெக்டர் ஆபீஸ் குமாஸ்தா. வாழ்க்கையே தஸ்தாவேஜிக் கட்டுகளாகவும், அதன் இயக்கமே அதட்டலும் பயமுமாகவும், அதன் முற்றுப்புள்ளியே தற்பொழுது 35 ரூபாயாகவும் அவருக்கு இருந்து வந்தது. அவருக்குப் பயமும், அதனால் ஏற்படும் பணிவும் வாழ்க்கையின் சாரம். அதட்டல் அதன் விதிவிலக்கு.

'பிராணி நூல்', மிருகங்களுக்கு, முக்கியமாக முயலுக்கு நான்கு கால்கள் என்று கூறுமாம். ஆனால், பால்வண்ணம் பிள்ளையைப் பொறுத்தவரை அந்த அபூர்வப் பிராணிக்கு மூன்று கால்கள்தான். சித்த உறுதி, கொள்கையை விடாமை இம்மாதிரியான குணங்கள் எல்லாம் படைவீரனிடமும், சத்தியாக்கிரகிகளிடமும் இருந்தால் பெருங்குணங்களாகக் கருதப்படும். அது போயும் போயும் ஒரு கலெக்டர் ஆபீஸ் குமாஸ்தாவிடம் தஞ்சம் புகுந்தால் அசட்டுத் தனமான பிடிவாதம் என்று கூறுவார்கள்.

பால்வண்ணம் பிள்ளை, ஆபீஸில் பசு; வீட்டிலோ ஹிட்லர். அன்று கோபம். ஆபீஸிலிருந்து வரும்பொழுது- ஹிட்லரின் மீசை அவருக்கு இல்லாவிட்டாலும், -உதடுகள் துடித்தன. முக்கியமாக, மேலுதடு துடித்தது. காரணம், ஆபீஸில் பக்கத்துக் குமாஸ்தாவுடன்

ஒரு சிறு பூசல். இவர் மெக்ஸிகோ, தென் அமெரிக்காவில் இருக்கிறதென்றார். இவருடைய நண்பர், 'பூகோள சாஸ்திரம் வேறு மாதிரிக் கூறுகிறது' என்றார். பால்வண்ணம் பிள்ளை தமது கட்சியை நிரூபிப்பதற்காக வெகுவேகமாக வீட்டிற்கு வந்தார்.

பால்வண்ணம் பிள்ளைக்கும் அவருடைய மனைவியாருக்கும் கர்ப்பத் தடையில் நம்பிக்கை கிடையாது. அதன் விளைவு வருஷம் தவறாது ஒரு குழந்தை. தற்பொழுது பால்வண்ண சந்ததி நான்காவது எண்ணிக்கை; பிறகு வருகிற சித்திரையில் நம்பிக்கை.

இப்படிப்பட்ட குடும்பத்தில் பால்வண்ணக் 'கொடுக்கு'கள் 'பேபி ஷோ'க்களில் பரிசு பெறும் என்று எதிர்பார்க்க முடியாது. பால்வண்ணம் பிள்ளையின் சகதர்மிணி, உழைப்பிலும் பிரசவத்திலும் சோர்ந்தவள். தேகத்தின் சோர்வினாலும், உள்ளத்தின் களைப்பினாலும் ஏற்பட்ட பொறுமை.

கைக்குழந்தைக்கு முந்தியது சவலை. கைக்குழந்தை பலவீனம். தாயின் களைத்த தேகம், குழந்தையைப் போஷிக்கச் சக்தியற்று விட்டது. இப்படியும் அப்படியுமாக, தர்ம ஆஸ்பத்திரியின் மருந்து தண்ணீரும், வாடிக்கைப் பால்காரனின் கடன் பாலுமாக, குழந்தைகளைப் போஷித்து வருகிறது. அந்த மாதம் பால் 'பட்ஜெட்' -எப்பொழுதும்போல் நான்கு ரூபாய் மேலாகிவிட்டது.

இம்மாதிரியான நிலைமையில் பால் பிரச்னையைப் பற்றி பால்வண்ணம் பிள்ளையின் சகதர்மிணிக்கு ஒரு யுக்தி தோன்றியது. அது ஒன்றும் அதிசயமான யுக்தியல்ல. குழந்தைகளுக்கு உபயோகமாகும்படி ஒரு மாடு வாங்கிவிட்டால் என்ன என்பதுதான்.

தெய்வத்தின் அருளைத் திடீரென்று பெற்ற பக்தனும், புதிதாக ஓர் உண்மையைக் கண்டுபிடித்த விஞ்ஞானியும், 'சும்மா' இருக்க மாட்டார்கள். சளசளவென்று கேட்கிறவர்கள் காது புளிக்கும்படி சொல்லிக் கொட்டிவிடுவார்கள். பால்வண்ணம் பிள்ளையின் மனைவிக்கும் அதே நிலை ஏற்பட்டது.

பிள்ளையவர்கள் வீட்டிற்கு வரும்பொழுது, அவர் ஸ்கூல் ஃபைனல் வகுப்பில் உபயோகித்த பூகோளப் படம் எங்கு இருக்கிறது, மாடியிலிருக்கும் ஷெல்பிலா அல்லது அரங்கிலிருக்கும் மரப் பெட்டியிலா என்று எண்ணிக்கொண்டு வந்தார்.

வீட்டிற்குள் ஏறியதும், "ஏளா! அரங்குச் சாவி எங்கே?" என்று கேட்டுக்கொண்டே மாடிக்குச் சென்று ஷெல்பை ஆராய்ந்தார்.

அவர் மனைவி சாவியை எடுத்துக்கொண்டு பின் தொடர்ந்தாள். அவளுக்கு, பால் நெருக்கடியை ஒழிக்கும் மாட்டுப் பிரச்னையை அவரிடம் கூற வேண்டும் என்று உதடுகள் துடித்துக்கொண்டிருந்தன. ஆனால், மெக்ஸிகோ பிரச்னையில் ஈடுபட்டிருக்கும் பால்வண்ணம் பிள்ளையின் மனம் அதை வரவேற்கும் நிலையில் இல்லை.

"என்ன தேடுதிய?" என்றாள்.

"ஒரு பொஸ்தகம். சாவி எங்கே?"

"இந்தாருங்க. ஒங்ககிட்ட ஒண்ணு சொல்லுணுமே! இந்தப் புள்ளைகளுக்குப் பால் செலவு சாஸ்தியா இருக்கே! ஒரு மாட்டெத்தான் பத்து நூறு குடுத்து புடிச்சிப்புட்டா என்ன?" என்றாள்.

"இங்கே வர வேண்டியதுதான், ஒரே ராமாயணம். மாடு கீடு வாங்க முடியாது. எம் புள்ளெய நீத்தண்ணியை குடிச்சு வளரும்!" என்று சொல்லிவிட்டார். மெக்ஸிகோ வட அமெரிக்காவிலிருந்தால் பிறகு ஏன் அவருக்குக் கோபம் வராது?

பால் பிரச்னை அத்துடன் தீர்ந்துபோகவில்லை. அவர் மனைவியின் கையில் இரண்டு கெட்டிக் காப்பு இருந்தது. அவளுக்குக் குழந்தையின் மீதிருந்த பாசத்தினால், அந்தக் காப்புகள் மயிலைப் பசுவும் கன்றுக்குட்டியுமாக மாறின.

இரண்டு நாள் கழித்துப் பால்வண்ணம் பிள்ளை ஆபீஸிலிருந்து வந்து புறவாசலில் கை கழுவச் சென்றபொழுது, உரலடியில் கட்டியிருந்த கன்று, வைக்கோலை அசை போட்டுக்கொண்டிருக்கும் மாட்டைப் பார்த்து 'அம்மா' வென்று கத்தியது.

"ஏளா?" என்று கூப்பிட்டார்.

மனைவி சிரித்துக்கொண்டே - உள்ளுக்குள் பயம்தான் -- வந்தாள்.

"மாடு எப்பொழுது வந்தது? யார் வாங்கிக் கொடுத்தா?" என்றார்.

"மேலவீட்டு அண்ணாச்சி வாங்கித் தந்தாஹ. பாலு ஒரு படி கறக்குமாம்!" என்றாள்.

"உம்" என்றார்.

அன்று புதுப்பால், வீட்டுப் பால் காப்பி கொண்டுவந்து வைத்துக் கொண்டு கணவரைத் தேடினாள். அவர் இல்லை.

அதிலிருந்து பிள்ளையவர்கள் காப்பியும் மோரும் சாப்பிடுவதில்லை.

அவர் மனைவிக்கு மிகுந்த வருத்தம். ஒரு பக்கம் குழந்தைகள். மற்றொரு பக்கம் புருஷன் என்ற குழந்தை. 'வம்சவிருத்தி' என்ற இயற்கை விதி அவளை வென்றது.

இப்படிப் பதினைந்து நாட்கள்.

மாட்டை என்ன செய்வது?

அன்று இரவு எட்டு மணி இருக்கும். பால்வண்ணம் பிள்ளையும் சுப்புக் கோனாரும் வீட்டினுள் நுழைந்தார்கள்.

"மாட்டைப் பாரும். இருபத்தஞ்சி ரூபா!" என்றார்.

"சாமி! மாடு அறுபது ரூபாய் பெறுமே!" என்றார் சுப்புக் கோனார்.

"இருபத்தைந்துதான். உனக்காக முப்பது ரூபாய் என்ன? இப்பொழுதே பிடித்துக்கொண்டு போக வேண்டும்!"

"சாமி! ராத்திரியிலா? நாளைக்கு விடியன்னே பிடிச்சிக்கிறேன்!" என்றார் சுப்புக் கோனார்.

"உம் இப்பவே!" - மாட்டையவிழ்த்தாய் விட்டது.

மனைவி, "மாடு எழுபது ரூபாயாயிற்றே, குழந்தைகளுக்குப் பாலாயிற்றே" என்று தடுத்தாள். மேலும் வரும்படி வேறு வருகிறதாம்.

"என் புள்ளைகள் நீத்தண்ணிக் குடிச்சு வளர்ந்துக்கிடும்" என்றார் பிள்ளை.

சுப்புக் கோனார் மாட்டை அவிழ்த்துக்கொண்டு போகும் பொழுது, மூத்த பையன், "அம்மா! என் கன்னுக்குட்டி!" என்று எழுந்து உட்கார்ந்துகொண்டு அழுதான்.

"சும்மா கெட, சவமே!" என்றார் பால்வண்ணம் பிள்ளை.

- மணிக்கொடி, 30-.12.-1934

# 1940

இவருடைய கதைகள் எதார்த்த உலகைச் சித்திரிப்பவைதான். 'மௌனி, கு.ப.ரா., லா.ச.ரா., போன்றோரின் கதைகள் கதைகளே இல்லை' என்று இலக்கிய உலகில் அதிர்ச்சி அலைகள் ஏற்படுத்தினார். அதில் இருந்தே இவருடைய கதைகள் மக்களின் பிரச்னைகளை நேரடியாக விளக்க முற்பட்டவை என்பதை எளிதில் உணரலாம். வறுமை ஏற்படுத்தும் தாக்கம் பற்றிய எழுத்து இவருக்கு வெகு லாகவமாகக் கைவந்தது. பொதுவாக, தான் வாழும் சூழலை எழுத்தாளன் மிகச் சிறப்பாக வெளிப்படுத்துகிறான்.

பத்திரிகையாளனாகப் பல இதழ்களில் பணிபுரிந்தவர்

கு.அழகிரிசாமி. மலேசியா வரை சென்று பத்திரிகை தொழில் பார்த்த எழுத்தாளர். பத்திரிகையாளனாக காலம் தள்ளுவது

புறப் போராட்டமாக இருந்தது என்றாலும், எழுத்தாளனாகத் தன்னை நிலைநிறுத்திக் கொள்வதுதான் இவருடைய அகப் போராட்டமாக இருந்தது. இந்தப் பின்னணியிலேயே அவருடைய கதைகளின் எதார்த்தத்தைப் பார்க்க முடிகிறது. விரும்பிய வாழ்க்கையை அடைவதில் பொருளாதாரம் ஏற்படுத்தும் தடைக்கற்களை அவர்

படைப்புகளாகச் சித்திரித்தார். அதிலும் குழந்தைகள் உலகம் இவருடைய கதைகளின் அலாதி. தாயின் அன்பு, பல கதைகளில் சொல்லப்பட்டு இருக்கின்றன. அதை வலியுறுத்திச் சொல்லும்போது கதையில் சற்றே நாடகத்தன்மை மிகுந்துவிடுவதாகவும் சொல்லப்படுவதுண்டு.

'இருவர் கண்ட ஒரே கனவு!' என்ற இவருடைய சிறுகதை, வறிய தாய் ஒருத்தியின் கதை. அவளுக்கு, இரண்டு குழந்தைகள். பசி, பஞ்சம். அவள் இறந்துபோகிறாள். அம்மாவுக்கு முதல் முறையாக, புதிய வெள்ளைப் புடவை ஒன்றைப் போர்த்தி அழைத்துச் செல்கிறார்கள். அடுத்த நாள் இரவு, 'குளிரில் வாடும் இரண்டு குழந்தைகளையும் அவர்களின் தாய் அந்த வெள்ளைப் புடவையால் போர்த்தி உணவூட்டுகிறாள்.' இரண்டும் திடுக்கிட்டு விழித்துப் பார்க்கின்றன. குழந்தைகள் எதற்காக அழுகின்றன என அக்கம்பக்கம் உள்ளவர் பதறுகின்றனர். இரண்டு குழந்தைகளும் கண்டது ஒரே கனவுதான் என அவர்களால் உணர முடியுமா..? என கதை முடியும்.

'ராஜா வந்திருக்கிறார்', இதேபோல குழந்தைகளை மையப்படுத்தி எழுதப்பட்ட கதையே. அவருடைய சிறந்த கதை என்று எல்லோராலும் சிலாகிக்கப்பட்டது. அவரே அதை ஓர் இடத்தில் 'நான் எழுதிய சிறந்த கதை என, 'ராஜா வந்திருக்கிறார்' கதையை எல்லோரும் சொல்வார்கள்' என்று குறிப்பிட்டிருக்கிறார்.

அந்தக் கதையில் குழந்தைகளின் உலகம், சிறப்பாகச் சித்திரிக்கப்பட்டிருக்கும். பணக்கார வீட்டுப் பையனுக்கும், ஏழை வீட்டுப் பையனுக்கும் ஒரு போட்டி நடக்கும். அவர்கள் வைத்திருக்கும் புத்தகத்தில் படங்கள் இடம்பெற்று இருப்பது எத்தனை என்பதுதான் போட்டி. இருவரும் புத்தகத்தின் ஒவ்வொரு பக்கமாகப் புரட்டுவார்கள். பணக்கார வீட்டுப் பையன் வைத்திருக்கும் புத்தகத்தில், பக்கத்துக்கு ஒரு படம் இடம்பெற்றிருக்கும். ஏழைப் பையனின் புத்தகத்தில் படங்கள் குறைவு. பணக்கார வீட்டுப் பையன் ஜெயிப்பான்.

தீபாவளி நேரம். ஏழை வீட்டுப் பையன் வீட்டில், அநாதைச் சிறுவன் ஒருவன் படுத்துக்கிடப்பான். பண்டிகை நாளில் ஒரு சிறுவன் இப்படி கஷ்டப்படுவதை பொறுக்கமாட்டாத அந்த ஏழைப் பையனின் அம்மா, அவனை அழைத்துக் குளிப்பாட்டி புதுத் துண்டு அணியக் கொடுத்து, சாப்பாடு போடுவார்.

பணக்காரப் பையன் வீட்டுக்கு அவனுடைய அக்கா வீட்டுக்காரர் வந்திருப்பார். ஊரே 'ராஜா வந்திருக்கிறார்' என்று பரவசப்படும். பணக்கார வீட்டுப் பையன், "எங்க வீட்டுக்கு ராஜா வந்திருக்கிறார்" என்பான் பெருமையாக.

ஏழைச் சிறுவன் சொல்லுவான், "எங்க வீட்டுக்கும்தான்."

சிறுவர்கள் பங்காற்றும் இந்தக் கதைகள் சிறுவர்களுக்கு மட்டுமானதா? சிறுவர்கள், பெரியவர்களுக்கு நிகழ்த்தும் பாடம்

அல்லவா? அதுதான் கு.அழகிரிசாமியின் சாமர்த்தியம். இவர் காலத்தில் கு.ப.ராஜகோபாலன், சி.சு.செல்லப்பா, லா.ச.ராமாமிர்தம் போன்ற பலர், சிறுகதை எழுதி வந்தனர். தமிழின் மிக முக்கியமானவர்களும்கூட. வை.மு.கோதைநாயகி அம்மாள் இதே காலகட்டத்தில் ஏராளமான கதைகள் எழுதியவர்.

# கு.அழகிரிசாமி
## 1923 - 1970
## ராஜா வந்திருக்கிறார்

"எனக்கு சில்க் சட்டை இருக்கே, உனக்கு இருக்கா!?" என்று கெட்டிக்காரத் தனமாகக் கேட்டான் ராமசாமி.

செல்லையா பதில் சொல்லத் தெரியாமல் விழித்துக் கொண்டிருந்தான்; தம்பையா ஆகாயத்தைப் பார்த்து யோசனை செய்தான்; மங்கம்மாள் மூக்கின்மேல் ஆள்காட்டி விரலை வைத்துக்கொண்டும் கண்ணை லேசாக மூடிக்கொண்டும், லேசாக யோசனை செய்தாள். அந்த மூவரும் ராமசாமியின் கேள்விக்கு என்ன பதில் சொல்லப்போகிறார்கள் என்று ஆவலோடு எதிர்பார்த்துக் கொண்டிருந்தார்கள் மற்றப் பிள்ளைகள்.

அன்று பள்ளிக்கூடத்திலிருக்கும்போது ராமசாமிக்கும் செல்லையாவுக்கும் இடையே ஒரு போட்டி நடந்தது. ராமசாமி, தன் 'ஐந்தாம் வகுப்பிற்குரிய இந்திய தேச சரித்திரப் புத்தகத்தை எடுத்து வைத்துக்கொண்டான். செல்லையா, அந்த வருடம் இந்திய தேச சரித்திரம் வாங்கவில்லை; அதனால் தன்னிடமுள்ள ஒரு சிவிக்ஸ் புத்தகத்தை எடுத்து வைத்துக் கொண்டான். இருவரும் படப்போட்டியை ஆரம்பித்துவிட்டார்கள்.

ராமசாமி, தன் புத்தகத்தை முதலிலிருந்து ஒவ்வொரு தாளாகத் திருப்புவான்; படம்

இருக்கும் பக்கத்தைச் செல்லையாவுக்குக் காட்டி, "இதோ, இந்தப் படத்துக்குப் பதில் படம் காட்டு" என்பான். செல்லையா, தன் புத்தகத்தைத் திறந்து அதில் உள்ள ஒரு படத்தைக் காட்டுவான்; பிறகு, இருவருமே புத்தகத்தைப் பக்கம் பக்கமாகப் புரட்டுவார்கள். யாராவது ஒருவருடைய புத்தகத்தில் அடுத்த படியாகப் படம் வரும். உடனே, அந்தப் படத்துக்கு அடுத்தவன் பதில் படம்காட்ட வேண்டும். இவ்விதமாக பதிலுக்குப் பதில் படம் காட்டியவண்ணம் புத்தகம் முழுவதையும் புரட்டுவார்கள்.

எவன் புத்தகத்தில் அதிகப் படங்கள் இருக்கின்றனவோ, அவன் ஜெயித்துவிடுவான்; மற்றவன் தோற்றுப்போவான். உடனே ஜெயித்தவன், "உனக்குப் படம் காட்ட முடியல்லே! தோத்துப் போயிட்டியே!" என்று பரிகாசம் செய்வான். இந்த மாதிரியான படப் போட்டிதான் அன்றும் நடந்துகொண்டிருந்தது.

போட்டி, பாதியில் நிற்கிறது. அந்தச் சமயத்தில் ஐந்தாம் வகுப்புக் கணக்கு வாத்தியார் வந்துவிட்டார். அந்தக் கணக்கு வாத்தியார் மிகவும் கெடுபிடியானவர். அவர் வகுப்பில், பையன்கள் வெளியே தெரியாமல் விளையாடிக்கொண்டிருக்க முடியாது. தவிரவும் கணக்குப் போடும்போது, பென்சிலும் கையுமாக இருக்க வேண்டும். இதில், 'படப்போட்டி' நடத்துவது எப்படி?

வாத்தியார் வந்ததும் இருவருடைய போட்டியும் நின்றுவிட்டது. கடைசியில், சாயங்காலம் பள்ளிக்கூடம்விட்டு வெளியே வந்தபிறகு, ஒரு வேப்ப மரத்தின் அடியில் நின்று இருவரும் அந்தப் போட்டியை நடத்தினார்கள்.

ராமசாமியின் சரித்திரப் புத்தகத்தில் பாதிதான் தாண்டியிருக்கும்; ஆனால், செல்லையாவின் சிவிக்ஸ் புத்தகம் முடிந்துவிட்டது. செல்லையா தோற்றுப்போய்விட்டான். பக்கத்தில் நின்ற பிள்ளைகள் அவனைக் கேலி செய்தார்கள். தங்கள் அண்ணன் தோற்றுப்போனதைக் கண்டு, தம்பையாவுக்கும் மங்கம்மாளுக்கும் சொல்லமுடியாத வருத்தம்.

அந்த இடத்தைவிட்டு எல்லோரும் வீட்டுக்குப் போகப் புறப்பட்டார்கள். நடந்து செல்லும்போதே, படப் போட்டி வேறோர் அவதாரம் எடுக்கத் தொடங்கியது. 'எங்கள் வீட்டில் அது இருக்கே; உங்கள் வீட்டில் இருக்கா?' என்று இருவரும் ஒருவரிடம் ஒருவர் கேட்க ஆரம்பித்தனர். இந்தப் புதுப் போட்டியின் கடைசிப் பகுதியில்தான் ராமசாமி, "எனக்கு சில்க் சட்டை இருக்கே, உனக்கு இருக்கா?" என்று கேட்டான். வேப்ப மரத்தைவிட்டு, அரை பர்லாங் தூரத்திலுள்ள பார்வதியம்மன் கோவில் பக்கமாக வந்தாகிவிட்டது. இன்னும் செல்லையாவோ தம்பையாவோ, ராமசாமிக்கு பதில் சொல்லவில்லை. ஆனால், மங்கம்மாள் திடீரென்று எல்லோரையும் இடித்துத் தள்ளிக்கொண்டு, ராமசாமியின் முன்னாள் வந்து நின்றாள். குழந்தைகள் எல்லோரும் மங்கம்மாவையே கவனித்துக் கொண்டிருந்தார்கள்.

அவள், ரேகை சாஸ்திரியிடம் காட்டுவதுபோலக் கையை வைத்துக்கொண்டு, "ஐயோ! சில்க் சட்டை எதுக்காம்? ஹூம், லேசாச் சருகு மாதிரி இருக்கும். சீக்கிரம் கிழிஞ்சிபோகும். (செல்லையாவின் சட்டையைக் காட்டி) இதுதான் கனமாயிருக்கு. ரொம்ப நாளைக்குக் கிழியாமே இருக்கும். நல்லாப்பாரு!" என்று மிக மிகப் பரிகாசமாகச் சொல்லிவிட்டு செல்லையாவின் பக்கத்தில் வந்து நின்றாள்.

ராமசாமி, திகைத்து நின்றுவிட்டான். முதல் வகுப்பில் படிக்கும் மங்கம்மாள், ஐந்தாம் வகுப்பில் படிக்கும் தன்னை இப்படித் தோற்கடித்துவிட்டாளே என்று சங்கடப்பட்டான். பிள்ளைகள் ராமசாமியைப் பார்த்து, "தோத்துப் போயிட்டியா!" என்று ஏளனம் பண்ணினார்கள்.

மங்கம்மாள், செல்லையாவின் சட்டையைப் பிடித்துக்கொண்டு, அவனை ஒட்டி உரசி நின்றுகொண்டாள். நடக்கும்போதும் அப்படியே நடந்து வந்தாள். அவள் மனதிற்குள்ளே ஒரு பெருமிதம்.

ராமசாமி, அடுத்தக் கேள்வியைப் போட்டான்: "எங்கள் வீட்டிலே ஆறு பசு இருக்கு; உங்க வீட்டிலே இருக்கா?"

இதற்குச் செல்லையா பதில் சொல்லவில்லை; மங்கம்மாளும் பதில் சொல்லவில்லை. தம்பையா, "இவுஹதான் பணக்காரராம்! அதுதான் ரொம்பப் பெருமை, ஹூம்! பெருமை பீத்திக்கலாம்...!" என்று சொல்லி நிலைமையைச் சமாளிக்க முயன்றான். அது முடியவில்லை. அந்தச் சமயத்தில் செல்லையா, "அது சரி, எங்க வீட்டிலே ஒன்பது கோழி இருக்கு, உங்க வீட்டிலே இருக்கா?" என்று ஒரு போடு போட்டான்.

ராமசாமியும் தயங்கவில்லை, "நாங்கள் உங்களைப்போலக் கோழி அடிச்சுச் சாப்பிடமாட்டோம். நாங்க எதுக்குக் கோழி வளக்கணும்? அதுதான் எங்க வீட்டிலே கோழி இல்லே" என்றான்.

"அதெல்லாம் சும்மா. ஒன்பது கோழி இருக்கா, இல்லையா?" என்று ஒரே பிடிவாதமாகக் கேட்டான் செல்லையா.

ராமசாமிக்கு, பதில் சொல்ல முடியவில்லையே என்றுகூட வருத்தமில்லை; மற்றப் பிள்ளைகள் எல்லோரும் ஒன்றுகூடிக் கொண்டு அவனைப் பரிகாசம் செய்வதை அவனால் தாங்க முடியவில்லை. அழுகை வரும்போல இருந்தது. அதனால் எல்லோரையும்விட வேகமாக நடக்க ஆரம்பித்தான். மற்றப் பிள்ளைகளும் அதே வேகத்தில் நடந்தார்கள். சிறு குழந்தையாக இருக்கும் மங்கம்மாள், அதே வேகத்தில் நடக்க முடியாது அதனால் ஓடினாள்.

சிற்சில குழந்தைகள் தங்கள் தங்கள் வீட்டுக்கு நேராக வந்த மாத்திரத்தில் கூட்டத்திலிருந்து விலகி, வீட்டுக்குப் போய்விட்டார்கள். கூட்டம் குறையக் குறைய ராமசாமியின் அவமானமும் குறைந்துகொண்டு வந்தது.

மேலத் தெருவுக்குள் நுழையும்போது, ராமசாமியும் அவனுடைய

தமிழ்மகன் | 75

எதிர்க்கட்சியைச் சேர்ந்த மூவரும்தான் மிஞ்சினார்கள். ஏனென்றால், அந்தக் குக்கிராமத்துப் பள்ளிப் பிள்ளைகளில், இவர்களுடைய வீடுகள்தான் மேலத் தெருவில் இருந்தன.

ராமசாமியின் வீடு, முதலாவதாக வந்தது. 'தப்பித்தோம் பிழைத்தோம்' என்று வீட்டுக்குள்ளே பாய்ந்தான் ராமசாமி. உடனே, வீதியில் நின்ற அந்த மூவரும், "தோத்தோ நாயே!" என்று திரும்பத் திரும்பச் சொல்லிக்கொண்டும், கையால் சொடுக்குப் போட்டுக்கொண்டும் நின்றார்கள்.

அப்போது வீட்டுக்குள்ளிருந்து ஒரு மீசைக்காரன் தலைப்பாக் கட்டுடன் வெளியே வந்தான். அவன் ராமசாமியின் வீட்டு வேலைக்காரர்களில் ஒருவன். குழந்தைகள் மூவரும், கிழிந்துபோன அழுக்குத் துணியுடனும் பரட்டைத் தலையுடனும் தெருவில் நின்று, ஒரே குரலில் 'தோத்தோ நாயே!' என்று சொல்வதைப் பார்த்து, "சீ, கழுதைகளா... போறீகளா! என்னமும் வேணுமா?" என்று அதட்டினான். மூன்று பேரும் நாலுகால் பாய்ச்சலில் ஓடிவிட்டார்கள்.

அவர்கள் போனபிறகு, "பிச்சைக்காரக் கழுதை! தோத்தோ..! நாயே..! கழுதை! என்று தனக்குத்தானே ஏகத்தாளமாச் சொல்லிக் கொண்டு, தன் வேலையைக் கவனிக்கப் போனான்.

செல்லையா, தம்பையா, மங்கம்மாள்- மூன்று பேரும் நெஞ்சோடு புத்தகக் கட்டுகளை அணைத்துக்கொண்டு வீடு சேரும்போது, அவர்களுடைய தாயார் தாயம்மாள், வாசல் பெருக்கித் தண்ணீர் தெளித்துக்கொண்டிருந்தாள்.

மங்கம்மாள் ஒரே ஓட்டமாக ஓடி, 'அம்மா..!' என்று தாயம்மாளைப் பின்புறமாகக் கட்டிக்கொண்டாள்.

குனிந்து வாசல் தெளித்துக்கொண்டிருந்த தாய் செல்லமாக, "ஐயோ..! இது என்னடா இது!" என்று முகத்தைச் சுளித்துக் கொண்டு அழுவதுபோலச் சிரித்தாள்! அம்மா 'அழுவ'தைக் கண்டு மங்கம்மாளுக்கு அடக்க முடியாதபடி சிரிப்பு வந்தது.

"ஐயா வந்துட்டாரா அம்மா?" என்று தம்பையா கேட்டான். அப்பாவைத்தான் 'ஐயா' என்று அந்தக் கிராமத்துப் பிள்ளைகள் குறிப்பிடுவார்கள்.

"வரலையே!" என்று பொய் சொல்லிவிட்டு, பொய்ச் சிரிப்பும் சிரித்தாள் தாயம்மாள்.

"நிஜம்ம்ம்மா?" என்று கேட்டான் தம்பையா.

"நிஜம்ம்ம்மாதான்!" என்று சொன்னாள் தாயம்மாள். அப்புறம் சிரித்தாள்.

மங்கம்மாள், விறுவிறு என்று அம்மாவுக்கு முன்னாள் வந்து நின்றாள். வலது கையிலிருந்து புத்தகக்கட்டை இடது கையில்

இடுக்கிக்கொண்டாள். வலது கையின் ஆள்காட்டி விரலை மூக்கின் மேலும், புருவங்களுக்கு மத்தியிலும் வைத்துக்கொண்டு, முகத்தையும் ஒரு பக்கமாகத் திருப்பிக்கொண்டு, “அம்மா..! எனக்குத் தெரிஞ்சு போச்சு..! நீ பொய் சொல்றே! ஐயா வந்துட்டாரு!” என்று நீட்டி நீட்டிச் சொன்னாள்.

தாயம்மாளுக்கு ஆனந்தம் தாங்க முடியவில்லை. பல்லை இறுகக் கட்டிக்கொண்டு, “போக்கிரிப் பொண்ணு!” என்று மங்கம்மாளின் கன்னத்தைக் கிள்ளினாள்.

செல்லையா மிகவும் ஆழமான குரலில், “ஐயா வரல்லையாம்மா?” என்று கேட்டான். அவன் குரலில் சோகம் ததும்பி, ஏமாற்றம் இழையோடியிருந்தது.

தாயம்மாள் வீட்டிற்குள் நுழைந்தாள். மூளையிலிருந்த ஒரு ஜாதிக்காய்ப் பெட்டியைச் சுட்டிக்காட்டி, “அந்தப் பெட்டியைத் திறந்து பாரு, மங்கம்மா” என்றாள்.

மூவருமே ஓடிப்போய்ப் பெட்டியைத் திறந்தனர்.

பெட்டிக்குள்ளே இருந்த ஜவுளிப் பொட்டணத்தை வெளியே எடுத்து அவிழ்த்துப் பார்த்தனர். மறுநாள் விடிந்த பிறகு ஆரம்பமாகும் தீபாவளி, குழந்தைகளுக்கு அப்பொழுதே ஆரம்பித்துவிட்டது. ஒரே குதூகலம்! ஒவ்வொரு துணியாக எடுத்து, ‘இது யாருக்கு... இது யாருக்கு..!’ என்று இனம் பிரித்துப் பார்த்துக் கொண்டிருந்தனர்.

பொட்டணத்தில் இரண்டு மல் பனியன்களும், இரண்டு கால் சட்டைகளும், ஒரு பாவாடையும், பச்சை நிறத்தில் ஒரு சட்டையும், நான்கு முழ ஈரிழைச் சிட்டைத் துண்டு ஒன்றும் இருந்தன. துண்டைத் தவிர மற்ற உருப்படிகள் இன்னின்னாருக்குத்தான் என்று குழந்தைகளே பங்கு போட்டுவிட்டார்கள். துண்டு, யாரைச் சேருவது என்று தெரியவில்லை.

உடனே செல்லையா கேட்டான்: “துண்டு யாருக்கும்மா?”

“ஐயாவுக்கு” என்றாள் தாயம்மாள்.

“அப்படின்னா உனக்கு?” என்று மங்கம்மாள் கேட்டாள்.

தாயம்மாள் சிரித்துக்கொண்டு, “எனக்குத்தான் ரெண்டு சீலை இருக்கே. இன்னும் எதுக்கு? எல்லோரும் புதுத் துணி எடுக்க நாம என்ன பணக்காரரா?”

“ஐயாவுக்கு மட்டும் பிறகு புதுத் துண்டு எதுக்காம்?” என்றாள் மங்கம்மா.

“வாயாடி! வாயாடி! ஐயாவுக்கு ஒரு துண்டுகூட இல்லே. துண்டு இல்லாமே எத்தனை நாளைக்குப் பழைய வேட்டியை உடம்பிலே போட்டுக்கிட்டு அலையறது?” என்று சொல்லிவிட்டு, மங்கம்மாளைத் தூக்கி மடியில் வைத்துக்கொண்டாள் தாய்.

அந்தி மயங்கி, இருட்டத் தொடங்கியது. விளக்கேற்றுவதற்காகத் தாயம்மாள் எழுந்தாள். விளக்கேற்றிவிட்டுக் குழந்தைகளை வெந்நீரில் குளிப்பாட்டிவிட்டாள். ஐப்பசி மாதமானதால் அநேகமாக நாள் தவறாமல் மழை பெய்திருந்தது. பூமி குளிர்ந்து ஜில்லிட்டுவிட்டது. காற்றும் ஈரக்காற்று. இதனால் வெந்நீரில் குளித்துவிட்டு வந்த குழந்தைகளை ஈரவாடை அதிக வேகத்துடன் தாக்கியது. எல்லோரும் குடுகுடு என்று முற்றத்திலிருந்து வீட்டுக்குள்ளே ஓடிவந்துவிட்டார்கள்.

குழந்தைகள் சாப்பிடும்போதுதான், அவர்களுடைய அப்பா பக்கத்துக் கிராமத்துக்கு ஒரு தூர பந்துவின் திடீர் மரணத்தை முன்னிட்டுச் சென்றிருப்பதாகவும், மறுநாள் மத்தியானத்துக்குள் வந்துவிடுவார் என்றும், வரும்வரை காத்திருக்காமல் குழந்தைகளோடு தீபாவளி கொண்டாடிவிட வேண்டும் என்று அவர் சொல்லிவிட்டுப் போயிருப்பதாக, தாய் தெரிவித்தாள்.

சாப்பாடு முடிந்தது. இரவுப் பாடம் படிக்க மாடக்குழியில் இருந்த அகல்விளக்கைத் தூண்டிவிட்டுக்கொண்டு அதன் முன்னால் மூன்று பெரும் உட்கார்ந்தார்கள்.

தாயம்மாள் சாப்பிட்டுவிட்டு, எச்சில் கும்பாக்களைக் கழுவ முற்றத்துக்கு வந்தாள். முற்றத்தின் மூலையில் கொஞ்ச தூரத்துக்கு அப்பால் முருங்கை மரம் ஒன்று உண்டு. அதன் நிழலில் கறுப்பாக ஓர் உருவம் தெரிந்தது. பக்கத்து வீட்டு நாயாக இருக்கும் என்று நினைத்து உள்ளே வந்துவிட்டாள்.

மண் தரையில் முந்தானையை விரித்து ஒருக்களித்துப் படுத்துக்கொண்டு, குழந்தைகள் உரக்கச் சத்தம்போட்டுப் பாடம் படிப்பதைக் கேட்டுக்கொண்டிருந்தாள் தாய். சிறிது நேரத்தில், ‘தரை என்னமாக் குளுருது! ராத்திரி எப்படிப் படுத்துக்கிடுறது?’ என்று தனக்குத்தானே சொல்லிக்கொண்டே எழுந்து உட்கார்ந்தாள். அவளுடைய உடம்பு அவளுடைய ஸ்பரிசத்துக்கே ‘ஜில்’ லென்றிருந்தது.

தம்பையா, அண்ணனைப் பார்த்து, “துணைக்கு வர்ரயா?” என்று கூப்பிட்டான். இருட்டானதால் வீட்டு முற்றத்துக்குப் போய் ஒன்றுக்குப் போய்விட்டுவர அவனுக்கு பயம். செல்லையா துணைக்குப் போனான். இந்தச் சிறுவர்களின் கண்ணிலும் முருங்கை மரத்தடியில் இருந்த கறுப்பு உருவம் தென்பட்டது. அதைப் பார்த்து பயந்துபோகாமல் இவர்கள் தைரியமாக நின்றதற்குக் காரணம், ராமசாமியின் வீட்டை நோக்கிப்போகும் இரண்டு பேர் இரண்டு ‘பெட்ரோமாக்ஸ்’ விளக்குகளைக் கையில் எடுத்துக்கொண்டு போனதுதான். ஆள் நடமாட்டமும் விளக்கு வெளிச்சமும் சேர்ந்து தைரியம் கொடுத்தன. இருவரும் கறுப்பு உருவத்தைக் கூர்ந்து பார்த்தார்கள். அது இவர்களைப்போன்ற ஒரு சிறுவனுடைய உருவம்தான்.

உடனே இருவரும் பக்கத்தில் போனார்கள். அப்பொழுது மழை இலேசாகத் தூற ஆரம்பித்தது. அதனால் முருங்கை மரத்துக்குக்

கீழாகப்போய் நின்றுகொண்டு, அந்தச் சிறுவனுடைய நடவடிக்கைகளை கவனித்துக் கொண்டிருந்தார்கள்.

அவனுக்கு, எட்டு அல்லது ஒன்பது வயது இருக்கும். அவன் உடம்பில் அழுக்கடைந்த கௌபீனம் ஒன்றைத் தவிர, வேறு உடைகள் கிடையாது. தரையில் உட்கார்ந்தால் குளிரும் என்று, பாதங்கள் மட்டும் தரையில் படும்படியாக அவன் குந்திக் கொண்டிருந்தான். அவனுக்கு முன்னாள் மூன்று எச்சில் இலைகள். கிராமத்தில் வெண்கலக் கும்பாவில் சாப்பிடாமல், இலை போட்டுச் சாப்பிடுகிற வீடு ராமசாமியின் வீடுதான். அந்த வீட்டின் வாசலிலிருந்துதான் அந்த எச்சில் இலைகளை எடுத்துக்கொண்டு வந்து, அவற்றில் ஒட்டிக்கொண்டிருந்த பருக்கைகளையும் கரி வகைகளையும் எடுத்து வாயில் போட்டுக் கொண்டிருந்தான்.

செல்லையாவோ, தம்பையாவோ ஒன்றும் சொல்லாமல் பார்த்துக்கொண்டே நின்றார்கள். ஏற்கெனவே யாரோ கடித்துச் சுவைத்துத் துப்பிய முருங்கைக் காய்ச் சக்கைகளில் ஒன்றை இலையிலிருந்து எடுத்தான் சிறுவன். அதை இரண்டாம் தடவையாகக் கடிக்க ஆரம்பித்தான்.

“சீ! எச்சீ..! ஆய்..!” என்று சொல்லிவிட்டுக் கீழே ‘தூ’ என்று துப்பினான் தம்பையா. சிறுவன் ஏறிட்டுப் பார்த்துவிட்டுப் பழையபடி குனிந்துகொண்டான்.

செல்லையாவுக்குத் திடீரென்று ஏதோ உதயமானதுபோல், “டேய்! ஏன்டா எங்க வீட்டு வாசலிலே வந்து உட்கார்ந்திருக்கே? போடா...” என்று அதட்டினான்.

சிறுவன் போகாவிட்டாலும் பயந்துவிட்டான்; அதனால் இடது கையால் தலையைச் சொறிந்துகொண்டு, அதிவேகமாக இலையை வழித்தான்.

“உங்க வீட்டுக்குப் போயேன்” என்றான் தம்பையா.

மழை பலமாகப் பிடித்துவிடும்போல இருந்தது. அதற்குள்ளாக அவனை விரட்டிவிட்டு, வீட்டிற்குள் ஓடிவிட வேண்டும் என்று செல்லையாவும் தம்பையாவும் முடிவு கட்டினார்கள்.

“போடா... இல்லாட்டி உன் மேலே துப்புவேன்” என்றான் தம்பையா. சிறுவன் எழுந்திருக்கும் வழியைக் காணோம்.

அவனைக் காலால் மிதிக்க வேண்டுமென்று தம்பையா தீர்மானித்தான். மழை ‘சட சட’ வெனறு பெய்ய ஆரம்பித்துவிட்டது.

வெளியேபோன குழந்தைகள் மழையில் என்ன செய்து கொண்டிருக்கிறார்கள் என்ற திகைப்புடன் தாயம்மாள் ஓடிவந்து, “செல்லையா..!” என்று கூப்பிட்டாள்.

“ம்ம்...” என்று பதில் வந்தது.

“இருட்டிலே அங்க என்ன பண்றீங்க?” என்று சொல்லிக் கொண்டே மரத்தின் பக்கமாக வந்துவிட்டாள். அங்கே வந்து, நின்று யோசிப்பதற்கு நேரமில்லை & மழை. ஆகவே, மூன்று பேரையும் அவசர அவசரமாக வீட்டுக்குள்ளே அழைத்துக்கொண்டு ஓடிவந்தாள்.

சிறுவன் விளக்கு வெளிச்சத்தில் வந்து நின்றான். அவனுடைய உடம்பெல்லாம் ஒரே சிரங்கு. தலையில் பொடுகு வெடித்துப் பாம்புச் சட்டை மாதிரி தோல் பெயர்ந்திருந்தது. பக்கத்தில் வந்து நின்றால், ஒரு மாதிரி துர்வாடை. இந்தக் கோலத்தில் நின்றான் சிறுவன்.

“இது யாரம்மா?” என்று மங்கம்மாள் திகைப்போடு கேட்டாள்.

“யாரோ? யார் பெத்த பிள்ளையோ?” என்று சொல்லிவிட்டு, மழையில் நனைந்த குழந்தைகளைத் துவட்டப் பழைய துணியை எடுக்கப்போனாள். அவள் மறுபக்கம் திரும்பியதும், தம்பையா அம்மாவுக்குக் கேட்காமல் வாய்க்குள்ளேயே, “போடா” என்று பயமுறுத்தினான்.

செல்லையா, “போ!” என்று அவனைப் பிடித்துத் தள்ளினான்.

இவர்கள் இருவரையும் பார்த்து மங்கம்மாளும் அர்த்தமில்லாமல் “போயேன்” என்று சிணுங்கிக்கொண்டே சொன்னாள்.

அவ்வளவுதான், திடீரென்று மடை திறந்த மாதிரி ‘கோ’வென்று அழுதுவிட்டான். விஷயம் என்னவென்று தெரியாமல் பதைபதைப்புடன் ஓடி வந்தாள் தாயம்மாள்.

“ஏன்டா அழுகிறே? சும்மா இரு. அவனை என்ன சொன்னீங்க நீங்க?” என்று தன் குழந்தைகளைக் கேட்டாள்.

“அவன் போன்னா, போகமாட்டேங்கிறான்” என்று புகார் பண்ணுவதைப்போலச் சொன்னாள் மங்கம்மாள்.

“சீ, அப்படி எல்லாம் சொல்லக்கூடாது! நீ சும்மா இரு, அழாதேப்பா” என்று சொல்லிச் சிறுவனைத் தேற்றினாள்.

சிறுவன், அழுகையை அப்படியே நிறுத்திவிட்டான். ஆனால், பெருமூச்சு விடுவதை மட்டும் அவனால் நிறுத்த முடியவில்லை.

“சும்மா இரு தம்பி..! அழாதே!” என்று இரண்டாவது தடவையும் தாயம்மாள் சொன்னாள்.

பழைய துணியைக்கொண்டு செல்லையாவும் தம்பையாவும் உடம்பைத் துடைத்துக்கொண்டார்கள்.

உடனே மங்கம்மாள் தம்பையாவைப் பார்த்து. “பாவம்! அவனுக்குக் குடு!” என்றாள்.

தம்பையா துணியைக் கொடுத்தான்.

“நீ சாப்பிட்டாயா?” என்று தாயம்மாள் அவனைப் பார்த்துக் கேட்டாள்.

“அவன் எச்சியைச் சாப்பிடுறான், அம்மா. ராமசாமி வீட்டிலிருந்து எச்சிலையை எடுத்துவந்து சாப்பிடுறான். அசிங்கம்!” என்று முகத்தைச் சுளித்துக்கொண்டு சொன்னான் தம்பையா. குழந்தைகள் எல்லோரும் சிரித்தார்கள்.

“இந்தா தம்பையா! இனிமே அப்படிச் சொல்லாதே!” என்று அதட்டிவிட்டு, “நீ யாரப்பா? உனக்கு எந்த ஊரு?” என்று தாயம்மாள் சிறுவனை விசாரித்தாள்.

“விளாத்திகுளம்” என்றான் சிறுவன்.

“உனக்குத் தாய்&தகப்பன் இல்லையா?”

“இல்லை”

“இல்லையா?” என்று அழுத்திக் கேட்டாள் தாயம்மாள்.

“உம்... செத்துப்போயிட்டாக.”

“எப்போ, தம்பி?”

“போன வருஷம் அம்மா செத்துப்போயிட்டா. ஐயா, நான் சின்னப்பிள்ளையா இருக்கும்போதே செத்துப் போயிட்டாராம்.”

“உனக்கு அண்ணன் & தம்பி ஒருத்தரும் இல்லையா?”

“இல்லை”

உடனே தம்பையா கேட்டான், “தங்கச்சியும் இல்லையா?”

“இல்லை.”

“பாவம்” என்று சொல்லிவிட்டுத் தம்பையா நிறுத்திக் கொண்டான்.

“இங்கே எதுக்கு வந்தே?” என்று தாயம்மாள் கேட்டாள்.

“கழுகுமலைக்குப் போறேன்.”

“அங்கே ஆரு இருக்கா?”

“அத்தை” என்று பதில் சொன்னான் சிறுவன்.

அவன் விளாத்திகுளத்திலிருந்து கால்நடையாகவே நடந்து அந்தக் கிராமம் வரையிலும் வந்திருந்தான். இந்த இருபது மைல் பிரயாணத்துக்கு நான்கு நாட்களாகிவிட்டன. நான்காவது தினத்தில்தான் இந்தக் கிராமத்தில் வந்து தங்க நேர்ந்தது. அதுவும் பொழுது இருட்டிவிட்டதனாலும் பசியும் இருந்ததனாலும்தான் மறுநாள் விடிந்த பிறகு, எட்டு மைல் தூரம் நடந்து கழுகுமலைக்குப் போனால், அவனுடைய அத்தை தன் வீட்டில் அவனை வைத்துக் கொள்ளுவாளா, விரட்டிவிடுவாளா என்பது அவனுக்குத் தெரியாது. அத்தையையும் அவன் பார்த்ததில்லை. எப்படியோ, ஒரு வழியில் அவனுக்கு அவள் அத்தை என்றும், ‘அங்கே போ’ என்றும் யாரோ சொல்ல, அதை நம்பிக்கொண்டு அந்தச் சிறுவன்

விளாத்திக்குளத்திலிருந்து கால்நடையாகவே நடந்து வந்திருக்கிறான்.

மேற்கண்ட விவரங்களை எல்லாம் சிறுவனுடைய வாய்மொழி மூலமாகவே தாயம்மாள் அறிந்துகொண்டாள்.

"உன் பேரு என்ன?" என்று கடைசியாகக் கேட்டாள் தாயம்மாள்.

"ராஜா" என்றான் சிறுவன்.

அப்புறம் அவனுக்குச் சாப்பாடு போட்டார்கள். அவன் சாப்பிட்ட பிறகு, குழந்தைகளுக்குப் படுக்கையை எடுத்து விரித்தாள். மண் தரை ஈரச் சதசதப்புடன் இருந்ததால், வெறும் ஓலைப்பாயை விரித்துப் படுப்பதற்கு இயலாமல் இருந்தது. அதனால், கிழிந்துபோய்க் கிடந்த மூன்று கோணிப்பைகளை எடுத்து உதறி விரித்து, அதன் மேல் வீட்டிலிருந்த இரண்டு ஓலைப் பைகளையும் பக்கம் பக்கமாக விரித்தாள். ராஜா, தெற்குக் கோடியில் படுத்துக்கொண்டான். அவனுக்குப் பக்கமாகச் செல்லையாவும் அப்புறம் தம்பையாவும் படுத்துக்கொண்டார்கள். தம்பையாவின் உடம்பு இரண்டு பாய்களிலுமே பாதிப்பாதி படிந்திருந்தது. வடகோடியில் தாயம்மாளும் மங்கம்மாளும் படுத்துக்கொண்டார்கள்.

எங்கோ தூரத்தில், ஒரு வீட்டில் சீனிவெடி வெடிக்கும் சத்தம் கேட்டது. தீபாவளி மறுநாளானாலும், யாரோ ஒரு துருதுருத்த பையன் அப்பொழுதே (வேட்டுப்) போட ஆரம்பித்துவிட்டான்.

வேட்டுச் சத்தம் கேட்டதும், "எனக்கு மத்தாப்பு..." என்றாள் மங்கம்மாள்.

"எனக்கும்..." என்றான் தம்பையா.

"நம்மகிட்ட அதுக்கெல்லாம் பணம் ஏது மங்கம்மா? ராமசாமி பணக்காரன். அவனுக்குச் சரி, எவ்வளவு வேட்டுன்னாலும் போடுவான்."

"ஊஹூம் எனக்கு மத்தாப்பு..." என்று முரண்டு பண்ணினாள் மங்கம்மாள்.

"வம்பு பண்ணாதே. சொன்னாக் கேளு. மத்தாப்பு கொளுத்தினா வயிறு நிறையாதா? காலையிலே உனக்குத் தோசை சுட்டுத் தாரேன். நிறையச் சாப்பிடு, மத்தாப்பு எதுக்கு?"

மங்கம்மாள் தன் முரண்டை நிறுத்தவில்லை; அழுவதுபோல் சிணுங்க ஆரம்பித்தாள்.

செல்லையா தூங்க ஆரம்பித்தான்.

அப்போது, தெருவில் ஆட்கள் நடந்து செல்லும் சந்தடி கேட்டது.

'சமீன் வந்து இறங்குறதுன்னா லேசா?' என்று தாயம்மாள் தனக்குள்ளாகவே சொல்லிக்கொண்டு, "மங்கம்மா! நீ நல்ல பிள்ளை! பிடிவாதம் பண்ணாதே. அடுத்த வருஷம் நிறைய மத்தாப்பு

வாங்குவோம். இந்த வருஷம் நாம் எவ்வளவு சங்கடப் பட்டோம்ன்னு உனக்குத் தெரியாதா?" என்றாள்.

அப்புறம் அவளால் சரியாகப் பேச முடியவில்லை. வாய் குழறியது. மங்கம்மாளைப் பார்த்துத்தான் அவள் பேசினாள். ஆனால், அவள் உண்மையில் தன்னுடைய தாயாரிடத்திலோ, தன்னை உயிருக்கு உயிராகப் பேணி வளர்த்த ஒரு கிழவியிடத்திலோ, தான் வருஷக்கணக்கில் அனுபவித்த துயரங்களைக் கண்ணீரும் கம்பலையுமாகச் சொல்லுவதுபோலவே பேசினாள்.

நீண்ட பெருமூச்சுடன், "மங்கம்மாள்..! நீகூட ஒருநாள் சாப்பாடு இல்லாமே பள்ளிக்கூடம் போனியே கண்ணு. உன் வயித்துக்குக்கூட அன்னிக்கு ஒரு வாய்க் கூளு கெடைக்கல்லையே! (அவளுக்குக் கண்ணீர் வந்துவிட்டது.) சாப்பாட்டுக்கே கஷ்டப்படும்போது நீ மத்தாப்புக் கேக்கலாமா, கண்ணு? பேசாமப் படுத்துத் தூங்கு" என்று மங்கம்மாளைப் பரிவோடு தடவிக்கொடுத்தாள்.

"ஒரு மத்தாப்பாவது வாங்கித் தா" என்றாள் மங்கம்மாள்.

அழுகையுடனும் துயரச் சிரிப்புடனும் தாயம்மாள் சொன்னாள்: "நீ தானே இப்படிப் பிடிவாதம் பண்றே? அந்தப் பையனைப் பாரு அவன் மத்தாப்பு கேக்கிறானா... சோறு கிடைக்காமே, எச்சிலைக்கூட எடுத்துத் திங்கறான்... அவன் சோறு வேணும்ன்னுகூட அழல்லே; நீ மத்தாப்பு வேணும்னு அழறே..."

மங்கம்மாளுக்கு, அவன் மேல் கோவம் வந்துவிட்டது. அவனைப் புகழ்ந்து, தன் கோரிக்கையைத் தாயார் புறக்கணித்துக்கொண்டு வருவது அவளுக்குப் பிடிக்கவில்லை. உடனே, "அவனுக்கு ஒரே சிரங்கு!" என்று திட்டுவதுபோலக் கடுமையாகச் சொன்னாள்.

"அவனுக்குத் தாய்&தகப்பன் இருந்தா அப்படி இருப்பானா? தாயில்லாப் பிள்ளைன்னா யாரு கவனிப்பா? அவனோட அம்மா, முன்னாலே, அவனுக்குத் தீபாவளிக்குப் புதுவேட்டி, புதுச்சட்டை எல்லாம் வாங்கிக் குடுத்திருப்பா! மத்தாப்பும் வாங்கிக் கொடுத்திருப்பா. இப்போ, அவன் அதை எல்லாம் நினைச்சுக் கேக்கிறானா பாரு."

"இப்போ அவன் தூங்கிட்டான். காலையில் கேப்பான்" என்று சொல்லிவிட்டு மங்கம்மாள் சிணுங்கினாள். தாயம்மாளுக்குச் சிரிப்பு வந்துவிட்டது. "வாயாடி" என்று சொல்லி, மங்கம்மாளின் கன்னத்தைச் செல்லமாகக் கிள்ளினாள்.

தாயம்மாளுக்குத் திகைப்பாக இருந்தது. 'எதை மூடிக்கிறது? ஊம்!' என்று ஒரு கணம் யோசித்தாள். அப்புறம், "என் பிள்ளைகளை விடவா அந்தப் பீத்தல் பெரிசு?" என்று சொல்லிக்கொண்டே எழுந்துபோய், மறுநாள் கட்டிக்கொள்வதற்காக துவைத்து உலர்த்தி மடித்து வைத்திருந்த -உண்மையில் 'பீத்தல்' இல்லாத நாட்டுச் சேலையை எடுத்துக்கொண்டு வந்து, ராஜா உட்பட எல்லோருக்கும் சேர்த்துப் போர்த்தினாள்.

மங்கம்மாளைப் பார்த்து, "சரி, படுத்துக்கோ. காலையிலே எப்படியும் வாங்கித் தாரேன்" என்று சொல்லி, அவளை உறங்கப் பண்ணுவதற்கு முயன்றாள்.

மூன்றாவது தடவையாகவும் சீனவெடியின் சத்தம் கேட்டது.

தாயம்மாள் தனக்குத்தானே சொல்லிக்கொண்டாள், 'இன்னிக்கு அங்கே யாரும் தூங்கமாட்டாக போலிருக்கிறது! ஊம், அரண்மனைக் காரியம்! ஆளு போறதும் வாரதுமா இருக்கும். ராமசாமியும் தூங்காம வேட்டுப் போடுறான்!'

ராமசாமியின் அக்காளைக் கல்யாணம் பண்ணிக் கொண்டவன் ஒரு ஜமீன்தாரின் மகன். அந்த வருஷம் தலை தீபாவளிக்காக அவனை அன்று மாலையில் அழைத்து வந்திருந்தார் ராமசாமியின் தகப்பனார். அந்த ஊரில் மட்டுமில்லாமல், அந்த வட்டாரத்திலேயே அவர்தான் பெரிய மிராசுதார். ஜமீன்தாரை, மிகவும் கோலாகலமாக அழைத்துவந்து தீபாவளி நடந்த அநேக தினங்களாகவே அவர் வீட்டில் ஏற்பாடுகள் நடந்து வந்தன. தீபாவளிக்கு முதல் நாள்தான் மாப்பிள்ளை வந்து இறங்கினான். அதற்குமுன் பத்துப் பதினைந்து நாட்களாக ஒரு நிமிஷத்திற்கு ஒன்பது தடவை, "ராஜா வர்றார், சிறப்பாகச் செய்யணும்" என்று அவர் சொல்லிக்கொண்டே இருந்தார். உண்மையில், வெகு சிறப்பாகத்தான் ஏற்பாடுகள் நடந்து கொண்டிருந்தன.

"மங்கம்மா!"

பதில் இல்லை; தூங்கிவிட்டாள்.

தாயம்மாளும் அகல்விளக்கை அணைத்துவிட்டுத் தலையைச் சாய்த்தாள்.

முதல் கோழி கூப்பிட்டதும் தாயம்மாள் கண்விழித்துவிட்டாள். அப்போது மணி நாலு ஆகவில்லை. நல்லவேளையாக மழை அப்போதுதான் நின்றிருந்தது. சிறு தூவானம் மட்டும் ஓலைக் கூரையில் விழுவது, ஒரே நிதானத்துடன் சோளம் பொரிவது போலக் கேட்டுக்கொண்டிருந்தது. அந்தத் தெருவில் வேறுசில வீடுகளில் ஏற்கெனவே எழுந்து தீபாவளிப் பண்டிகையைக் கொண்டாடத் தொடங்கிவிட்டதற்கு அடையாளமாக வேட்டுச் சப்தமும், வேட்டுச் சப்தத்தைக் கேட்டுப் பயந்து நாய்கள் குரைக்கும் சப்தமும் கேட்டுக்கொண்டிருந்தன.

தாயம்மாள் எழுந்து விளக்கை ஏற்றினாள். பழையபடி மழை பிடித்துவிடக்கூடாதே என்று அவளுக்கு பயம். அதனால் குழந்தைகளை எழுப்பி, விறுவிறு என்று குளிப்பாட்டிவிட்டு, மற்ற வேலைகளை கவனிக்கலாம் என்று திட்டம் செய்தாள். குழந்தைகளுக்குப் படுக்கையைவிட்டு எழுந்திருக்க மனமில்லை. கடைசியில் முனகிக்கொண்டும், புரண்டு படுத்துக்கொண்டும் ஒருவழியாக எழுந்துவிட்டார்கள். அவள் ஒவ்வொரு குழந்தையாக

எண்ணெய் தேய்த்துவிட்டாள். ஆனால், ராஜா மட்டும் எண்ணெய் தேய்த்துக்கொள்ள முடியாது என்று சொல்லித் தூரத்தில் போய் உட்கார்ந்துகொண்டான். தீபாவளிக்கு எண்ணெய் தேய்த்துக் குளிக்காவிட்டால் தோஷம் என்று சொன்னாள். ராஜாவுக்கோ என்ன சொன்னாலும் காதில் ஏறவில்லை.

"அரப்புக் காந்தும்; நான் மாட்டேன்" என்று பிடிவாதமாகச் சொன்னான் ராஜா.

"அரப்புப் போடல்லே; சீயக்காய் போட்டுக் குளிப்பாட்டுறேன். குளிர்ச்சியாயிருக்கும்" என்றாள்.

"ஊஹூம்."

"தம்பி, சொன்னாக் கேளுடா. என்னை உன் அம்மான்னு நெனைச்சுக்கோ, உனக்குக் காந்தும்படியாக நான் தேய்ப்பனா?- வா, எண்ணெய் தேய்ச்சிக் குளி. இந்தத் தீபாவளியோடே பீடை எல்லாம் விட்டுப்போகும். குளிக்காம இருக்கக்கூடாதப்பா" இப்படி வெகுநேரம் கெஞ்சிய பிறகுதான், அவன் வேறு வழி இல்லாமல் சம்மதித்தான்.

ராஜா எழுந்துவந்து மணையில் உட்கார்ந்தான். 'அதுதான் நல்ல பிள்ளைக்கு அடையாளம். ஒரு பிள்ளைக்குத் தேச்சி, ஒரு பிள்ளைக்கு தேக்காமல் விடலாமா? என் பிள்ளை குட்டியும் நல்லா இருக்கணுமில்லப்பா!' என்று மற்றவர்களுக்குச் சொல்லுவது போலத் தனக்குத்தானே சொல்லிக்கொண்டே எண்ணெய் தேய்த்தாள்.

'தாயில்லாக் குழந்தைன்னா இந்தக் கோலம்தான். நான் மூணாம் வருஷம் காய்ச்சலோட படுத்திருந்தேனே, அப்போ கண்ணை மூடியிருந்தா என் குழந்தைகளுக்கும் இந்தக் கதிதானே? அதுகளும் தெருவிலே நின்னிருக்கும்' - இப்படி என்னென்னவோ மனதுக்குள் நினைத்துக்கொண்டு அவசர அவசரமாகக் குழந்தைகளைக் குளிப்பாட்டினாள். ஆனால், தாயம்மாள் பயபத்திரமாகச் சீயக்காய்த் தூளைப் போட்டுத் தேய்த்த போதிலும், ராஜா, பல தடவை 'ஐயோ, ஐயோ..!' என்று அழுதுவிட்டான். அவன் அழும்போதெல்லாம் அவள், "இன்னிக்கோட உன் சிரங்கு குணமாயிரும்" என்று மட்டும் மாறி மாறிச் சொல்லிக்கொண்டே இருந்தாள்.

"யாரோ எவரோ? மழைன்னு வந்து வீட்டிலே ஒதுங்கிட்டான். அவனைப் போகச் சொல்ல முடியுமா! அவன் வந்த நேரம், தீபாவளியாப் போச்சு. குழந்தைகளுக்குள்ளே வஞ்சம் செய்யலாமா? பார்க்கிறவுகளுக்கு நான் செய்யறதெல்லாம் கேலியாயிருக்கும். அவுக கேலி செய்தாச் செய்துட்டுப் போகட்டும். எனக்கும் என் குழந்தைகளுக்கும் பகவான் துணை செய்வான்."

அவள் தோசை சுட்டுக் கொடுத்தாள். அவளுடைய குழந்தைகள் புதுத் துணி உடுத்திக்கொள்ள வேண்டும் என்ற ஆவலினால் அவசர அவசரமாகச் சாப்பிட்டார்கள். தம்பையா கடைசித்

தோசையைப் பாதியிலேயே வைத்துவிட்டு எழுந்துவிட்டான். அவனால் மேற்கொண்டும் இரண்டு தோசைகள் சாப்பிட முடியும். இருந்தாலும் அவசரம். தெருவில் ஜன நடமாட்டம் தொடங்கிவிட்டது. மழையும் பரிபூரணமாக நின்றுவிட்டது. உதயத்தின் ஒளி சல்லாத் துணியைப்போல அவ்வளவு மெல்லியதாக ஊரையும் உலகத்தையும் போர்த்தியது.

புதுத் துணிகளுக்கு மஞ்சள் வைத்து, செல்லையாவும் உடுத்திக் கொண்டான்; தம்பையாவும் உடுத்திக்கொண்டான். மங்கம்மாளும் பாவாடையும் சட்டையும் போட்டுக்கொண்டாள்.

அவன் கௌபீனத்தோடு நின்றான்.

தாயம்மாளுக்குப் 'பகீர்' என்றது. 'இத்தனையும் செய்தும் புண்ணியமில்லாமல் போய்விட்டதே!' என்று கலங்கினாள். இந்த மாதிரியான ஒரு கட்டத்தை அவள் எதிர்பார்க்கவே இல்லை. சிட்டைத் துண்டை எடுத்துக் கொடுப்பதா, கொடுக்காமல் இருப்பதா? அவள் மனதுக்குள்ளே வேதனைமிக்க போராட்டம். மாதக்கணக்கில் ஒரு ரூபாய்த் துண்டு இல்லாமல் அவளுடைய கணவன்பட்ட கஷ்டத்தையும், வீதி வழிப் போவதற்குக் கூசியதையும், 'ஒரு துண்டு வாங்க வழியில்லையே!' என்று கணவன் துயரத்துடன் வாய்விட்டுப் புலம்பியதையும் நினைத்துப் பார்த்தாள். இந்தத் துயரத்தின் எதிர்புறத்தில், ஒன்றும் சொல்லாமல், ஒன்றும் செய்யாமல், மௌனமாக நின்றுகொண்டிருந்தான் ராஜா.

தாயம்மாளுக்குத் திக்குத் திசை தெரியவில்லை; ராஜாவின் முகத்தை எதற்கோ ஒருமுறை ஏறிட்டுப் பார்த்தாள். ராஜாவோ வெகுநேரமாகக் கண்கொட்டாமல் அவளையே பார்த்தவண்ணம் நின்றுகொண்டிருந்தான்.

"என்னைச் சோதிக்கத்தான் வந்திருக்கேடா நீ" என்று மனக்கசப்புடன் சொல்வதுபோலச் சொன்னாள் தாயம்மாள். ஆனால், அவளுக்கும் மனக்கசப்புக்கும் வெகுதூரம். மனதுக்குள் ஏற்பட்ட சிக்கல்களை விடுவிக்கவே இப்படிப்பட்ட ஒரு வாசகத்தை அவள் தூக்கிப் போட்டாளே ஒழிய, அவள் சொற்களில் மனக்கசப்பின் நிழல்கூடப் படியவில்லை. அப்போது மங்கம்மாள் எழுந்துவந்து அம்மாவின் கன்னங்களில் தன் உள்ளங்கைகளை வைத்து, தன் முகத்துக்கு நேராக அவளுடைய முகத்தைத் திருப்பினாள்; அப்புறம் ஏதோ ரகசியத்தைச் சொல்லுவதுபோலச் சொன்னாள்.

"பாவம்! அவனுக்கு அந்தத் துண்டைக்குடு அம்மா!"

குழந்தை, இந்த வார்த்தைகளைச் சொல்லி நிறுத்தினாள். ஒரு நிமிஷம் மௌனம் நிலவியது. பிறகு, திடீரென்று தாயம்மாளின் முகம் கோரமாக மாறியது. முந்தானையால் முகத்தை மூடிக்கொண்டு கேவிக் கேவி அழுதாள். அவளுடைய பெருமூச்சும் விம்மலும் வீட்டை

அடைத்துக்கொண்டு கேட்டன.

குழந்தைக்கு விஷயம் விளங்கவில்லை. மங்கம்மாள், தான் அப்படிச் சொன்னதற்காகத்தான் அம்மா அழுகிறாள் என்று பயந்துவிட்டாள்.

தாய், தன் பலத்தை எல்லாம் பிரயோகித்து அழுகையைத் தொண்டைக் குழியில் அழுத்தினாள். அவள் நெஞ்சு வெடித்துவிடும் போல் விம்மியது. குரலும் அந்த ஒரு நிமிஷத்தில் ஜலதோஷம் பிடித்ததுபோலக் கம்மலாகிவிட்டது.

பிறகு தழுதழுத்துக்கொண்டே சொன்னாள்:

"தம்பையா!"

"என்னம்மா!"

"ஹூம், ராஜாவுக்கு அந்தத் துண்டை எடுத்துக்குடு."

வீட்டு முற்றத்தில் காலை வெயில் அடித்துக்கொண்டிருந்தது. அந்தப் பொன்னொளியில் மஞ்சள் பூசிய முகத்துடன் புத்தாடை தரித்துக்கொண்டு நிற்கும் மங்கம்மாள், அப்போது எதையோ பார்த்துக்கொண்டிருந்தாள். ஈரம் காய்வதற்காக இறுக்கமில்லாதத் 'தொள தொள' என்று சடை போடப்பட்டிருந்ததால், கூந்தல், இரண்டு காதுகளையும், கன்னங்களில் பாதியையும் மறைத்துக் கொண்டிருந்தது. பரவலாகக் கிடக்கும் கூந்தலின் நடுவே இளங்காற்றுப் புகுந்து சிலுசிலுக்கும்போது, சுகமும் கூச்சமும் தாங்க முடியாமல் சிரித்துக்கொண்டே இமைகளைக் குவித்தாள் மங்கம்மாள்.

வெகு நேரமாக, தாயம்மாள் அவளையே பார்த்துக் கொண்டிருந்தாள். சந்தர்ப்பவசமாக, அவளுக்கு நேராக மங்கம்மாள் முகத்தைத் திருப்பினாள்.

"என் ராஜாத்தி, மகாலக்ஷ்மி மாதிரி இருக்கா!" என்று தன்னை மறந்து இன்பத்துடன் சொல்லிவிட்டாள் தாய். அவ்வளவுதான், குழந்தையின் கையைப் பிடித்து வெகுவேகமாக வீட்டுக்குள்ளே இழுத்துக்கொண்டுவந்து, திருஷ்டிப் பரிகாரமாக அவளுடைய கன்னத்தில் துலாம்பரமாகச் சாந்துப்பொட்டை எடுத்து வைத்தாள்.

அப்புறம் மங்கம்மாள் வீதிக்கு ஓடிவிட்டாள். ராமசாமியின் வீட்டுப் பக்கம், எச்சில் இலைகள் ஏராளமாகக் கிடந்தன. அங்கே நாலைந்து பேர் நின்று பேசிக்கொண்டும், வெற்றிலைப் பாக்குப் போட்டுத் துப்பிக்கொண்டும் இருந்தார்கள். ராமசாமி நீலநிறமான கால்சட்டையும், அந்த ஊருக்கே புதிய புஷ்கோட்டும் போட்டுக் கொண்டு நின்றான். மங்கம்மாளைப் பார்த்ததும் அவன் பக்கத்தில் ஓடிவந்தான்; மங்கம்மாளும் அவனைப் பார்த்து நடந்தாள். இருவரும் பாதி வழியில் சந்தித்துக்கொண்டனர். சந்தித்த மாத்திரத்தில், மிகவும் சந்தோஷத்துடன் ராமசாமி சொன்னான்...

"எங்க வீட்டுக்கு ராஜா வந்திருக்கார்!"

ஊர்க்காரர்களைப்போல அவனும் தன் அக்காள் புருஷனை 'ராஜா' என்று சொன்னான். ஆனால், அவன் சொன்னதற்குக் காரணம் சந்தோஷம்தானே ஒழிய, மங்கம்மாளைப் போட்டிக்கு அழைப்பதற்கு அல்ல. ஆனால், அவளோ வேறுவிதமாக நினைத்து விட்டாள். முதல் நாள் பள்ளிக்கூடத்திலிருந்து வந்தபோது நடந்த போட்டிதான் அவள் ஞாபகத்தில் இருந்தது. அவன் சொன்னதற்குப் பதில் சொல்லி அவனுடைய 'பெருமை'யை மட்டம்தட்ட வேண்டும் என்று அவள் மனம் துடித்தது.

அதனால், அரை அடி முன்னாள் நகர்ந்துவந்து நின்றாள். யாதொரு திகைப்பும் தயக்கமும் இல்லாமல் ராமசாமியைப் பார்த்து, ரேகை சாஸ்திரியிடம் காட்டுவதுபோலக் கையை வைத்துக்கொண்டு, மிக மிக ஏளனமாகச் சொன்னாள், "ஐயோ! உங்க வீட்டுக்குத்தானா ராஜா வந்திருக்கார்? எங்க வீட்டுக்கும்தான் ராஜா வந்திருக்கார். வேணும்னா வந்து பாரு!"

# 1950

சுதந்திரப் போராட்ட உணர்வும் லட்சியக் கனவுகளும் இலக்கியங்களில் ஓரளவுக்குத் தணிந்து, அடுத்தத் திசை நோக்கிக் காத்திருந்தபோது முழுவீச்சில் அதை ஆண்&பெண் உறவுச் சிக்கலை நோக்கிக் கொண்டுசென்றவர் தி.ஜானகிராமன்.

'மோகமுள்', 'அம்மா வந்தாள்' என அவர் எழுதிய நாவல்கள் வேறு ஆடவனுடன் உறவு வைத்துக்கொள்ளும் மனைவிமார்களின் மன உணர்வுகளை ஏதோ ஒருவிதத்தில் நியாயப்படுத்தி விவாதித்தது. அன்றையச் சூழலில் மட்டுமல்ல இன்றையச் சூழலிலும் அப்படி யாராலும் எழுதிவிட முடியாது. அப்படி எழுதி, அதற்கு இலக்கிய அந்தஸ்து பெற்றுவிட முடியாது. தி.ஜா&வின் எழுத்து அதைச் சாதித்தது. சமுதாயம் ஏற்றுக்கொள்ளவே சம்மதிக்காத ஒன்றை, தன் எழுத்து வன்மையால் அவர் சாதித்தார். சமுதாயத்தின் போலிக் கற்பிதங்களை அவர் விவாத மேடைக்கு இழுத்தார் என்றே சொல்ல வேண்டும்.

மேலே குறிப்பிட்ட இரண்டு நாவலகளிலுமே அது பிரதானமாக இருந்தது. 'மோகமுள்' வயதான கணவனை மணந்த ஒருத்தி, சுவர் ஏறி குதித்துவந்து பக்கத்து வீட்டில் தங்கியிருக்கும் கல்லூரிப் பையனிடம் ஆறுதல் தேடுவாள். 'அம்மா வந்தாள்' கதையில், வேத வித்தாக

வளரும் ஒருவன், தான் தன் அப்பாவுக்குப் பிறந்தவன் இல்லை என்பதை அறிந்து துடிப்பான். இப்படியான கதைகள் இலக்கிய அந்தஸ்துடன் சிலாகிக்கப்பட்டதற்கு தி.ஜா&வின் எழுத்துவலிமைதான் காரணம்.

அவருடைய சிறுகதைகளில் பெரும்பான்மையானவை அத்தகைய உறவுச்சிக்கலைச் சொல்லின. 'வீடு', 'தூரப்பிரயாணம்', 'ரசிகரும் ரசிகையும்' போன்ற கதைகள் இதைத்தான் பேசின.

'தூரப்பிரயாணம்' கதையில், ஒரு கணவனோடு இருக்கும் ஒரு மனைவியைச் சந்திக்க வருகிறான் ஒருவன். அவன் தேடிவந்தது, அவளுடன் உறவு வைத்துக்கொள்ள. அவளோ, 'இப்போது வேண்டாம்; என் கணவனுக்கு உடல்நிலை சரியில்லை!' என்பாள். தி.ஜா&வைத் தவிர வேறு யாரேனும் இதைக் கதையாகத் தேர்வு செய்திருப்பார்களா எனத் தெரியவில்லை. அதே சமயத்தில் அவருடைய 'சிலிர்ப்பு', 'முள்முடி', 'சத்தியமா' போன்ற கதைகள், சிறுவர்களின் மன இயல்புகளை வெளிப்படுத்துவனவாக இருந்தன. தி.ஜா., பாலியல் சார்ந்த பிரச்னையைத் தொட்ட அதே முனைப்போடு, குழந்தைகள் மனதையும் படம்பிடித்தார். நம்பிக்கை துரோகம், குற்ற உணர்வு, வாழ்வை ரசிப்பது போன்ற உணர்வுகளையும் அவர் வெகு சிறப்பாக வடித்தார்.

அவருடைய எழுத்து நடை, தனித்தன்மை வாய்ந்தது. அந்தக் காலத்தில் பக்கம் பக்கமாகச் சூழலை விவரிப்பார்கள். தி.ஜா&வின் எழுத்தில் பெரும்பாலும் வர்ணனைகள் குறைவு. உரையாடல்கள் மூலம் சூழ்நிலையைப் படம்பிடித்துக் காட்டுவதில் சமர்த்தர். ஒருசில சிறுகதைகளை வெறும் உரையாடலை மட்டுமே வைத்து அவர் எழுதியிருக்கிறார். கதை எங்கு நடக்கிறது, நேரம் என்ன, யார் யார் கதை மாந்தர்கள், எந்த இடத்தில் நடக்கிறது, எத்தனை மணி நேரம் நிகழ்கிறது என்பதையெல்லாம் இரண்டு பேர் உரையாடிக்கொண்டு இருப்பதை வைத்தே உணரவைத்துவிடுவார். இதை இதற்கு முன்னர் தமிழில் அத்தனை வலிமையாக யாரும் கடைப்பிடிக்கவில்லை.

'மறதிக்கு' என்ற சிறுகதை, துணுக்குற வைக்கும் சம்பவம் செறிந்தது.

ஒரு பிராமண தம்பதி. இருவருக்கும் அத்தனை அன்னியோன்னியம். அப்பாவியான தன் மனைவியை, தனியே தன் அத்தை வீட்டுக்கு அனுப்பி வைக்கவேண்டிய சூழ்நிலை. ரயில் கிளம்பிவிட்டது. கடைசிப் பெட்டியில் ஓடிச்சென்று ஏறுகிறாள் அவள்.

பிறகு, அத்தை வீட்டில் இருந்து திரும்பி வருகிறாள். கணவனிடம் அந்த ரயில் பயணம் பற்றி மனைவி சொல்கிறாள், 'அந்தக் கடைசிப் பெட்டியில் ஒரே ஒரு ஆள் மட்டும்தான் இருந்தார்' என்று. கார்டு பெட்டி அது. 'அவர் அவ்வப்போது இடது புறத்துக்கும் வலது புறத்துக்கும் வந்து பச்சைக்கொடியைக் காட்டினார். இருந்த சின்ன இடத்தில் அவர் இடது புறம் வரும்போது நான் வலது புறமும், நான் வலது புறம் வரும்போது அவர் இடது புறமுமாக நகர்ந்துகொண்டோம்.

அப்போது எனக்கு சிரிப்பு வந்துவிட்டது' என்கிறாள் அவள். பிறகு, இருவரும் ரயிலில் தவறு செய்துவிட்டதைச் சொல்கிறாள்.

அதன்பிறகு, கணவன் அவளுடன் பேசுவதை நிறுத்திக்கொள்கிறான். இருவருக்கும் தனிப் படுக்கை. அந்தப் பெண் தானே முன்வந்து சொல்லியிருக்காவிட்டால், அது யாருக்குமே தெரியாமல் போயிருக்கும். தன் வெகுளித்தனத்தால் அவளே சம்பாதித்துக்கொண்ட பழி அது. அவள் இறந்தபிறகு கணவனுக்கு அது உறுத்துகிறது. அதை நினைத்துப் பார்க்காமல் இருக்க வேண்டும் என்பதற்காக ஏதோ ஒரு வேலை நிமித்தமாக ஓடிக்கொண்டே இருக்கிறான்.

தவறு என்பது என்ன? அது தெரியாதவரைக்கும் சம்பந்தபட்ட ஒருவருக்கு மட்டுமேயான குற்ற உணர்வு. அதைக் குற்றமாகவும் நினைக்கத் தெரியாத குழந்தை மனத்துக்கு? கதையின் அடிநாதமாக ஓடுவது, இந்தக் கேள்விதான்.

ஐம்பதுகளில், சிறுகதை செழித்து வளர ஆரம்பித்துவிட்டது. 'மணிக்கொடி' ஏற்படுத்தியிருந்த தாக்கத்தைத் தொடர்ந்து 'சரஸ்வதி'யும் அதை வளர்த்தது. ஆனந்த விகடன், கலைமகள், கல்கி ஆகிய இதழ்களிலும் சிறுகதைகள் பிரசுரமாகின. இந்தக் காலகட்டத்தில் கல்கி, விந்தன், க.நா.சு., லா.ச.ரா., எம்.வி.வெங்கட்ராம், கரிச்சான் குஞ்சு, கிருத்திகா, தொ.மு.சி.ரகுநாதன், கி.ராஜநாராயணன் போன்றோர் ஏராளமாக சிறுகதைகள் எழுதிவந்தனர். இந்த ஒவ்வொருவருமே, ஒவ்வொரு வகையில் தனித்தன்மை வாய்ந்த கதைகளால் இலக்கிய உலகில் நிலைத்து நிற்பவர்கள்.

# தி.ஜானகிராமன்

## 1921 - 1982

## மறதிக்காக...

"தாத்தாச்சாரி, நாலு கார்டு வேணும்யா!"

"எனக்கு ஒரு மணியார்டர் இருக்கணுமே, தாத்தாச்சாரி?"

"ஓய் தாத்தாச்சாரி, நாளைக்கு வரபோது ஒரு பொடிப்பட்டை வாங்கிண்டு வாரும்... மறந்துபோயிடப் படாது. உம்மைத்தான் நம்பியிருக்கேன்."

"தாத்தாச்சாரி, இன்னிக்கித் துவாதசியாச்சே, இங்கேதான் சாப்பிட்டுப் போயிடுமே!"

"தாத்தாச்சாரி, போறபோது இந்த லேகிய டப்பாவைச் சிங்கார உடையார்கிட்டெ கொடுத்துடுமே!"

"வெயில் கண்கொண்டு பார்க்க முடியலே. ஏனையா, இந்த அபர வயசிலே இந்த அவதி? ரொம்பக் கௌரவமான உத்யோகமாச்சேன்னு விட மனசு வல்லியா?"

"சாமி, நம்ம மவன் அக்கரையிலேர்ந்து எளுதியிருக்குறானா?"

"தாத்தாச்சாரி, இப்படிச் சித்தெ உள்ள வாருமே. புளியோதரைக்குச் சாதம் பதம் போருமான்னு சொல்லிட்டுப் போமேன். நீர்தான் பண்ணிக் கொடுக்கிறேன், கொடுக்கிறேன்னு ஏமாத்திப்பிட்டீர். இன்னிக்கு அவளே பண்ண ஆரம்பிச்சுட்டா. பதமாவது

பார்த்துச் சொல்லிட்டுப் போம்."

"தாத்தாச்சாரி, தீபாவளிக்கு ஒரு வேஷ்டி வாங்கலாம்னு இருக்கேன். உமக்குச் சிவராயர் கரை தேவலியா, கம்பிக்கரை வேணுமா, இப்பவே சொல்லிப்பிடும். இன்னிக்குச் சாயங்காலம் வண்டிக் கட்டிண்டு மன்னார்குடி போப்போறேன்."

"ஐயா! ஒரு கடுதாசி எழுதிக் கொடுக்கணுங்க!"

"சாமி, இளநி சாப்பிடுறீங்களா?"

"என்னையா தாத்தாச்சாரி, கட்டையைக் கீழ கிடத்தற வரைக்கும் தபால்கட்டை விடமாட்டீர் போல இருக்கே..."

எல்லாம் எனக்கு நடக்கிற உபசாரந்தான். கோயிலிலே பிரபந்தம் சொல்லிக்கொண்டிருந்தால் என்னை யார் இப்படியெல்லம் லக்ஷ்யம் பண்ணப் போகிறார்கள்! பெரிய மனுஷன் தொடங்கி சின்ன மனிதன் வரை இப்படி ராஜோபசாரம் பண்ணுகிறது எதற்காக? தாத்தாச்சாரிக்கா? தபால்காரனுக்கா? இரண்டுக்குந்தான் என்று நீங்கள் சொல்லலாம். அது என்னவோ உண்மையாகவும் இருக்கலாம். ஆனால் என்னைக் கேட்டால், 'தபால்காரனுக்காக' என்றுதான் சொல்லுவேன்.

ஏழு ஊர்களின் க்ஷேமலாபங்களைச் சுமக்கிறவனுக்கு மரியாதை கேட்டா வரவேண்டும்? 'என்னையா, ரொம்பக் கௌரவமான உத்யோகமாச்சேன்னு விட மனசு வரலியா உமக்கு?' என்று குறும்புக் கேள்வி போடுகிறார் சிதம்பரைய்யர். இந்த அறியாதவருக்கு நான் என்ன பதில் சொல்லுவது? சாக்ஷாத் பரந்தாமனுடைய நிலைக்கு இது ஒன்றும் குறைவில்லை. ஒரு வித்தியாசம் மட்டும் சொல்லலாம், 'மற்றச் சிந்தை ஏதுமின்றி என்னையே நினைத்துக் கொண்டிருக்கும் தொண்டர்களின் யோக க்ஷேமங்களை நானே சுமக்கிறேன்' என்று 'யோக க்ஷேமம் வஹாமயகம்' என்று அருளினார் பரந்தாமன். நானோ ஏழு ஊர்களின் க்ஷேமலாபங்களைச் சுமப்பதால் என்னைச் சிந்திக்கிறார்கள். ஆகவே, காரண காரியங்கள் மட்டும் இடம் மாறியிருக்கின்றன.

'ஏனையா, இந்த அபர வயசிலே இந்த அவதி?' என்று அதே சிதம்பரைய்யர்தான் கேட்கிறார். அப்படி ஒன்றும் அபர வயசாக ஆகிவிடவில்லை. இந்த ஐப்பசி உத்திராடத்தோடு அறுபத்திரண்டு முடிகிறது. இன்னும் இரண்டே வருஷந்தான் ரிடயராக இருக்கிறது. தபால் இலாக்காவுக்கு மனுப் போட்டபோது நேரில் கூப்பிட்டு வயதைக் கேட்டார்கள். வாயில் இருபத்து மூன்று என்று வந்துவிட்டது. பொய்யென்று சொல்லவில்லை. ஏதோ வாய் நழுவி விழுந்துவிட்டது, அவ்வளவுதான். ஏன் வந்தது என்று கேட்டால் எனக்குக் காரணம் சொல்லத் தெரியவில்லை. ஏதோ பகவத் சங்கல்பம். வேற என்ன சொல்வது?

என் வயதைக் கேட்ட அதிகாரியும் (சாரனூர் போஸ்ட் மாஸ்டர்) 'நிஜமாகவா?' என்று ஒரு கேள்வியாவது கேட்டிருக்கலாம், ஆனால்

கேட்கவில்லை. முகம் முற்றியிருந்தால்தானே கேட்பார்? என் முகத்தில் பால் வடிகிறது! தேகமும் நல்ல கட்டுமஸ்து. பிரபந்தம் நாலாயிரத்தைத் தொட்ட இடத்தில் தலைகீழாகச் சொல்ல முடியும்படி தெம்புடன் சாரனூர் பெருமாளுக்குக் கைங்கரியம் பண்ணிக்கொண்டிருந்தேன். ஒன்பது வயது அதிகமாயிருக்கும் என்று ஊகிக்க அதிகாரிக்கு இடமில்லை. என் பெயரை சிபாரிசு செய்துவிட்டார். அடுத்த வாரம் உத்தரவு வந்துவிட்டது. அன்று தூக்கின தபால் கட்டை இன்னும் எறியவில்லை.

வருஷம் முப்பது முடிந்துவிட்டது. முப்பது வருஷத்துக்கும் முப்பது நாள் லீவு எடுத்திருப்பேனோ என்னமோ? சந்தேகம். என்ன முடை? நோவா நொடியா, ஒன்றும் கிடையாது. ஒருநாள் 'பீட்'டை முடித்துவிட்டு, ஆபீஸுக்குத் திரும்பி வரும்போது எட்டு மைல் நடைக்கணக்காகிவிடுகிறது. என்ன பாக்கியம்! குறை சொல்ல ஒன்றுமில்லை. என்ன ஒண்ணு, வயசுதான் எழுபதுக்கு மேல் காட்டுகிறது. சுருக்கம், எல்லை மீறி விழுந்துவிட்டது. உபரியாக ஒன்பது வயதுக்கு உடம்பு மதிப்பு போடச் சொல்லுகிறது. உடம்புதான் என்ன செய்யும்? நடுக்கோடையா... தாத்தாச்சாரி தலை. ஐப்பசி மழையா... தாத்தாச்சி உடம்பு என்று முப்பது வருஷமாக நடந்துகொண்டிருக்கும்போது உடம்பு வாடாமல் என்ன செய்யும்? மயிர் நரைக்காமல் என்ன செய்யும்? சட்டை, குல்லாய் கிடையாது. நாலு முழமோ, எட்டு முழமோ அரை வேஷ்டி; மேலே மூன்று முழத் துண்டு, வியர்வையைத் துடைத்துக் கொள்ள; வயல்வரப்பில் நடந்து போகும்போது மழை பெய்தால் பிற்பாடு ஒதுங்கின இடத்தில் துவட்டிக்கொள்ள.

இப்போதெல்லாம் இந்த வெயிலை அவ்வளவாகத் தாங்க முடியவில்லை. 'அப்பாடா!' என்று எங்கேயாவது உட்கார்ந்தால் தேவலைபோல் இருக்கிறது. இந்தத் தோல் சுருக்கத்தையும், சிரமத்தையும் கண்டுதான் இவ்வளவு உபசாரமும் கிடைக்கிறதோ என்னவோ? அல்லது இந்த வரப்பிலே நடக்கிற நடையைக் கண்டு ஒரு பிரமிப்பாவும் இருக்கலாம். இந்த வேலைக்கு ஈடே கிடையாது என்று முன்னாலேயே சூசிப்பித்துவிட்டேன்.

ஓயாத ஒழியாத நடை; சின்னதும் பெரியதுமாகப் பொழுது விடிந்தால் இரண்டாயிரம் நெஞ்சுகளாக எனக்காக ஏங்கிக்கொண்டிருக்கிற ஏக்கம். இந்த இரண்டும் போதாதா? 'இரண்டாவது சொன்னது சரி; முதலில் சொன்னது கூடவா (ஓயாத ஒழியாத ஒரு நடையா) ஒரு சுகம்?' என்று கேட்கலாம் நீங்கள். பின்னே எப்படி என் மனத்தை அலையவிடுகிறது? மனத்தில் உள்ள குமுறல்களை எப்படி மறக்கிறது? வெயிலில் வேர்க்க வேர்க்க நடந்தால்தானே முடியும்? அந்த நடைக்கு, தூக்கம் எங்கே எங்கே என்று காத்துக்கொண்டிருக்கும். இருட்டுகிற சமயத்திற்குக் கனவில்லாத தூக்கம். மீண்டும் காலையில் நடை.

புதிர் போட்டால் என்ன புரியும்? விஸ்தாரமாகவே கேளுங்கள்.

ஜனகம், ஏழு வயதிலேயே என்னைக் கணவனாக வரித்து விட்டாளாம். அந்தக் காலத்தில், 'நீ யாரையடி கல்யாணம் பண்ணிக்கப் போறே? தாத்தாவையா, பாட்டியையா?' என்று குழந்தைகளை அசட்டுக் கேள்வி கேட்பார்கள் இல்லையா? அதேதான். 'நான் தாத்தாச்சாரி மாமாவைத்தான் பண்ணிக்கப் போறேன்' என்றதாம் குழந்தை. ஜனகத்திற்கு அப்போது ஏழு வயது. அது நடந்தும்விட்டது. நான் ஜனகத்தைக் கைப்பற்றும்போது அவளுக்குப் பன்னிரண்டு வயது.

அந்தக் காலத்தில் நாள் கழித்துக் கல்யாணம் என்றுதான் சொல்ல வேண்டும். நானும் இருபத்தைந்து வயதைத் தாண்டிவிட்டேன். நாலு வருஷம் கழித்து, தகதகவென்று ஸ்வர்ண விக்ரகம் மாதிரி வீட்டிற்கு வந்து குடித்தனத்தை ஏற்றுக்கொண்டாள். இப்போதும் கண்முன்னே நிற்கிறது. அவள் காலைப் பார்த்துக் கொண்டிருந்தாலே போதும். பளபளவென்று உந்நதமான அந்தப் பாதங்களை நடக்கும்போது பார்க்க வேண்டும். மலர்ந்த புஷ்பங்கள் இரண்டு தத்துவதுபோல ஒரு தோற்றம். 'கற்பனை' என்று சொல்ல முடியவில்லை. என் கண்ணுக்கும் மனத்துக்கு இதே தோற்றம். மடவாத் தவளைபோல் பிரபந்தம் சொல்லும் தாத்தாச்சாரி வீட்டில், இப்படி ஒரு ஸ்வர்ணமயமான செளந்தர்யம்...! வாக்கியத்தை எப்படி முடிக்கிறது என்று தெரியவில்லை. கருவிலே திருவுடன் பிறந்து, பெருவாழ்வு வாழும் குடும்பத்தில் நடமாட வேண்டிய உருவம்!

வீடு, அவரைப் பந்தல்; குண்டும் குழியுமாக மண் பூசிய தரை; உப்புப் பூத்து தேய்ந்துபோன பல் விரிசைபோல, செங்கற்கள் தேய்ந்து இளிக்கும் முற்றத்துச் சுவர். இந்த வீட்டில் ஜனகம் நடமாடும்போது, இப்படி முரணானப் பொருட்களை ஒரே இடத்தில் வைத்திருப்பதைத்தான் பகவானின் லீலையாகச் சொல்லுகிறார்கள் என்று தோன்றுகிறது. எவ்வவவு ரஸக்குறைவான லீலை!

நாலாயிரத்தில் இரண்டாயிரம் பிரபந்தமாவது அவளால் கேட்ட இடத்தில் சொல்ல முடியும். நான் சொல்வதைக் கேட்டுக் கேட்டே அவளுக்கு வந்துவிட்டது. எழுதப் படிக்கத் தெரிந்தாலும் அதை அவள் படித்துக் கற்கவில்லை. நல்ல குரல். விடியற்காலையில் சிறு தூக்கத்தில் அவள் முணுமுணுக்கிற உதயராகத்தைக் கேட்டுக் கொண்டே விழித்தது, என் நெஞ்சை நனைக்கிறது. வீடு பெருக்கி, சாணி தெளிக்கும் ஓசையோடு வருகிற அந்த முணுமுணுப்பு, சற்றுக் கழித்து நெருங்கி வருகிறது. என் காலை ஏதோ பற்றுகிறது. மெல்லிசை நிற்கவில்லை. விழித்துப் பார்த்தால் அவள்தான். என் கால் விரல்களைக் கண்களோடு சேரததுக்கொ...கிறாள்.

முதல் தடவை இதை நான் கண்டபோது, சட்டெ...று காலை இழுத்துக்கொண்டது நினைவுக்கு வருகிறது. 'என்ன அபசாரம்' என்று பயந்தேனோ, என்னவோ?

குடும்ப நிர்வாகம், தண்ணீர்பட்ட பாடாக நடந்தது. அந்த அத்தைதான் அவளைப் பழக்கியிருக்க வேண்டும். 'இல்லாவிட்டால்

இருக்கிறதை வைத்துக்கொண்டு அந்த மாதிரி சமையல் செய்ய முடியாது; அவரைப்பந்தலாக இருந்த வீட்டைக் கருகருவென்று தூய்மையின் வடிவாகப் பராமரிக்கவும் முடியாது; கட்டின புருஷனைப் பெருமாளைச் சேவிக்கிற மாதிரி சேவித்துக் கொண்டிருக்கவும் முடியாது.

அந்த அத்தை, பெண் வீட்டுக்குப் போயிருந்தாள். போனவளுக்குத் திடீரென்று உடம்பு சரியில்ல என்று செய்தி வந்தது. அடிக்கடி ஜனகத்தை அழைத்துக்கொண்டு நான் கும்பகோணத்திற்குப் போகிற வழக்கந்தான். அந்தத் தடவை நான் போக முடியவில்லை. கோயிலில் உற்சவம். கூட இருந்த ஆராவமுதும் கண்ணனும் யாத்திரை போய்விட்டார்கள். என்னால் இடத்தைவிட்டு நகர முடியவில்லை. சாயங்காலம் ஒரு வண்டியை இரவல் வாங்கிக் கொண்டு ஆறு மைல் போய், ஸ்டேஷனில் அவளை ரெயில் ஏற்றிவிடக் கிளம்பினேன். மசமசத்த மாடு. வீரையன் வாலைக் கடித்துக் கடித்து, வால் புண்ணானதுதான் மிச்சம். நல்லவேளை ஒரு மணி முன்னாலேயே போய்ச் சேரும் திட்டத்துடன் கிளம்பினோமோ, பிழைத்தோமோ? இருந்தும் ‘லெவல் கிராசிங்’ போவதற்குள் வண்டி ஒரு மைலில் வந்துவிட்டது. இறங்கி ஓடினோம். கூடவே வண்டியும் வந்து ஸ்டேஷனிலும் நின்றுவிட்டது.

“நீ போ ஜனகம். நீ ஏறி உட்கார். இந்தா பணம்... ஓடு... நான் டிக்கெட் வாங்கிண்டு வந்து கொடுக்கறேன்...” என்று நான் டிக்கெட்டுக்காக ஜன்னல் பக்கம் பாய, அவள் பிளாட்பாரத்திற்குள் பாய்ந்தாள்.

“ஸார்... ஸார்...”

ஜன்னலில் ஒருவரும் இல்லை.

கத்தினேன்.

“ஸார்... ஸார்...”

“எந்த ஊருக்கையா? என்னையா இது.. நல்ல இழவுய்யா இது. வண்டி போனப்பறம்கூடவா டிக்கெட்?”

“ஸார், ஸார்... பொம்மனாட்டி, வண்டி ஏறிவிட்டா சார். டிக்கெட்டை மாத்திரம் கொடுக்கணும்.”

“எந்த ஊருக்கையா?”

“கும்பகோணம் ஒண்ணு.”

வண்டி ஊதிவிட்டது. நகர்ந்தும்விட்டது. நான் போவதற்குள் கடைசி வண்டியே தாண்டிப் போய்விட்டது. அவள் தலை தெரிந்தது. நான் ஓடினதுதான் மிச்சம். வண்டியைப் பிடிக்க முடியவில்லை.

‘வரவேண்டாம்; நான் பார்த்துக்கொள்கிறேன்’ என்ற பாவனையில் அவள் ஏதோ சைகைக் காட்டினாள்.

பணமும் கொடுத்துவிட்டோம். பார்த்துக்கொள்வாள்.

நாட்டுப்புறந்தான்; ஆனால், எங்கும் சமாளித்துக் கொள்ளக்கூடிய சமத்து உள்ளவள். பயம் ஒன்றுமில்லை... இரண்டு நாள் கழித்துக் கடிதம் வந்தது; சௌக்கியமாக வந்து சேர்ந்துவிட்டாள் என்று, உடன் கவலையும் வந்துவிட்டது.

ஒரு வாரம் ஆயிற்று. அவள் திரும்பி வருகிற தேதி, குறிப்பிட்டுக் கடிதம் வந்ததும், அதே இரவல் வண்டியை வாங்கிக்கொண்டு அவளை அழைத்து வந்தேன். அத்தைக்கு உடம்பு நன்றாகக் குணமாகிவிட்டதாம். இன்னும் பத்து வருஷத்துக்குப் பயமில்லையாம். அத்தைக்கு வயசு எழுபது.

"உயிரை விடறதுன்னா ஏன் மனசு வரமாட்டேங்கறது?" என்று கேட்டாள் ஜனகம்.

"உயிரை விட்டுட்டா, பகவான் படைச்ச உலகத்தை, சந்தோஷங்களை எப்படி அநுபவிக்கிறது?"

"அந்தச் சந்தோஷம், உலகம் & எல்லாத்தையும் வாண்டாம்னு நெனச்சா?"

"அப்படி ஒருத்தரும் நினைக்க மாட்டா."

"நினைச்சாக் கேக்கறேன்."

"நினைக்க மாட்டாங்கறாளே, வாண்டாம்னு ஏன் நினைக்கணும்?"

"பிடிக்கல்லே."

"பிடிக்காம இராது. மகா மகா வியாதி வந்தவாகூட உசிரைவிட விரும்ப மாட்டா. அத்தைக்குக் கேட்பானேன்? நல்ல சமர்த்து. காப்பாத்த எல்லாரும் காத்திண்டிருக்கா. அவளுக்கு என்ன?" என்று நான் சொன்னது அவளுக்குத் திருப்தியை அளித்ததோ, என்னவோ? பேசாமல் இருந்தாள்.

"கடைசியிலே விழுந்து விழுந்து ஓடினதும், வீரையன் வாலைக் கடிச்சதுந்தான் மிச்சம்னு சொல்லு. அத்தைப் பிழைச்சுட்டாள்."

"நல்லவேளை, ரெயிலைப் பிடிச்சோம். ஸ்டேஷனுக்குக் கண்ணன் வந்திருந்தான்."

"அன்னிக்கு டிக்கெட்டுக்கு என்ன பண்ணினே? நகர்ற வண்டியிலே ஓடிப்போய் ஏறினியே..? கூட்டமாயிருந்ததா? இடம் கிடைச்சுதா?"

"இடம் கிடைச்சுது."

"நல்லவேளை."

"ஒரே ஒருத்தர்தான் இருந்தார்."

"வண்டி முழுக்கவா?"

"ஆமாம். சின்ன வண்டி. இந்தக் காமிரா உள்ளில் பாதிகூட இராது."

"என்னது?"

"ஆமாம். கார்டு வண்டி."

"கார்டு வண்டியா? அவசரத்திலே அதிலே போய் ஏறிப்பிட்டியா?"

"ஆமாம்."

"அப்படீன்னா, கும்பகோணம் வரையில் நிற்காத வண்டியாச்சே அது. அதுவரைக்கும் அதிலேதான் போனியா?"

"வேற வழி?"

"நல்லவேளை. ஏதாவது பட்டிக்காடு மாதிரி திடீர்னு பயந்துண்டு, ஓடற வண்டியிலேர்ந்து குதிக்காம இருந்தியே!"

"விழுந்திருந்தா உடனே பிராணன் போயிருக்குமோல்லியா?"

"ஐயோ... நினைச்சாலே கூசறது."

"நான் விழுந்துடலாம்னுதான் நெனச்சேன்."

"என்ன ஜனகம், என்னைப் பாரு, தூக்கம் வரதா?"

"நன்னா முழிச்சுண்டுதான் இருக்கேன்."

"தத்துப்பித்துன்னு என்ன இது?"

"ஏறின உடனே, அடடே கார்டு வண்டியான்னு பதறிப் போனேன். 'பரவாயில்லையம்மா, நீங்க இப்படி உட்காருங்கோ'ன்னு ஒரு ஸ்டூலைக் காட்டினான் அவன். 'பரவாயில்லை'ன்னு நின்னுண்டிருந்தேன். 'கும்பகோணம் வரையில் நிக்காது இது; அதுவரையில் நிக்க முடியுமா?' என்று கேட்டான். 'நீங்க உட்காரலேன்னா நானும் உட்கார மாட்டேன்'ன்னான். 'சரி'ன்னு உட்கார்ந்து ஜன்னல் பக்கமே பார்த்துண்டிருந்தேன். கொஞ்ச நாழியானதும், 'இந்த இடத்திலே உட்கார்ந்தா தேவலை. அந்தப் பக்கத்திலேதான் இப்ப வர ஸ்டேஷன்'னான். எழுந்து வந்தேன். ஸ்டேஷன் தாண்டினதும், 'நீங்க இங்க வந்து உட்காரலாம்'னான். 'சரி'ன்னு போனேன்."

"ம்..."

"அப்புறம் பத்து நிமிஷம் கழிச்சு மறுபடியும், 'ஏந்து வாங்கோ. அந்தப் பக்கந்தான் இப்ப வர ஸ்டேஷன்'னான். மறுபடியும் எழுந்து போனேன் நான். நான் ஒண்டி; பயமாயிருந்தது."

"பகவான் மேல பாரத்தைப் போடலை. எனக்குப் பயமும் போய்விட்டது."

"பயம் என்ன?"

"மூணாம் தடவை, 'இப்ப இந்தப் பக்கம் ஸ்டேஷன்'னான். எழுந்து போனேன். நாலாந்தடவையும் அப்படி ஆச்சு. எனக்குச் சிரிப்பா வந்தது. அவனும் சிரிச்சான். 'உன் பெயரென்ன?'ன்னான்."

"உங்க பேரென்னன்னா?"
"உன் பேர்னு?"
"ஹூம்."
சொன்னேன்.
"உனக்கு மேல பேரும் அழகா இருக்கே'ன்னான்.
"நான் ஒண்ணும் அழகில்லை"ன்னேன்.
'நீயா, நீயா, நீயா?'ன்னு கிட்டவந்து..."
"ம்..."
"......"

பேச்சு நின்றுவிட்டது. விளக்கின் முத்தொளியில் அவள் முகம் இழுத்துக்கொண்டது தெரிந்தது. விசும்பல் கேட்டது.

"என்ன ஜனகம்?"
வாய்விட்டு அழுகைதான் கேட்டது.
"காலைத் தொடாமலே நமஸ்காரம் பண்றேன்."
"......"
"தொடக்கூடப் பதர்றது."
"யார் அந்தப் பாவி?"
"........."
"நானும் பாவிதான்."

எனக்கு நாக்கு, நெஞ்செல்லாம் வறண்டுவிட்டது. அதிர்ச்சி நிலையைக் கடந்து, புத்திக்கு விளங்கினபோது, 'ஹூம்!' என்று வெறித்துக்கொண்டு முனகினேன். திடீரென்று அவள் கழுத்தை நெறித்துவிடுவேன்போல இருந்தது.

"அடிபாவி, எப்படி மனசு வந்தது...!"
அழுகைதான் கேட்டது. அழுது என்ன?
"அப்புறம்?"
"விழுந்து குதிக்கலாம்னு... பாத்தேன்... பயமாயிருந்தது."
"ரெயில்லேருந்து விழறதுக்கு மட்டுமா?"
"......"
"அப்புறம்?"
"கும்பகோணம் வந்ததும் இறங்கிப்போயிட்டேன்... காலமே தாயார் சந்நிதியிலே போய் அழுதேன்..."

"கும்பகோணத்திலே இறங்கியிருக்க வாண்டாமே."

"அம்மா... க்..."

"ஏன் இங்கே வந்தே?"

"உங்க கையாலே பிராணனை விட்டுவிடலாம்னுதான்"

"எனக்கு ஒரு பாபத்தைக் கொண்டு வைக்கலாம்னா?"

"என்னைக் கொல்றதிலே என்ன பாவம்?"

"தொட்டுத்தானே கொல்லணும்?"

"தொடாமலும் கொல்லலாம்"

"தொடவும் வாண்டாம்; கொல்லவும் வாண்டாம்" என்று எழுந்து, வாசலுக்கு வந்து குறட்டில் நின்றேன். ஊர் முழுவதும் தூங்கிற்று. கோயிலின் பெரிய மதில், ஒரு துக்கமுமில்லாமல் ஒரு துன்பமில்லாமல் நின்றுகொண்டிருந்தது. மதிலை ஒட்டிப் போட்டிருந்த தாழ்ந்த சார்ப்பில் அடுத்த வீட்டு மாட்டின் கழுத்து மணியும் கன்றின் மணியும் உலகத்தில் ஒன்றுமே நடக்காததுபோல ஒலித்துக் கொண்டிருந்தன. மாடு வைக்கோலைப் பிடுங்கும் சலசலப்பு, என்னைக் கண்டு சிரித்தது.

பளபளவென்று இளமையும் வைரமும் பாய்ந்த என் உடலைக் கண்டு, வைக்கோல் நகைத்தது. நகைத்ததா, 'ஐயோ பாவம்!' என்று சொல்லிற்றா தெரியவில்லை. இந்த இருட்டில், 'உன் வைரமும் அழகும் எனக்கா தெரியப் போகிறது?' என்று சொல்லுகிறதுபோல, அடுத்த வீட்டுத் திண்ணையில் குறட்டைக் கேட்டது. புழுதியில் படுத்திருந்த நாய், என் கனப்பைக் கேட்டு என்னை ஒரு தடவை திரும்பிப் பார்த்து. என் அருகில் வந்து வாலைக் குழைத்துவிட்டு, மறுபடியும் போய்ப் படுத்துக்கொண்டது. அதற்கு மட்டும் தெரிந்துவிடப் போகிறதா?

அன்றிலிருந்து எனக்குத் தனிச் சமையல், தனித் தண்ணீர். எல்லாம் நானே செய்துகொண்டேன். தனிக்குடித்தனத்தில் இரண்டு தனிக்குடித்தனம். அவளுக்குத் தனிச் சமையல்; தனித் தண்ணீர். யாராவது விருந்தினர் வந்தால், நான் கோயிலில் சாப்பிட்டுவிட்டுச் சாமர்த்தியமாக நிலைமையைச் சமாளித்து விடுகிற பழக்கமும், கூடப் பிறந்த குணம்போல் வந்துவிட்டது.

சிரிப்பிலும் பேச்சிலும் குறைவில்லை. உதயராகமும் நின்று விடவில்லை. வேளைக்குச் சாப்பாடு; வேளைக்குத் தூக்கம்.

முதல் இரண்டு வருஷம் தூக்கத்திற்கும் ஒன்றும் கெடுதலில்லை. அப்புறந்தான் முடியவில்லை. 'கொல்லு, கொல்லு!' என்று இரா முழுவதும் இருமித் தீர்த்தாள் ஜனகம். உடம்பு சவமாக வெளுத்து வந்தது. கண்ணில் ஒரு புதுப் பளபளப்பு; உடல் உருகி உருகி, மெலிந்து தேய்ந்தது. அப்பொழுது இந்த வைத்தியம் எல்லாம் ஏது? ரத்தின உடையார்தான் பார்த்தார். லேகியம், சிந்தூரம், பஸ்பம் & இவைதான்.

கடைசியில் இருமலும் ஒருநாள் இரவு ஓய்ந்துவிட்டது.

"ரதி மன்மதன் மாதிரி இருந்தேளேடாப்பா! என் கண்ணு, இப்படிப் பறக்கவிட்டுவிட்டுப் போயிட்டாளே!" என்று கோதைக் கிழவி வயிற்றிலும் வாயிலும் அடித்துக்கொண்டாள்.

"எந்தப் பாவி கண் பட்டுதோ! உனக்கு நீயா, நீ அவளுக்கான்னு ரெண்டு அழகுமாச் சேந்து நிக்கிறதைக் காணச் சகிக்கலையோடி இந்தப் பாவி யமன்!" என்று ஜானகிப் பாட்டி அலறினாள்.

"ஒத்துமையா இருக்கிறவாள்ளாம் சேர்ந்து வாழாம அடிக்கிறதே இந்தத் தெய்வம்.. ம்...! என்ன அநியாயம்!" என்று அதிர்ந்துபோய் பேயறைந்தாற்போல் நின்றாள் கோதை.

கடித்த உதட்டைத் திறந்துவிட்டு நானும் வாய்விட்டு அழுதேன்.

ஒரு மாதத்திற்கு மேல் ஊரில் இருக்க முடியவில்லை. யாரை மறக்கிறது? எதை மறக்கிறது? தங்கப்பதுமையையா? தங்கப்பதுமை, தன்னையும் துயரையும் நாலு வருஷம் சுமந்து, தன்னந்தனியாக நடத்தின தனிக்குடித்தனத்தையா? நான் தனிக்குடித்தனம் செய்து கொண்ட லட்சணத்தையா?

நான் சாப்பிட்ட பாத்திரங்கள், சமைத்த வெண்கலப் பானை, குளித்த அருக்கஞ்சட்டி எல்லாவற்றையும் கோயில் பெருமாளுக்கே கொடுத்துவிட்டு, ஜனகம் சாப்பிட்ட பாத்திரங்கள், வெண்கலப் பானை, அண்டா இவற்றை மட்டும் எடுத்துவைத்து மூட்டை கட்டினேன்.

எதை எப்படி மறக்கிறது? தினமும் எட்டு மைல் வெயிலில் நடக்கிறதைவிடப் பெரிய போதை உண்டா என்ன?

சாரனூர் தபாலாபீஸுக்கு மனுப் போட்டதும், அவர் என் வயதைக் கேட்டு வேண்டுமென்றே நம்பியதும், ஒரு வாரத்தில் எனக்கு உத்தரவு வந்ததும்...

முப்பது வருஷம் ஆகிவிட்டது. ரிடையரான பிறகு உயிரோடு இருக்க வேண்டாம் என்று அந்தராத்மா வயதைக் குறைத்துச் சொல்லிற்றோ என்னவோ? உடம்பைப் போட்டுவிட்டுப் போவது கையிலா இருக்கிறது? நாம் என்ன பீஷ்மர்களா? ஏதோ நம்பிக்கை. இன்னும் இரண்டு வருஷம். என்ன ஆகிறதோ?

**- 'சுதேசமித்திரன்' தீபாவளி மலர், நவம்பர், 1955.**

# 1960

விஜயபாஸ்கரன் நடத்திய 'சரஸ்வதி' இதழின் மூலம் பிரபலமானவர் ஜெயகாந்தன். வேலூர்க்காரர். வட தமிழகத்தில் இருந்து எழுத்தாளர்கள் பெரிதாகப் பேசப்படாத அன்றைய சூழலில் புயலென வந்தவர். கொஞ்ச காலத்துக்கு இவர் மட்டும்தான் பிரதானமாக எழுதிக் கொண்டிருந்தார்.

கம்யூனிஸ்ட் கட்சி பின்னணியில் இருந்தாலும், தனக்கு சரியெனப்பட்டதை தைரியமாகச் சொல்லக்கூடியவராக இருந்தார். எழுத்தைப்போலவே ஆக்ரோஷமாக பேசவும் தெரிந்தவர். பெரியாரைப் பற்றி பேசும்போதும், 'பெரியார் ராமசாமி, சமுதாயத்துக்கு நல்ல பல கருத்துகளைச் சொல்லுபவர். ஆனால், அவர் இலக்கியத்தைப் பற்றிப் பேசுவதையெல்லாம் நல்ல கருத்தாக நான் ஒருபோதும் ஏற்றுக்கொள்ள மாட்டேன்' என்பார்.

ஒருமுறை அறிஞர் அண்ணாவைப் பற்றி பேசும்போது, 'சில மூடர்கள் அவரை 'அறிஞர்' என்கிறார்கள்; சில படு மூடர்கள் அவரைப் 'பேரறிஞர்' என்று அழைக்கிறார்கள்' என்று பேசினார். எம்.ஜி.ஆர். முதலமைச்சராக இருந்த நேரத்தில், அவர் 'தமிழர்தானா..!' என்ற சர்ச்சையை எழுப்பினார். சத்துணவுத் திட்டத்தை விளாசினார். அவரைப் போன்ற

துணிச்சல்கார எழுத்தாளர் தமிழகத்தில் குறைவு, அல்லது இல்லை. 80&களின் இறுதியில், அவருடைய எழுத்தும் பேச்சும் ஆற ஆரம்பித்தன. பிறகு, எழுதுவதையும் மேடையில் பேசுவதையும் அவர் வெகுவாகக் குறைத்துவிட்டார்.

'மணிக்கொடி' கால எழுத்தாளர்களுக்குப் பிறகு ஏற்பட்ட சிறுகதைப் பற்றாக்குறையை, சரஸ்வதி இதழ் படு ஆவேசமாக நிரப்பியது. அதில் ஜெ.கே. சர்ச்சைக்குரிய கதைகள் மூலம் பரபரப்பாகப் பேசப்பட்டார். பிராமண ஆசாரங்களை விமர்சிக்கும் போக்கு, இவருக்கு மேல்தட்டு வர்க்கத்தினரை திரும்பிப் பார்க்க வைத்ததுபோலவே, விளிம்புநிலை மக்களைப் பற்றியும் பல கதைகள் எழுதினார். இரண்டு தரப்பினரும், இவருடைய கதைகளில் தங்கள் வாழ்வை அடையாளம் கண்டனர். 'ஓ! இப்படித்தான் இருக்கிறதா நம் வாழ்க்கை?!' என்று உணர விரும்பினர். இவருக்கு ஏற்பட்ட வாசக பரப்பைப்போல அவருக்கு முன்னும் பின்னும் யாருக்கும் வாசகர்கள் உருவாகவில்லை.

புதுமைப்பித்தனுக்குப் பிறகு, 'சிறுகதை மன்னன்' என்ற பெயரைப் பெற்றார். 'உண்மை சுடும்', 'அக்னிப்பிரவேசம்', 'ரிஷிமூலம்', 'நந்தவனத்தில் ஓர் ஆண்டி' போன்ற பல கதைகள், ஜனரஞ்ஜக இதழிலே வெளியாகி, இலக்கிய உலகிலும் சிலாகிக்கப்பட்டவை. ஓர் எழுத்தாளன், கதைகள் எழுதியே கம்பீரமாக வாழ்ந்துகாட்ட முடியும் என்பதற்கு தமிழ்நாட்டில் எடுத்துக்காட்டாக விளங்கினார். எழுத்தாளர்கள் பலரும், குறைந்தபட்சம் ஒரு பத்திரிகையிலாவது வேலை பார்த்துதான் வாழ முடியும் என்ற நிலை இவரால் தீர்ந்தது.

'அக்னிப்பிரவேசம்' என்ற சிறுகதை, அதிகம் விமர்சிக்கப்பட்ட கதை.

பிராமணப் பெண் ஒருத்தியை வெகு சாமர்த்தியமாகத் தன் காம இச்சைக்குப் பயன்படுத்திக்கொள்கிறான் ஒருவன். தான் செய்தது தவறே இல்லைபோல, வெகு இயல்பாக அவளைப் பயன் படுத்துகிறான். அந்தப் பெண், வீட்டுக்குப் போய் தன் தாயிடம் நடந்ததைச் சொல்கிறாள். 'வெளியில் தெரிந்தால் அந்தப் பெண்ணின் வாழ்க்கை என்ன ஆகும் என்று பதறுகிறாள் தாய். அவளாகவே ஒரு நீதிக்கு வருகிறாள், 'தெரியாமல் செய்துவிட்ட இது, தவறே இல்லை' என்கிறாள். தண்ணீரைத் தலையில் ஊற்றி, 'இது தண்ணீர் இல்லை, நெருப்புன்னு நினைச்சுக்கோ.. அக்னிப்பிரவேசம் செஞ்சுட்டே.. நீ புது மனுஷியாகிட்டே' என்கிறாள். இரு தரப்பிலும் 'கற்பு' என்ற பதற்றம் இல்லை. பணக்காரன் தன் செல்வ மிதப்பினால் ஏற்படும் அலட்சியத்தால் கற்பு வளையத்தைக் கடக்கிறான். ஆசாரமான குடும்பத்திலோ அதையே இன்னொருவிதமாகக கடக்கிறார்கள்.

'பிராமணர்களைச் சீண்டிப்பார்க்கிறார்!' என்ற குற்றச்சாட்டு பெரிதாக எழுந்தது. அதன்பிறகு, அந்த பிராமணத் தாய் கத்திக் கூச்சல் போட்டு இருந்தால் என்னவாகியிருக்கும் என்று இன்னொரு கதையை அவர் எழுத வேண்டியிருந்தது. அதுவே 'சில நேரங்களில்

சில மனிதர்கள்' என்ற நாவலாக வெளியானது.

சாகித்ய அகாதமி விருது, ஞானபீட விருது பெற்ற எழுத்தாளரான இவருடைய சிறுகதைகள், பிரசாரத் தன்மையோடு இருப்பதாக விமர்சிப்பவர்கள் உண்டு. எனினும், அவருடைய பேச்சு, எழுத்து ஆகியவற்றோடு அவரையும் சேர்த்து வாசகர்கள் ரசித்தார்கள் என்பதை மறுப்பதற்கில்லை. அவரது காலத்தில் மு.வரதராசனார், அகிலன், கிருஷ்ணன் நம்பி, அசோகமித்திரன், அம்பை, வல்லிக்கண்ணன், சுந்தர ராமசாமி, தஞ்சை பிரகாஷ், ஜீ.நாகராஜன் போன்ற தலைசிறந்த எழுத்தாளர்கள் எழுதினர்.

அசோகமித்திரனின் 'புலிக்கலைஞன்', 'பிரயாணம்', கிருஷ்ணன் நம்பியின் 'தேரோடும் வீதி', 'மருமகள் வாக்கு', அம்பையின் 'அம்மா ஒரு கொலை செய்தாள்', ஜீ.நாகராஜனின் 'நடிகன்' போன்ற கதைகள் சிறுகதை உலகில் பலராலும் எடுத்துக்காட்டப்படுபவை. அகிலன், மு.வரதராசனார் போன்றோரின் கதைகளுக்கு அன்று இருந்த வரவேற்பு அபாரமானது. புத்தகம் வந்ததும் விற்றுத் தீர்ந்துவிடும் மகத்தான வரவேற்பு கொண்டவை. செவ்வியல் தன்மையுடைய அவர்களின் கதைகள், அறம் போதிக்கும் தன்மையுடன் நிற்பதனால் சிறுகதையின் வளர்ச்சிக்கு வித்திட்டதாக மேற்கோள் காட்டப்படுவதில்லை.

# ஜெயகாந்தன்
## 1934
## அக்னிப்பிரவேசம்

மாலையில், அந்தப் பெண்கள் கல்லூரியின் முன்னே உள்ளே பஸ் ஸ்டாண்டில் வானவில்லைப்போல் வர்ணஜாலம் காட்டி மாணவிகளின் வரிசை ஒன்று பஸ்ஸுக்காகக் காத்து நின்றுகொண்டிருக்கிறது. கார் வசதி படைத்த மாணவிகள் சிலர், அந்த வரிசையினருகே கார்களை நிறுத்தித் தங்களின் நெருங்கிய சிநேகிதிகளை ஏற்றிக்கொண்டு செல்லுகின்றனர். வழக்கமாகக் கல்லூரி பஸ்ஸில் செல்லும் மாணவிகளை ஏற்றிக்கொண்டு அந்த சாம்பல் நிற 'வேனு'ம் விரைகிறது.

அரை மணி நேரத்திற்கு அங்கே ஹாரன்களின் சத்தமும், குளிரில் விறைத்த மாணவிகளின் கீச்சுக் குரல் பேச்சும் சிரிப்பொலியும் மழையின் பேரிரைச்சலோடு கலந்தொலித்துத் தேய்ந்து அடங்கிப்போனபின், ஐந்தரை மணிக்குமேல் இருபதுக்கும் குறைவான மாணவிகளின் கும்பல், அந்த பஸ் ஸ்டாண்ட் மரத்தடியில் கொட்டும் மழையில் பத்துப் பன்னிரண்டு குடைகளின் கீழேக் கட்டிப்பிடித்து நெருக்கியடித்துக் கொண்டு நின்றிருக்கிறது.

நகரின் நடுவில் ஜன நடமாட்டம் அதிக மில்லாத, மரங்கள் அடர்ந்த தோட்டங்களின் மத்தியில், பங்களாக்கள் மட்டுமே உள்ள அந்தச் சாலையில் மழைக்கு ஒதுங்க இடமில்லாமல்,

மேலாடை கொண்டு போர்த்தி மார்போடு இறுக அணைத்த புத்தகங்களும் மழையில் நனைந்துவிடாமல், உயர்த்திய முழங்காலுக்கிடையே செருகிய புடவைக் கொசுவங்களோடு அந்த மாணவிகள் வெகுநேரமாய்த் தத்தம் பஸ்களை எதிர்நோக்கி நின்றிருந்தனர்.

-வீதியின் மறுகோடியில் பஸ் வருகின்ற சப்தம் நற நறவென்று கேட்கிறது.

"ஹேய்... பஸ் இஸ் கம்மிங்!" என்று ஏக காலத்தில் பல குரல்கள் ஒலிக்கின்றன.

வீதியில் தேங்கி நின்ற மழை நீரை இருபுறமும் வாரி இறைத்துக்கொண்டு, அந்த 'டீஸல் அநாகரிகம்' வந்து நிற்கிறது.

"பை... பை"

"ஸீ யூ!"

"சீரியோ!"

-கண்டக்டரின் விசில் சப்தம்.

அந்தக் கும்பலில் பாதியை எடுத்து விழுங்கிக்கொண்டு ஏப்பம் விடுவதுபோல் செருமி நகர்கிறது அந்த பஸ்.

பஸ் ஸ்டாண்டில் பத்துப் பன்னிரண்டு மாணவிகள் மட்டுமே நின்றிருக்கின்றனர்.

மழைக் காலமாதலால் நேரத்தோடே பொழுது இருண்டு வருகிறது.

வீதியில் மழைக் கோட்டணிந்த ஒரு சைக்கிள் ரிக்ஷாக்காரன், குறுக்கே வந்து அலட்சியமாக நின்றுவிட்ட ஓர் அநாதை மாட்டுக்காகத் தொண்டை கம்மிப்போன மணியை முழக்கிக்கொண்டு வேகமாய் வந்தும் அது ஒதுங்காததால் அங்கே பெண்கள் இருப்பதையும் லட்சியப்படுத்தாது அசிங்கமாகத் திட்டிக்கொண்டே செல்கிறான். அவன் வெகுதூரம் சென்ற பிறகு அவனது வசை மொழியை ரசித்த பெண்களின் கும்பல், அதை நினைத்து நினைத்துச் சிரித்து அடங்குகிறது.

அதன்பிறகு வெகுநேரம் வரை அந்தத் தெருவில் சுவாரஸ்யம் ஏதுமில்லை. எரிச்சல் தரத்தக்க அமைதியில் மனம் சலித்துப்போன அவர்களின் கால்கள், ஈரத்தில் நின்று நின்று கடுக்க ஆரம்பித்துவிட்டன.

பஸ்ஸைக் காணோம்!

அந்த அநாதை மாடு மட்டும் இன்னும் நடுத்தெருவிலேயே நின்றிருக்கிறது; அது காளை மாடு; கிழ மாடு; கொம்புகளில் ஒன்று நெற்றியின் மீது விழுந்து தொங்குகிறது. மழைநீர் முதுகின் மீது விழுந்து விழுந்து முத்து முத்தாய்த் தெறித்து, அதன் பழுப்பு நிற வயிற்றின் இரு மருங்கிலும் கரிய கோடுகளாய் வழிகிறது. அடிக்கடி அதன் உடலில் ஏதேனும் ஒரு பகுதி, அநேகமாக வலது தொடைக்கு மேல் பகுதி குளிரில் வெடவெடத்துச் சிலிர்த்துத் துடிக்கிறது.

எவ்வளவு நாழி இந்தக் கிழட்டு மாட்டையே ரசித்துக் கொண்டிருப்பது; ஒரு பெருமூச்சுடன் அந்தக் கும்பலில் எல்லாவிதங்களிலும் விதிவிலக்காய் நின்றிருந்த அந்தச் சிறுமி தலை நிமிர்ந்து பார்க்கிறாள்.

...வீதியின் மறுகோடியில் பஸ் வருகின்ற சப்தம் நற நறவென்று கேட்கிறது.

பஸ் வந்து நிற்பதற்காக இடம் தந்து ஒதுங்கி, அந்த மாடு வீதியின் குறுக்காகச் சாவதானமாய் நடந்து மாணவிகள் நிற்கும் பிளாட்பாரத்தருகே நெருங்கித் தனக்கும் சிறிது இடம் கேட்பதுபோல் தயங்கி நிற்கிறது.

“ஹேய்.. இட் இஸ் மை பஸ்..!” அந்தக் கூட்டத்திலேயே வயதில் மூத்தவளான ஒருத்தி, சின்னக் குழந்தை மாதிரிக் குதிக்கிறாள்.

“பை... பை....”

“டாடா!”

கும்பலை ஏற்றிக்கொண்டு அந்த பஸ் நகர்ந்த பிறகு, பிளாட்பாரத்தில் இரண்டு மாணவிகள் மட்டுமே நிற்கின்றனர். அதில் ஒருத்தி அந்தச் சிறுமி. மற்றொருத்தி பெரியவள்.- இன்றைய பெரும்பாலான சராசரி காலேஜ் ரகம். அவள் மட்டுமே குடை வைத்திருக்கிறாள். அவளது கருணையில் அந்தச் சிறுமி ஒதுங்கி நிற்கிறாள்.

சிறுமியைப் பார்த்தால், கல்லூரியில் படிப்பவளாகவே தோன்றவில்லை. ஹை ஸ்கூல் மாணவி போன்ற தோற்றம். அவளது தோற்றத்தில் இருந்தே ‘அவள், வசதி படைத்த குடும்பப் பெண் அல்ல!’ என்று சொல்லிவிட முடியும். ஒரு பச்சை நிறப் பாவாடை, கலர் மாட்சே இல்லாத... அவள் தாயாரின் புடவையில் கிழித்த,- சாயம்போய் இன்ன நிறம் என்று சொல்ல முடியாத ஒருவகை சிவப்பு நிறத் தாவணி. கழுத்தில் நூலில் கோத்து ‘பிரஸ் பட்டன்’ வைத்துத் தைத்த ஒரு கறுப்பு மணிமாலை. காதில் கிளாவர் வடிவத்தில் எண்ணெய் இறங்குவதற்காகவே கல் வைத்து இழைத்த (-அதிலும் ஒரு கல்லைக் காணோம்) கம்மல்... ‘இந்த முகத்திற்கு நகைகளே வேண்டாம்’ என்பதுபோல் சுடர்விட்டுப் பிரகாசித்துப் புரண்டுப் புரண்டு மின்னுகின்ற கறை படியாத குழந்தைக் கண்கள்..!

அவளைப் பார்க்கின்ற யாருக்கும், எளிமையாக, அரும்பி, உலகின் விலை உயர்நத எத்தனையோ பொருட்களுக்கு இல்லாத எழிலோடு திகழும், புதிதாய் மலர்ந்துள்ள ஒரு புஷ்பத்தின் நினைவே வரும். அதுவும் இப்போது மழையில் நனைந்து, ஈரத்தில் நின்று நின்று தந்தக் கடைசல் போன்ற கால்களும் பாதங்களும் சிலிர்த்து, நீலம் பாரித்துப்போய், பழந்துணித் தா வணியும் ரவிக்கையும் உடம்போடு ஒட்டிக்கொண்டு, சின்ன உருவமாய்க் குளிரில் குறுகி ஓர் அம்மன் சிலை மாதிரி அவள் நிற்கையில், அப்படியே கையிலே தூக்கிக்கொண்டு போய்விடலாம் போலக்கூடத் தோன்றும்...

"பஸ் வரலியே, மணி என்ன?" என்று குடைப் பிடித்துக் கொண்டிருப்பவளை அண்ணாந்து பார்த்துக் கேட்கிறாள் சிறுமி.

"ஸிக்ஸ் ஆகப் போறதுடீ" என்று கைக்கடிகாரத்தைப் பார்த்துச் சலிப்புடன் கூறிய பின், "அதோ ஒரு பஸ் வரது. அது என் பஸ்ஸாக இருந்தால் நான் போயிடுவேன்" என்று குடையை மடக்கிக்கொள்கிறாள் பெரியவள்.

"ஓ எஸ்! மழையும் நின்னுருக்கு. எனக்கும் பஸ் வந்துடும். அஞ்சே முக்காலுக்கு டெர்மினஸ்லேருந்து ஒரு பஸ் புறப்படும். வரது என் பஸ்ஸானா நானும் போயிடுவேன்" என்று ஒப்பந்தம் செய்துகொள்வதுபோல் அவள் பேசுகையில் குரலே ஓர் இனிமையாகவும், அந்த மொழியே ஒரு மழலையாகவும், அவளே ஒரு குழந்தையாகவும் பெரியவளுக்குத் தோன்ற, சிறுமியின் கன்னத்தைப் பிடித்துக் கிள்ளி...

"சமத்தா ஜாக்கிரதையா வீட்டுக்குப் போ" என்று சிறுமியின் விரல்களுக்கு முத்தம் கொடுத்துக் கொள்கிறாள்.

பஸ் வருகிறது... ஒன்றன்பின் ஒன்றாய் இரண்டு பஸ்கள் வருகின்றன. முதலில் வந்த பஸ்ஸில் பெரியவள் ஏறிக்கொள்கிறாள்.

"பை.. பை!"

"தாங்க் யூ! என் பஸ்ஸும் வந்துடுத்து" என்று கூவியவாறு பெரியவளை வழி அனுப்பிய சிறுமி, பின்னால் வந்த பஸ்ஸின் நம்பரைப் பார்த்து ஏமாற்றமடைகிறாள். அவளின் முகமாற்றத்தைக் கண்டே இவள் நிற்பது இந்த பஸ்ஸுக்காக அல்ல என்று புரிந்துகொண்ட டிரைவர், பஸ் ஸ்டாண்டில் வேறு ஆட்களும் இல்லாததால் பஸ்ஸை நிறுத்தாமலேயே ஓட்டிச்செல்கிறார்.

அந்தப் பெரிய சாலையின் ஆளரவமற்ற சூழ்நிலையில் அவள் மட்டும் தன்னந்தனியே நின்றிருக்கிறாள். அவளுக்குத் துணையாக அந்தக் கிழ மாடும் நிற்கிறது. தூரத்தில் எதிரே காலேஜ் காம்பவுண்டுக்குள் எப்பொழுதேனும் யாரோ ஒருவர் நடமாடுவது தெரிகிறது. திடீரென ஒரு திரை விழுந்து கவிகிற மாதிரி இருள் வந்து படிகிறது. அதைத் தொடர்ந்து சீறி அடித்த ஒரு காற்றால் அந்தச் சாலையில் கவிந்திருந்த மரக்கிளைகளிலிருந்து படபடவென நீர்த்துளிகள் விழுகின்றன. அவள், மரத்தோடு ஒட்டி நின்றுகொள்கிறாள். சிறிதே நின்றிருந்த மழை திடீரெனக் கடுமையாகப் பொழிய ஆரம்பிக்கிறது. குறுக்கே உள்ள சாலையைக் கடந்து மீண்டும் கல்லூரிக்குள்ளேயே ஓடிவிட அவள் சாலையின் இரண்டு பக்கமும் பார்க்கும்போது, அந்தப் பெரிய கார் அவள் வழியின் குறுக்கே வேகமாய் வந்து அவள் மேல் உரசுவது போல் சடக்கென நின்று, நின்ற வேகத்தில் முன்னும் பின்னும் அழகாய் அசைகின்றது.

அவள் அந்த அழகிய காரை, பின்னால் இருந்து முன்னேயுள்ள

டிரைவர் ஸீட் வரை விழிகளை ஓட்டி ஆச்சரியம்போலப் பார்க்கிறாள்.

அந்தக் காரை ஓட்டி வந்த இளைஞன், வசீகரமிக்க புன்னகையோடு தனக்கு இடது புறம் சரிந்து படுத்து, பின்ஸீட்டின் கதவைத் திறக்கின்றான்.

"ப்ளீஸ் கெட் இன்... ஐ கேன் டிராப் யூ அட் யுவர் ப்ளேஸ்" என்று கூறியவாறு, தனது பெரிய விழிகளால் அவள் அந்தக் காரைப் பார்ப்பதைப் போன்ற ஆச்சரியத்தோடு அவன், அவளைப் பார்க்கிறான்.

அவனது முகத்தைப் பார்த்த அவளுக்கு, காதோரமும் மூக்கு நுனியும் சிவந்து போகிறது; "நோ தாங்க்ஸ்! கொஞ்ச நேரம் கழிச்சு.. மழை விட்டதும் பஸ்ஸிலேயே போயிடுவேன்.."

"ஓ! இட் இஸ் ஆல் ரைட்.. கெட் இன்" என்று அவன் அவசரப்படுத்துகிறான். கொட்டும் மழையில் தயங்கி நிற்கும் அவளை, கையைப் பற்றி இழுக்காத குறை...

அவள், ஒருமுறை தன் பின்னால் திரும்பிப் பார்க்கிறாள். மழைக்குப் புகலிடமாய் இருந்த அந்த மரத்தை ஒட்டிய வளைவை இப்போது அந்தக் கிழ மாடு ஆக்கிரமித்துக் கொண்டிருக்கிறது.

அவளுக்கு முன்னே அந்தக் காரின் கதவு இன்னும் திறந்தே இருக்கிறது. தனக்காகத் திறக்கப்பட்டிருக்கும் அந்தக் கதவின் வழியே மழைநீர் உள்ளே சாரலாய் வீசுவதைப் பார்த்து அவள் அந்தக் கதவை மூடும்போது, அவள் கையின் மீது அவனது கை அவசரமாக விழுந்து பதனமாக அழுந்துகையில், அவள் பதறிப்போய்க் கையை எடுத்துக்கொள்கிறாள். அவன் முகத்தை, அவள் ஏறிட்டுப் பார்க்கிறாள். அவன்தான் என்னமாய் அழகொழுகச் சிரிக்கிறான்.

இப்போது அவனும் காரிலிருந்து வெளியே வந்து அவளோடு மழையில் நனைந்தவாறு நிற்கிறானே..

"ம்... கெட் இன்."

இப்போது அந்த அழைப்பை அவளால் மறுக்க முடியவில்லையே..!

அவள் உள்ளே ஏறியதும், அவன் கை அவளைச் சிறைப்பிடித்ததைப் போன்ற எக்களிப்பில் கதவை அடித்துச் சாத்துகிறது. அலையில் மிதப்பதுபோல் சாலையில் வழுக்கிக்கொண்டு அந்தக் கார் விரைகிறது.

அவளது விழிகள் காருக்குள் அலைகின்றன. காரின் உள்ளே கண்ணுக்குக் குளிர்ச்சியாய் அந்த வெளிறிய நீல நிறச் சூழல் கனவு மாதிரி மயக்குகிறது. இத்தனை நேரமாய் மழையின் குளிரில் நின்றிருந்த உடம்புக்கு, காருக்குள் நிலவிய வெப்பம் இதமாக இருக்கிறது. இந்தக் கார், தரையில் ஓடுகிற மாதிரியே தெரியவில்லை. பூமிக்கு ஓர் அடி உயரத்தில் நீந்துவதுபோல் இருக்கிறது.

'ஸீட்டெல்லாம் எவ்வளவு அகலமா இருக்கு! தாராளமா ஒருத்தர் படுத்துக்கலாம்' என்ற நினைப்பு வந்ததும், தான் ஒரு மூலையில்

மார்போடு தழுவிய புத்தகக் கட்டுடன் ஒடுங்கி உட்கார்ந்திருப்பது அவளுக்கு ரொம்ப அநாகரிகமாகத் தோன்றுகிறது. புத்தக அடுக்கையும் அந்தச் சிறிய டிபன் பாக்ஸையும் ஸீட்டிலேயே ஒரு பக்கம் வைத்த பின்னர் நன்றாகவே நகர்ந்து கம்பீரமாக உட்கார்ந்துகொள்கிறாள்.

“இந்தக் காரே ஒரு வீடு மாதிரி இருக்கு. இப்படி ஒரு கார் இருந்தா வீடே வேண்டாம். இவனுக்கும்...- ஐயையோ..!- இவருக்கும் ஒரு வீடு இருக்கும் இல்லையா..? காரே இப்படி இருந்தா இந்தக் காரின் சொந்தக்காரரோட வீடு எப்படி இருக்கும்! பெரிசா இருக்கும்! அரண்மனை மாதிரி இருக்கும்... அங்கே யாரெல்லாமோ இருப்பா. இவர் யாருன்னே எனக்குத் தெரியாதே? ஹை, இது என்ன நடுவிலே? ரெண்டு ஸீட்டுக்கு மத்தியிலே இழுத்தா மேஜை மாதிரி வரதே! இது மேலே புஸ்தகத்தை வச்சுண்டு படிக்கலாம், எழுதலாம், இல்லேன்னா இந்தப் பக்கம் ஒருத்தர் அந்தப் பக்கம் ஒருத்தர் தலையை வச்சுண்டு ‘ஜம்’னு படுத்துக்கலாம். இந்தச் சின்ன விளக்கு எவ்வளவு அழகா இருக்கு, தாமரை மொட்டு மாதிரி; ம்ஹூம்... அல்லி மொட்டு மாதிரி! இதை எரியவிட்டுப் பார்க்கலாமா? சீ! இவர் கோபித்துக்கொண்டார்னா!”

“அதுக்குக் கீழே இருக்கு பாரு ஸ்விட்ச்” அவன் காரை ஓட்டியவாறே முன்புறமிருந்த சிறிய கண்ணாடியில் அவளைப் பார்த்து ஒரு புன்முறுவலோடு கூறுகிறான்.

அவள் அந்த ஸ்விட்சைப் போட்டு அந்த விளக்கு எரிகிற அழகை ரசித்து பார்க்கிறாள். பின்னர், ‘பவரை வேஸ்ட் பண்ணப்படாது’ என்ற சிக்கன உணர்வோடு விளக்கை நிறுத்துகிறாள். பிறகு, தன்னையே ஒருமுறை பார்த்துத் தலையிலிருந்து விழுகின்ற நீரை இரண்டு கைகளினாலும் வழித்துவிட்டுக்கொள்கிறாள்.

‘ஹூம்! இன்னிக்கின்னு போய் இந்தத் தரித்திரம் பிடிச்ச தாவணியைப் போட்டுண்டு வந்திருக்கேனே’ என்று மனதிற்குள் சலித்துக்கொண்டே, தாவணியின் தலைப்பைப் பிழிந்து கொண்டிருக்கையில், அவன் இடது கையால் ஸ்டியரிங்கிற்குப் பக்கத்தில் இருந்த பெட்டி போன்ற அறையின் கதவைத் திறந்து ‘டப்’ என்ற சப்தத்தில் அவள் தலைநிமிர்ந்து பார்க்கிறாள் - ‘அட! கதவைத் திறந்த உடனே உள்ளே இருந்து ஒரு சிவப்பு பல்ப் எரியறதே!’ -ஒரு சிறிய டர்க்கி டவலை எடுத்துப் பின்னால் அவளிடம் நீட்டுகிறான்.

“தாங்ஸ்” அந்த டவலை வாங்கித் தலையையும் முழங்கையையும் துடைத்துக்கொண்டு முகத்தைத் துடைக்கையில் ‘அப்பா, என்ன வாசனை!’ சுகமாக முகத்தை அதில் அழுந்தப் புதைத்துக்கொள்கிறாள்.

ஒரு திருப்பத்தில் அந்தக் கார் வளைந்து திரும்புகையில் அவள், ஒரு பக்கம் “அம்மா” என்று கூவிச் சரிய, ஸீட்டின் மீதிருந்த புத்தகங்களும் மற்றொரு பக்கம் சரிந்து, அந்த வட்ட வடிவ சின்னஞ்சிறு எவர்சில்வர் டிபன் பாக்ஸூம் ஒரு பக்கம் உருள்கிறது.

“ஸாரி” என்று சிரித்தவாறே அவளை ஒருமுறை திரும்பிப் பார்த்தபின், காரை மெதுவாக ஓட்டுகிறான் அவன். தான் பயந்துபோய் அலறியதற்காக வெட்கத்துடன் சிரித்தவாறே இறைந்துகிடக்கும் புத்தகங்களைச் சேகரித்துக்கொண்டு எழுந்து அமர்கிறாள் அவள்.

ஜன்னல் கண்ணாடியினூடே வெளியே பார்க்கையில் கண்களுக்கு ஒன்றுமே புலப்படவில்லை. கண்ணாடியின் மீது புகை படர்ந்ததுபோல் படிந்திருந்த நீர்த்திவலையை அவள் தனது தாவணியின் தலைப்பால் துடைத்துவிட்டு வெளியே பார்க்கிறாள்.

தெருவெங்கும் விளக்குகள் எரிகின்றன. பிரகாசமாக அலங்கரிக்கப்பட்ட கடைகளின் நிழல்கள், தெருவிலுள்ள மழைநீரில் பிரதிபலித்துக் கண்களைப் பறிக்கின்றன. பூலோகத்துக் கீழே இன்னோர் உலகம் இருக்கிறதாமே, அது மாதிரி தெரிகிறது...!

“இதென்ன, கார் இந்தத் தெருவில் போகிறது? ஓ! எங்க வீடு அங்கே இருக்கு” என்று அவள் உதடுகள் மெதுவாக முனகி அசைகின்றன.

“இருக்கட்டுமே, யாரு இல்லைன்னா” என்று அவனும் முனகிக்கொண்டே அவளைப் பார்த்துச் சிரிக்கிறான்.

‘என்னடி இது வம்பாப் போச்சு!’ என்று அவள் தன் கைகளைப் பிசைந்துகொண்ட போதிலும், அவன் தன்னைப் பார்க்கும்போது அவனது திருப்திக்காகப் புன்னகை பூக்கிறாள்.

கார், போய்க்கொண்டே இருக்கிறது.

நகரத்தின் ஜன நடமாட்டம் மிகுந்த பிரதான பஜாரைக் கடந்து, பெரிய பெரியக் கட்டடங்கள் நிறைந்த அகலமான சாலைகளைத் தாண்டி, அழகிய பூங்காக்களும் பூந்தோட்டங்களும் மிகுந்த அவென்யூக்களில் புகுந்து, நகரத்தின் சந்தடியே அடங்கிப்போன ஏதோ ஒரு டிரங்க் ரோடில் கார் போய்க்கொண்டிருக்கிறது.

இந்த மழையில் இப்படி ஒரு காரில் பிரயாணம் செய்து கொண்டிருப்பது அவளுக்கு ஒரு புதிய அனுபவமானபடியால் அதில் ஒரு குதூகலம் இருந்தபோதிலும், அந்தக் காரணம் பற்றியே அடிக்கடி ஏதோ ஒருவகை பீதி உணர்ச்சி அவளது அடிவயிற்றில் மூண்டு எழுந்து, மார்பில் என்னவோ செய்துகொண்டிருக்கிறது.

சின்னக் குழந்தை மாதிரி அடிக்கடி வீட்டுக்குப் போக வேண்டும் என்று அவனை நச்சரிக்கவும் பயமாயிருக்கிறது.

தன்னை அந்த பஸ் ஸ்டாண்டில் தனிமையில் விட்டுவிட்டுப் போனாளே அவளைப் பற்றிய நினைவும், அவள் தன் கன்னத்தைக் கிள்ளியவாறு சொல்லிவிட்டுப் போனாளே அந்த வார்த்தைகளும் இப்போது அவள் நினைவுக்கு வருகின்றன: ‘சமத்தா ஜாக்கிரதையா வீட்டுக்குப் போ!’

‘நான் இப்ப அசடாயிட்டேனா? இப்படி முன்பின் தெரியாத

ஒருத்தரோட கார்லே ஏறிண்டு தனியாகப் போறது தப்பில்லையோ? இவரைப் பார்த்தால் கெட்டவர் மாதிரித் தெரியலியே? என்ன இருந்தாலும் நான் வந்திருக்கக் கூடாது.- இப்ப என்ன பண்றது? எனக்கு அழுகை வரதே.

சீ! அழக்கூடாது.. அழுதா இவர் கோபித்துக்கொண்டு 'அசடே! இங்கேயே கிட'ன்னு இறக்கி விட்டுட்டுப் போயிட்டா? எப்படி வீட்டுக்குப் போறது? எனக்கு வழியே தெரியாதே.. நாளைக்கு ஜுவாலஜி ரெக்கார்ட் வேற ஸப்மிட் பண்ணணுமே! வேலை நிறைய இருக்கு.'

"இப்ப நாம எங்கே போறோம்" & அவளது படபடப்பான கேள்விக்கு, அவன் ரொம்ப சாதாரணமாக பதில் சொல்கிறான்.

"எங்கேயுமில்ல; சும்மா ஒரு டிரைவ்.."

"நேரம் ஆயிடுத்தே, வீட்டிலே அம்மா தேடுவா..."

"ஓ எஸ்..! திரும்பிடலாம்."

-கார் திரும்புகிறது. டிரங்க் ரோடைவிட்டு விலகிப் பாலைவனம் போன்ற திடலுக்குள் பிரவேசித்து, அதிலும் வெகுதூரம் சென்று அதன் மத்தியில் நிற்கிறது கார். கண்ணுக்கெட்டிய தூரம் இருளும் மழையும் சேர்ந்து அரண் அமைந்திருக்கின்றன. அந்த அத்துவானக் காட்டில், தவளைகளின் கூக்குரல் பேரோலமாகக் கேட்கிறது. மழையும் காற்றும் முன்னைவிட மூர்க்கமாய்ச் சீறி விளையாடுகின்றன.

காருக்குள்ளேயே ஒருவர் முகம் ஒருவருக்குத் தெரியவில்லை.

திடீரென்று கார் நின்றுவிட்டதைக் கண்டு அவள் பயந்த குரலில் கேட்கிறாள்: "ஏன் கார் நின்னுடுத்து? பிரேக் டௌனா?"

அவன், அதற்குப் பதில் சொல்லாமல் இடி இடிப்பதுபோல் சிரிக்கிறான். அவள் முகத்தைப் பார்ப்பதற்காகக் காரினுள் இருந்த ரேடியோவின் பொத்தானை அமுக்குகிறான். ரேடியோவில் இருந்து முதலில் லேசான வெளிச்சமும் அதைத் தொடர்ந்து இசையும் பிறக்கிறது.

அந்த மங்கிய வெளிச்சத்தில் அவள், அவனை என்னவோ கேட்பதுபோல் புருவங்களை நெறித்துப் பார்க்கிறாள். அவனோ ஒரு புன்னகையால் அவளிடம் யாசிப்பதுபோல் எதற்கோ கெஞ்சுகிறான்.

அப்போது ரேடியோவிலிருந்து ஒரு 'ட்ரம்ப்பட்'டின் எக்காள ஒலி நீண்டு, விம்மி விம்மி வெறி மிகுந்து எழுந்து முழங்குகிறது. அதைத் தொடர்ந்து படபடவென்று நாடி துடிப்பதுபோல் அமுத்தலாக நடுங்கி அதிர்கின்ற காங்கோ 'ட்ரம்'களின் தாளம்... அவன் விரல்களால் சொடுக்குப் போட்டு அந்த இசையின் கதிக்கேற்பக் கழுத்தை வெட்டி இழுத்து ரசித்தவாறே அவள் பக்கம் திரும்பி "உனக்குப் பிடிக்கிறதா?" என்று ஆங்கிலத்தில் கேட்கிறான். அவள், இதழ்கள் பிரியாத புன்னகையால் 'ஆம்' என்று சொல்லித் தலை அசைக்கிறாள்.

ரேடியோவுக்கு அருகே இருந்த பெட்டியைத் திறந்து இரண்டு 'காட்பரீஸ்' சாக்லெட்டுகளை எடுத்து ஒன்றை அவளிடம் தருகிறான் அவன். பின்னர், அந்த சாக்லெட்டின் மேல் சுற்றிய காகிதத்தை முழுக்கவும் பிரிக்காமல் ஓர் ஓரமாய்த் திறந்து ஒவ்வொரு துண்டாகக் கடித்து மென்றவாறு கால் மேல் கால் போட்டு அமர்ந்து ஒரு கையால் கார் ஸீட்டின் பின்புறம் ரேடியோவிலிருந்து ஒலிக்கும் இசைக்கேற்பத் தாளமிட்டுக்கொண்டு ஹாய்யாக உட்காந்திருக்கும் அவனை, அவள் தீர்க்கமாக அளப்பது மாதிரிப் பார்க்கிறாள்.

அவன் அழகாகத்தான் இருக்கிறான். உடலை இறுகக் கவ்விய கபில நிற உடையோடு, 'ஒட்டு உசரமாய்'. அந்த மங்கிய ஒளியில் அவனது நிறமே ஒரு பிரகாசமாய்த் திகழ்வதைப் பார்க்கையில், ஒரு கொடிய சர்ப்பத்தின் கம்பீர அழகே அவளுக்கு ஞாபகம் வருகிறது. பின்னாலிருந்து பார்க்கையில், அந்தக் கோணத்தில் ஓரளவே தெரியும் அவனது இடது கண்ணின் விழிக்கோணம் ஒளியுமிழ்ந்து பளபளக்கிறது. எவ்வளவு புயலடித்தாலும் கலைய முடியாத குறுகத் தரித்த கிராப்புச் சிகையும், காதோரத்தில் சற்று அதிகமாகவே நீண்டு இறங்கிய கரிய கிருதாவும்கூட அந்த மங்கிய வெளிச்சத்தில் மினுமினுக்கின்றன. பக்கவாட்டில் இருந்து பார்க்கும்போது அந்த ஒளி வீசும் முகத்தில் சின்னதாக ஒரு மீசை இருந்தால் நன்றாயிருக்குமே என்று ஒரு விநாடி தோன்றுகிறது.

ஓ! அந்தப் புருவம்தான் எவ்வளவு தீர்மானமாய் அடர்ந்து செறிந்து வளைந்து இறங்கி, பார்க்கும்போது பயத்தை ஏற்படுத்துகிறது! அவன் உட்கார்ந்திருக்கும் ஸீட்டின் மேல் நீண்டு கிடக்கும் அவனது இடது கரத்தில் கனத்த தங்கச் சங்கிலியில் பிணிக்கப்பட்ட கடிகாரத்தில் ஏழு மணி ஆவது மின்னி மின்னித் தெரிகிறது. அவனது நீளமான விரல்கள் இசைக்குத் தாளம் போடுகின்றன. அவனது புறங்கையில் மொசு மொசுவென்று அடர்ந்திருக்கும் இளமயிர குளிர் காற்றில் சிலிர்த்தெழுகிறது.

"ஐயையோ! மணி ஏழாயிடுத்தே!" சாக்லெட்டைத் தின்றவாறு அமைதியாய் அவனை வேடிக்கை பார்த்துக் கொண்டிருந்த அவள், திடீரென்று வாய்விட்டுக் கூவிய குரலைக் கேட்டு அவனும் ஒருமுறை கைக்கடிகாரத்தைப் பார்த்துக்கொள்கிறான்.

காரின் முன்புறக் கதவை அவன் லேசாகத் திறந்து பார்க்கும்போதுதான், மழையின் ஓலம் பேரோசையாகக் கேட்கிறது. அவன் ஒரு நொடியில் கதவைத் திறந்து கீழே இறங்கிவிட்டான்.

"எங்கே?" என்று அவள் அவனிடம் பதற்றத்தோடு கேட்டது கதவை மூடிய பிறகே வெளியே நின்றிருக்கும் அவனது செவிகளில் அமுங்கி ஒலிக்கிறது. "எங்கே போறீங்க?"

"எங்கேயும் போகலே.. இங்கேதான் வரேன்" என்று ஆங்கிலத்தில் கூறியவாறு அந்தச் சிறுபோதில் தெப்பலாய் நனைந்துவிட்ட அவன்,

பின் ஸீட்டின் கதவைத் திறந்துகொண்டு உள்ளே வருகிறான்.

அவள் அருகே அமர்ந்து, ஸீட்டின் மீது கிடந்த சற்றுமுன் ஈரத்தைத் துடைத்துக்கொள்வதற்காக அவளுக்கு அவன் தந்த டவலை எடுத்து முகத்தையும் பிடரியையும் துடைத்துக் கொண்டபின், கையிலிருந்த சாக்லெட் காகிதத்தைக் கசக்கி எறிகிறான். அவள், இன்னும் இந்த சாக்லெட்டைக்

கொஞ்சம் கொஞ்சமாக சுவைத்துக்கொண்டிருக்கிறாள். அவன், சட்டைப் பையிலிருந்து ஒரு சிறிய டப்பாவை எடுக்கிறான். அதனுள் அடுக்காக இருக்கும் மிட்டாய் போன்ற ஒன்றை எடுத்து வாயிலிட்டுக்கொண்டு அவளிடம் ஒன்றைத் தருகிறான்.

"என்ன அது?"

"சூயிங்கம்."

"ஐயே, எனக்கு வேண்டாம்!"

"ட்ரை.. யூ வில் லைக் இட்."

அவள், கையிலிருந்த சாக்லெட்டை அவசர அவசரமாகத் தின்றுவிட்டு, அவன் தருவதை மறுக்க மனமின்றி வாங்கக் கை நீட்டுகிறாள்.

"நோ!" அவள் கையில் தர மறுத்து அவள் முகத்தருகே ஏந்தி அவள் உதட்டின் மீது அதைப் பொருத்தி லேசாக நெருடுகிறான்.

அவளுக்குத் தலைப் பற்றி எரிவதுபோல் உடம்பெல்லாம் சுகமான ஒரு வெப்பம் காந்துகிறது. சற்றே பின்னால் விலகி, அவன் கையிலிருந்ததைத் தன் கையிலேயே வாங்கிக்கொள்கிறாள், "தாங்க் யூ!"

அவனது இரண்டு விழிகளும் அவளது விழிகளில் செருகி இருக்கின்றன. அவனது கண்களை ஏறிட்டுப் பார்க்க இயலாத கூச்சத்தால், அவளது பலஹீனமான பார்வை அடிக்கடி தாழ்ந்து தாழ்ந்து தவிக்கிறது. அவளது கவிழ்ந்த பார்வையில் அவனது முழந்தாள் இரண்டும் அந்த ஸீட்டில் மெள்ள மெள்ள நகர்ந்து தன்னை நெருங்கி வருவது தெரிகிறது.

அவள் கண்ணாடி வழியே பார்க்கிறாள். வெளியே மழையும் காற்றும் அந்த இருளில் மூர்க்கமாய்ச் சீறி விளையாடிக் கொண்டிருக்கின்றன. அவள் அந்தக் கதவோடு ஒண்டி உட்கார்ந்துகொள்கிறாள். அவனும் மார்பின் மீது கைகளைக் கட்டியவாறு மிகவும் கௌரவமாய் விலகி அமர்ந்து, அவள் உள்ளத்தைத் துருவி அறியும் ஆர்வத்தோடு அவளைப் பயில்கிறான்.

"டூ யூ லைக் திஸ் கார்?" - & 'இந்தக் கார் உனக்குப் பிடித்திருக்கிறதா?' என்று ஆங்கிலத்தில் கேட்கிறான். அவனது குரல் மந்த்ரஸ்தாயில் கரகரத்து அந்தரங்கமாய் அவளது செவிவழி புகுந்து அவளுள் எதையோ சலனப்படுத்துகிறது. தனது சலனத்தை வெளிக்காட்டிக் கொள்ளாமல்

ஒரு புன்னகையுடன் சமாளித்து அவளும் பதில் சொல்கிறாள், “ஓ! இட் இஸ் நைஸ்.”

அவன் ஆழ்ந்த சிந்தனையோடு பெருமூச்செறிந்து தலை குனிந்தவாறு ஆங்கிலத்தில் சொல்கிறான்: “உனக்குத் தெரியுமா? இந்தக் கார் இரண்டு வருஷமாக ஒவ்வொரு நாளும் உன் பின்னாலேயே அலைஞ்சிண்டிருக்கு. டூ யூ நோ தட்?” என்ற கேள்வியோடு முகம் நிமிர்த்தி அவன், அவளைப் பார்க்கும்போது, தனக்கு அவன் கிரீடம் சூட்டிவிட்டது மாதிரி அவள் அந்த விநாடியில் மெய்ம்மறந்து போகிறாள்.

“ரியலி..?”

“ரியலி!”

அவனது வெப்பமான சுவாசம் அவளது பிடரியில் லேசாக இழைகிறது. அவனது ரகசியக் குரல் அவளது இருதயத்தை உரசிச் சிலிர்க்கிறது. “டூ யூ லைக் மீ?” & ‘என்னை உனக்குப் பிடிச்சிருக்கா?’

“ம்” விலக இடமில்லாமல் அவள் தனக்குள்ளாகவே ஒடுங்குவதைக் கண்டு, அவன் மீண்டும் சற்றே விலகுகிறான்.

வெளியே மழை பெய்துகொண்டிருக்கிறது. ரேடியோவிலிருந்து அந்த ‘ட்ரம்ப்பட்’டின் இசை புதிய புதிய லயவிந்நியாசங்களைப் பொழிந்துகொண்டிருக்கிறது.

“ரொம்ப நல்லா இருக்கு இல்லே?” இந்தச் சூழ்நிலையைப் பற்றி, இந்த அனுபவத்தைக்குறித்து அவளது உணர்ச்சிகளை அறிய விழைந்து அவன் கேட்கிறான்.

“நல்லா இருக்கு.. ஆனா பயம்மா இருக்கே...”

“பயமா? எதுக்கு.. எதுக்குப் பயப்படணும்?” அவளைத் தேற்றுகின்ற தோரணையில் தோளைப் பற்றி அவன் குலுக்கியபோது, தன் உடம்பில் இருந்து நயமிக்க பெண்மையே அந்தக் குலுக்கலில் உதிர்ந்தது போன்று அவள் நிலை குலைந்துபோகிறாள்: “எனக்குப் பயம்மா இருக்கு; எனக்கு இதெல்லாம் புதுசா இருக்கு...”

‘எதுக்கு இந்த ஸர்டிபிகேட் எல்லாம்?’ என்று தன்னுள் முனகியவாறே, இந்த முறை பின்வாங்கப் போவதில்லை என்ற தீர்மானத்தோடு மீண்டும் அவளை அவன் நெருங்கி வருகிறான்.

“மே ஐ கிஸ் யூ?”

அவளுக்கு என்ன பதில் சொல்வது என்று புரியவில்லை. நாக்கு புரள மறுக்கிறது. அந்தக் குளிரிலும் முகமெல்லாம் வியர்த்துத் தேகம் பதறுகிறது.

திடீரென்று அவள் காதோரத்திலும் கன்னங்களிலும் உதடுகளிலும் தீயால் சுட்டுவிட்டத்தைப்போல் அவனது கரங்களில் கிடந்த அவள் துடிதுடித்து, ‘ப்ளீஸ் ப்ளீஸ்’ என்று கதறக் கதற, அவன் அவளை

வெறிகொண்டு தழுவித் தழுவி... அவள் கதறல் மெலிந்து தேய்ந்து அடங்கிப்போகிறது. அவனைப் பழி தீர்ப்பதுபோல இப்போது அவளது கரங்களும் இவனது கழுத்தை இறுகப் பின்னி இணைந்திருக்கின்றன.

வெளியே...

வானம் கிழிந்து அறுபட்டது! மின்னல்கள் சிதறித் தெறித்தன! இடியோசை முழங்கி வெடித்தது!

ஆ! அந்த இடி எங்கோ விழுந்திருக்க வேண்டும்.

"நான் வீட்டுக்குப் போகணும், ஐயோ! எங்க அம்மா தேடுவா..."

காரின் கதவைத் திறந்துகொண்டு பின் ஸீட்டிலிருந்து அவன் இறங்குகிறான். அந்த மைதானத்தில் குழம்பி இருந்த சேற்றில் அவனது ஷூஸ் அணிந்த பாதம் புதைகிறது. அவன் காலை உயர்த்தியபோது 'சளக்' என்று தெறித்த சேறு, காரின் மீது கறையாய்ப் படிகிறது. திறந்த கதவின் வழியே இரண்டொரு துளிகள் காருக்குள் இருந்த அவள் மீதும் தெறிக்கின்றன.

உடலிலோ மனத்திலோ உறுத்துகின்ற வேதனையால் தன்னை மீறிப் பொங்கிப் பொங்கி பிரவகிக்கும் கண்ணீரை அடக்க முடியாமல் அவனறியாதவாறு அவள் மௌனமாக அழுதுகொண்டிருக்கிறாள்.

முன்புறக் கதவைத் திறந்து டிரைவர் சீட்டில் அமர்ந்த அவன், சேறு படிந்த காலணியைக் கழற்றி எறிகிறான். ரேடியோவுக்கருகில் உள்ள அந்தப் பெட்டியைத் திறந்து அதிலிருந்து ஒரு சிகரெட்டை எடுத்துப் பற்ற வைத்துக்கொண்டு, மூசு மூசென்று புகை விட்டவாறு 'சூயிங்கம்'மை மென்றுகொண்டிருக்கிறான்.

இந்த விநாடியே தான் வீட்டில் இருக்க வேண்டும் போலவும், அம்மாவின் மடியைக் கட்டிக்கொண்டு 'ஹோ' வென்று கதறி அழுது, இந்தக் கொடுமைக்கு ஆறுதல் தேடிக் கொள்ள வேண்டும் போலவும் அவள் உள்ளே ஓர் அவசரம் மிகுந்து, நெஞ்சும், நினைவும், உடலும், உணர்ச்சியும் நடுநடுங்குகின்றன.

அவனோ சாவதானமாக சிகரெட்டைப் புகைத்துக் கொண்டு உட்கார்ந்து கொண்டிருக்கிறான். அதைப் பார்க்க அவளுக்கு எரிச்சல் பற்றிக்கொண்டு வருகிறது. அந்தக் காருக்குள்ளே இருப்பது ஏதோ பாறைகளுக்கு இடையேயுள்ள ஒரு குகையில் அகப்பட்டதுபோல் ஒருசமயம் பயமாகவும் மறுசமயம் அருவருப்பாகவும் அந்த சிகரெட்டின் நெடி வேறு வயிற்றைக் குமட்ட–, அந்த மைதானத்தில் உள்ள சேறு முழுவதும் அவள் மீது வாரிச் சொரியப்பட்டதுபோல் அவள் உடலெல்லாம் பிசுபிசுக்கிறதே... நரி, ஊளைமாதிரி ரேடியோவிலிருந்து அந்த 'ட்ரம்ப்பட்'டின் ஓசை உடலையே இரு கூறாகப் பிளப்பதுபோல் வெளியேறிப் பிளிறுகிறதே..!

அவள் தன்னை மீறிய ஓர் ஆத்திரத்தில் கிறீச்சிட்டு அழுகைக்குரலில்

அலறுகிறாள். "என்னை வீட்டிலே கொண்டுபோய் விடப்போறீங்களா, இல்லையா?"

அவனது கை 'டப்' என்று ரேடியோவை நிறுத்துகிறது.

"டோண்ட் ஷவ்ட் லைக் தட்!" அவன் எரிச்சல் மிகுந்த குரலில் அவளை எச்சரிக்கிறான். "கத்தாதே!"

அவனை நோக்கி இரண்டு கரங்களையும் கூப்பிப் பரிதாபமாக அழுதவாறு அவள் கெஞ்சுகிறாள். "எங்க அம்மா தேடுவா; என்னைக் கொண்டுபோய் வீட்டிலே விட்டுட்டா உங்களுக்குக் கோடிப் புண்ணியம்" என்று வெளியே கூறினாலும் மனதிற்குள் "என் புத்தியைச் செருப்பால அடிக்கணும். நான் இப்படி வந்திருக்கவே கூடாது. ஐயோ! என்னென்னவோ ஆயிடுத்தே" என்ற புலம்பலும், எங்காவது தலையை மோதி உடைத்துக் கொண்டால் தேவலை என்ற ஆத்திரமும் மூண்டு தகிக்க, பற்களை நறநறவென்று கடிக்கிறாள். அந்த விநாடியில் அவள் தோற்றத்தைக் கண்டு அவன் நடுங்குகிறான்.

"ப்ளீஸ்... டோண்ட் க்ரியேட் ஸீன்ஸ்" என்று அவளைக் கெஞ்சி வேண்டிக்கொண்டு, சலிப்போடு காரைத் திருப்புகிறான்...

அந்த இருண்ட சாலையில் கண்களைக் கூசவைக்கும் ஒளியை வாரி இறைத்தவாறு உறுமி விரைந்துகொண்டிருக்கிறது கார்.

'சீ! என்ன கஷ்டம் இது! பிடிக்கலேன்னா அப்பவே சொல்லி இருக்கலாமே. ஒரு அருமையான சாயங்காலப் பொழுது பாழாகிவிட்டது. பாவம்! இதெல்லாம் காலேஜிலே படிச்சு என்ன பண்ணப் போறதோ? இன்னும்கூட அழறாளே!' என்றபடி அவன், அவள் பக்கம் திரும்பி அவளிடம் மன்னிப்பு கேட்டுக்கொள்கிறான். "ஐ ஆம் ஸாரி.. உனது உணர்ச்சிகளை நான் புண்படுத்தி இருந்தால், தயவுசெய்து மன்னித்துக்கொள்."

...அவளை, அவளது இடத்தில் இறக்கி விட்டுவிட்டு, இந்த நிகழ்ச்சியையே மறந்து நிம்மதி காண வேண்டும் என்கிற அவசரத்தில் அவன் காரை அதிவேகமாக ஓட்டுகிறான்.

இன்னும் மழை பெய்துகொண்டு இருக்கிறது.

சந்தடியே இல்லாத ட்ரங்க் ரோட்டைக் கடந்து, அழகிய பங்களாக்களும் பூந்தோட்டங்களும் மிகுந்த அவென்யூக்களில் புகுந்து, பெரிய பெரிய கட்டடங்கள் மிகுந்த அந்தப் பிரதான பஜாரில் போய்க்கொண்டிருந்த கார், ஒரு குறுகலான தெருவில் திரும்பி அவளது வீட்டை நோக்கிப் போய்க்கொண்டிருந்தது.

'இங்கே நிறுத்துங்கள். நான் இறங்கிக்கொள்ளுகிறேன்' என்று அவளாகச் சொல்லுவாள் என்று அவளது தெரு நெருங்க நெருங்க அவன் யோசித்துக் காரை மெதுவாக ஓட்டுகிறான். அவள் அந்த அளவுக்குக்கூட விவரம் தெரியாத பேதை என்பதைப் புரிந்துகொண்டு,

தமிழ்மகன் | 117

அவனே ஓரிடத்தில் காரை நிறுத்திக் கூறுகிறான். "வீடு வரைக்கும் கொண்டுவந்து நான் விடக்கூடாது. அதனாலே நீ இங்கேயே இறங்கிப் போயிடு... ம்" & அவளைப் பார்க்க அவனுக்கே பரிதாபமாயும் வருத்தமாயும் இருக்கிறது.

ஏதோ குற்ற உணர்வில் அல்லது கடன் பட்டுவிட்டது போன்ற நெஞ்சின் உறுத்தலில் அவனது கண்கள் கலங்கி விவஸ்தையற்றக் கண்ணீர் பளபளக்கிறது. அவனே இறங்கி வந்து ஒரு பணியாள் மாதிரி அவளுக்காகக் காரின் கதவைத் திறந்துகொண்டு மழைத் தூறலில் நின்றுக்கொண்டிருக்கிறான். உணர்ச்சிகள் மரத்துப்போன நிலையில் அவள் தனது புத்தகங்களைச் சேகரித்துக்கொண்டு கீழே விழுந்திருந்த அந்தச் சிறிய வட்டவடிவமான எவர்சில்வர் டிபன் பாக்ஸைத் தேடி எடுத்துக்கொண்டு தெருவில் இறங்கி அவன் முகத்தைப் பார்க்க முடியாமல் தலைகுனிந்து நிற்கிறாள்.

அந்தச் சிறிய தெருவில், மழை இரவானதால் ஜன நடமாட்டமே அற்றிருக்கிறது. தூரத்தில் எரிந்துகொண்டிருக்கும் தெருவிளக்கின் மங்கிய வெளிச்சத்தில், தன் அருகே குள்ளமாய் குழந்தை மாதிரி நின்றிருக்கும் அவளைப் பார்க்கும்போது அவன் தன்னுள்ளே தன்னையே நொந்து கொள்கிறான். தனக்கிருக்கும் அளவிறந்த சுதந்திரமே எவ்வளவு கேவலமான அடிமையாக்கி இருக்கிறது என்பதை அவன் எண்ணிப் பார்க்கிறான்.

'ஆம். அடிமை! - உணர்ச்சிகளின் அடிமை!' என்று அவன் உள்ளம் உணருகிறது. அவன், அவளிடம் ரகசியம்போல் கூறுகிறான்: "ஐ ஆம் ஸாரி!"

அவள், அவனை முகம் நிமிர்த்திப் பார்க்கிறாள்...

ஓ! அந்தப் பார்வை!

அவளிடம் என்னவோ கேட்க அவன் உதடுகள் துடிக்கின்றன. "என்ன.." என்ற ஒரே வார்த்தையோடு அவனது குரல் கம்மி அடைத்துப் போகிறது.

"ஒண்ணுமில்லே" என்று கூறி அவள் நகர்கிறாள்.

அவளுக்கு முன்னால் அந்தக் கார் விரைந்து செல்கையில், காரின் பின்னால் உள்ள அந்தச் சிவப்பு வெளிச்சம் ஓடி ஓடி இருளில் கலந்து மறைகிறது.

கூடத்தில் தொங்கிய அரிக்கேன் விளக்கு அணைந்து போயிருந்தது. சமையலறையில் கை வேலையாக இருந்த அம்மா, கூடம் இருண்டு கிடப்பதைப் பார்த்து அணைந்த விளக்கை எடுத்துக்கொண்டு போய் ஏற்றிக் கொண்டுவந்து மாட்டியபோது, கூடத்துக் கடிகாரத்தில் மணி ஏழரை ஆகிவிட்டதைக் கண்டு, திடீரென்று மனசில் என்னவோ பதைக்கத் திரும்பிப் பார்த்தபோது, அவள் படியேறிக் கொண்டிருந்தாள்.

மழையில் நனைந்து தலை ஒரு கோலம், துணி ஒரு கோலமாய் வருகின்ற மகளைப் பார்த்துமே வயிற்றில் என்னமோ செய்தது அவளுக்கு: "என்னடி இது அலங்கோலம்?"

அவள் ஒரு சிலை அசைவது மாதிரிக் கூடத்துக்கு வந்தாள்; அரிக்கேன் விளக்கு வெளிச்சத்தில் ஒரு சிலை மாதிரியே அசைவற்று நின்றாள். "அம்மா!" என்று குமுறி வந்த அழுகையைத் தாயின் தோள்மீது வாய்ப் புதைத்து அடைத்துக் கொண்டு அவளை இறுகத் தழுவியவாறே குலுங்கிக் குலுங்கி அழுதாள்!

அம்மாவின் மனசுக்குள், ஏதோ விபரீதம் நடந்துவிட்டது புரிவதுபோலவும் புரியாமலும் கிடந்து நெருடிற்று.

"என்னடி, என்ன நடந்தது? ஏன் இவ்வளவு நேரம்? அழாமல் சொல்லு" தன்மீது விழுந்து தழுவிக்கொண்டு புழுமாதிரித் துடிக்கும் மகளின் வேதனைக்குக் காரணம் தெரியாவிட்டாலும், அது 'வேதனை' என்ற அளவில் உணர்ந்து, அந்த வேதனைக்குத் தானும் ஆட்பட்டு மனம் கலங்கி அழுது முந்தானையோடு கண்களைத் துடைத்தவாறு மகளின் முதுகில் ஆதரவோடு தட்டிக்கொடுத்தாள்: "ஏண்டி, ஏன் இப்படி அழறே? சொல்லு..."

தாயின் முகத்தைப் பார்க்க முடியாமல் அவள் தோளில் முகம் புதைத்தவாறு அவள் காதில் மட்டும் விழுகிற மாதிரி சொன்னாள். அழுகை அடங்கி மெதுவாக ஒலித்த குரலில் அவள் சொல்ல ஆரம்பித்த உடனேயே, தன்மீது ஒட்டிக்கிடந்த அவளைப் பிரித்து நிறுத்தி விலகி நின்று, சபிக்கப்பட்ட ஒரு நீசப் பெண்ணைப் பார்ப்பதுபோல் அருவருத்து நின்றாள் அம்மா.

அந்தப் பேதைப் பெண் சொல்லிக்கொண்டிருந்தாள். "மழைக் கொட்டுக் கொட்டுனு கொட்டித்து! பஸ்ஸே வரல்லே. அதனால்தான் காரிலே ஏறினேன். அப்புறம் எங்கேயோ காடு மாதிரி ஒரு இடம்... மனுஷாளே இல்லை... ஒரே இருட்டு. மழையா இருந்தாலும் எறங்கி ஓடி வந்துடலாம்னு பார்த்தா, எனக்கோ வழியும் தெரியாது.. நான் என்ன பண்ணுவேன்? அப்புறம் வந்து வந்து... ஐயோ! அம்மா... அவன் என்னெ..."

-அவள் சொல்லி முடிப்பதற்குள் பார்வையில் மின்னல் பூச்சிகள் பறப்பதுபோல் அந்த அறை அவளது காதிலோ, நெற்றிப் பொருத்திலோ எங்கேயோ வசமாய் விழுந்தது. கூடத்து மூலையில் அவள் சுருண்டு விழ, கையில் இருந்த புத்தகங்கள் நாற்புறமும் சிதறி டிபன் பாக்ஸ் கீழே விழுந்து கணகணத்து உருண்டது.

"அடிப்பாவி! என் தலையிலே நெருப்பைக் கொட்டிட்டாயே.." என்று அலற, திறந்த வாய் திறந்த நிலையில் அடைபட்டது.

அது நான்கு குடித்தனங்கள் உள்ள வீடு. சத்தம் கேட்டுப் பின் கட்டிலிருந்து சிலர் அங்கே ஓடிவந்தார்கள்.

“என்னடி, என்ன விஷயம்?” என்று ஈரக்கையை முந்தானையில் துடைத்துக்கொண்டு சுவாரசியமாய் விசாரித்தவண்ணம் கூடத்துக்கே வந்துவிட்டாள் பின் கட்டு மாமி.

“ஒண்ணுமில்லை. இந்தக் கொட்டற மழையிலே அப்படி என்ன குடி முழுகிப்போச்சு? தெப்பமா நனைஞ்சுண்டு வந்திருக்காள். காசுப் பணத்தைக் கொட்டிப் படிக்க வெச்சு, பரீட்சைக்கு நாள் நெருங்கறப்போ படுத்துத் தொலைச்சா என்ன பண்றது? நல்லவேளை, அவ அண்ணா இல்லே; இருந்தால் இந்நேரம் தோலை உரிச்சிருப்பான்” என்று பொய்யாக அங்கலாய்த்துக்கொண்டாள் அம்மா.

“சரி சரி, விடு. இதுக்குப்போய் குழந்தையே அடிப்பாளோ?” பின்கட்டு அம்மாளுக்கு விஷயம் அவ்வளவு சுரத்தாக இல்லை. போய்விட்டாள்.

வாசற்கதவையும் கூடத்து ஜன்னல்களையும் இழுத்து மூடினாள் அம்மா. ஓர் அறையில் பூனைக்குட்டி மாதிரிச் சுருண்டு விழுந்து, அந்த அடிக்காகக் கொஞ்சம்கூட வேதனைப்படாமல் இன்னும் பலமாகத் தன்னை அடிக்க மாட்டாளா, உயிர் போகும்வரை தன்னை மிதித்துத் துவைக்கமாட்டாளா என்று எதிர்பார்த்து அசைவற்றுக் கிடந்த மகளை எரிப்பதுபோல் வெறித்து விழித்தாள் அம்மா.

“இவளை என்ன செய்யலாம்..? ஒரு கௌரவமான குடும்பத்தையே கறைப்படுத்திட்டாளே..? தெய்வமே! நான் என்ன செய்வேன்?” என்று திரும்பிப் பார்த்தாள்.

அம்மாவின் பின்னே சமையலறையிலே அடுப்பின் வாய்க்குள்ளே தீச்சுவாலைகள் சுழன்றெரியக் கங்குகள் கனன்றுக்கொண்டிருந்தன...

‘அப்படியே ஒரு முறம் நெருப்பை அள்ளி வந்து இவள் தலையில் கொட்டினால் என்ன’ எனத் தோன்றிற்று.

–அவள் கண்முன் தீயின் நடுவே கிடந்து புழுவைப்போல் நெளிந்து கருகிச் சாகும் மகளின் தோற்றம் தெரிந்தது.

‘அப்புறம்? அத்துடன் இந்தக் களங்கம் போய்விடுமா? ஐயோ! மகளே உன்னை என் கையால் கொன்றபின் நான் உயிர் வாழவா..? நானும் என் உயிரைப் போக்கிக்கொண்டால்... இந்தக் களங்கம் போயிடுமா?’ அம்மாவுக்கு ஒன்றும் புரியவில்லை. மகளின் கூந்தலைப் பற்றி, முகத்தை நிமிர்த்தித் தூக்கி நிறுத்தினாள் அம்மா.

நடுக்கூடத்தில் தொங்கிய அரிக்கேனின் திரியை உயர்த்தி ஒளிக்கூட்டி அதைக் கையில் எடுத்துக்கொண்டு மகளின் அருகே வந்து நின்று, அவளைத் தலை முதல் கால் வரை ஒவ்வோர் அங்குலமாக உற்று உற்றுப் பார்த்தாள். அந்தப் பார்வையைத் தாங்கமாட்டாமல் அவள் முகத்தை மூடிக்கொண்டு “ஐயோ அம்மா! என்னைப் பார்க்காதேயேன்” என்று முதுகுப்புறத்தைத் திருப்பிக்கொண்டு சுவரில் முகம் புதைத்து அழுதாள்...

"அட கடவுளே! அந்தப் பாவிக்கு நீதான் கூலி கொடுக்கணும்" என்று வாயைப் பொத்திக்கொண்டு அந்த முகம் தெரியாத அவனைக் குமுறிச் சபித்தாள் அம்மா. அவளைத் தொடுவதற்குத் தனது கைகள் கூசினாலும், அவளைத் தானே தீண்டுவதற்குக் கூசி ஒதுக்கினால் அவள் வேறு எங்கே தஞ்சம் புகுவாள் என்று எண்ணிய கருணையினால் சகித்துக் கொண்டு தனது நடுங்கும் கைகளால் அவளைத் தொட்டாள். 'என் தலையெழுத்தே' என்று பெருமூச்செறிந்தவாறு, இவளைக் கோபிப்பதிலோ, தண்டிப்பதிலோ இதற்குப் பரிகாரம் காண முடியாது என்று ஆழமாய் உணர்ந்து அவளைக் கைப்பிடியில் இழுத்துக்கொண்டு அரிக்கேன் விளக்குடன் பாத்ரூமை நோக்கி நடந்தாள்.

'இப்ப என்ன செய்யலாம்? அவனை யாருன்னு கண்டு பிடிச்சுட்டா..? அவன் தலையிலேயே இவளைக் கட்டிடறதோ? அட தெய்வமே... வாழ்க்கை முழுதும் அப்படிப்பட்ட ஒரு மிருகத்தோட இவளை வாழ வச்சுடறதா? அதுக்கு இவளைக் கொன்னுடலாமே? என்ன செய்யறது!' என்று அம்மாவின் மனம் கிடந்து அரற்றியது!

பாத்ரூமில் தண்ணீர்த் தொட்டியின் அருகே அவளை நிறுத்தி மாடத்தில் விளக்கை வைத்துவிட்டு, தானறிந்த தெய்வங்களையெல்லாம் வழிபட்டு இந்த ஒன்றுமறியாப் பேதையின்மீது பட்டுவிட்ட கறையைக் கழுவிக் களங்கத்தைப் போக்குமாறு பிரார்த்தித்துக்கொண்டாள், அம்மா.

குளிரில் நடுங்குகிறவள் மாதிரி மார்பின்மீது குறுக்காகக் கைகளைக் கட்டிக்கொண்டு கூனிக் குறுகி நின்றிருந்தாள் அவள்.

கண்களை இறுக மூடிக்கொண்டு சிலை மாதிரி இருக்கும் மகளிடம் ஒரு வார்த்தை பேசாமல் அவளது ஆடைகளை எல்லாம் தானே களைந்தாள் அம்மா. இடுப்புக்குக் கீழ் வரை பின்னித் தொங்கிய சடையைப் பிரித்து அவளது வெண்மையான முதுகை மறைத்துப் பரத்திவிட்டாள். முழங்கால்களைக் கட்டிக்கொண்டு ஒரு யந்திரம் மாதிரிக் குறுகி உட்கார்ந்த அவள் தலையில், குடம் குடமாய் தொட்டியிலிருந்த நீரை எடுத்துக் கொட்டினாள்.

அவள் தலையில் சீயக்காய்த் தூளை வைத்துத் தேய்த்தவாறு மெல்லிய குரலில் அம்மா விசாரித்தாள்: "உனக்கு அவனைத் தெரியுமோ..?"

"ம்ஹூம்..."

"அழிஞ்சு போறவன். அவனை என்ன செய்தால் தேவலை!"

-பற்களைக் கடித்துக்கொண்டு சீயக்காய் தேய்த்த விரல்களைப் புலி மாதிரி விரித்துக்கொண்டு, கண்களில் கொலைவெறி கொப்பளிக்க, வெறித்தப் பார்வையுடன் நிமிர்ந்து நின்றாள்.

"ம்... வாழை ஆடினாலும் வாழைக்குச் சேதம், முள் ஆடினாலும் வாழைக்குத்தான் சேதம்"- என்று பொங்கிவந்த ஆவேசம் தணிந்து, பெண்ணினத்தின் தலை எழுத்தையே தேய்த்து அழிப்பதுபோல்

இன்னும் ஒரு கை சீயக்காயை அவள் தலையில் வைத்துப் பரபரவென்று தேய்த்தாள்.

ஏனோ அந்தச் சமயம் இவளை இரண்டு வயசுக் குழந்தையாக விட்டு இறந்துபோன தன் கணவனை நினைத்துக்கொண்டு அழுதாள். 'அவர் மட்டும் இருந்தாரென்றால்...- மகராஜன், இந்தக் கொடுமையெல்லாம் பார்க்காமல் போய்ச் சேர்ந்தாரே?'

"இது யாருக்கும் தெரியக்கூடாது கொழந்தே! தெரிஞ்சா அதோட ஒரு குடும்பமே அழிஞ்சுபோகும். நம் வீட்டிலேயும் ஒரு பெண் இருக்கே, அவளுக்கு இப்படி ஆகி இருந்தா என்ன பண்ணுவோம்னு யோசிக்கவே மாட்டா. பரம்பரை துவேஷம் மாதிரி குலத்தையே பாழ்பண்ணிடுவா... மத்தவாளைச் சொல்றேனே. இன்னொருத்தருக்குன்னா என் நாக்கே இப்படிப் பேசுமா? வேற மாதிரித்தான் பேசும். எவ்வளவு பேசி இருக்கு!" என்று புலம்பிக்கொண்டே கொடியில் கிடந்த துண்டை எடுத்து அவள் தலையைத் துவட்டினாள்.

தலையைத் துவட்டியபின் அவளை முகம் நிமிர்த்திப் பார்த்தாள். கழுவித் துடைத்த பீங்கான் மாதிரி வாலிபத்தின் கறைகள்கூடப் படிவதற்கு வழியில்லாத அந்தக் குழந்தை முகத்தைச் சற்று நேரம் உற்றுப் பார்த்து, மகளின் நெற்றியில் ஆதரவோடு முத்தமிட்டாள். "நீ சுத்தமாயிட்டேடி கொழந்தே, சுத்தமாயிட்டே. உன் மேலே கொட்டினேனே அது ஜலமில்லேடி, ஜலம் இல்ல. நெருப்புன்னு நெனைச்சுக்கோ. உன் மேலே இப்போ கறையே இல்லே. நீ பளிங்குடீ. பளிங்கு.. மனசிலே அழுக்கு இருந்தாத்தான்டி அழுக்கு. உம் மனசு எனக்குத் தெரியறது. உலகத்துக்குத் தெரியுமோ? அதுக்காகத்தான் சொல்றேன். இது உலகத்துக்குத் தெரியவே கூடாதுன்னு.

என்னடீ அப்படிப் பார்க்கறே? தெரிஞ்சுட்டா என்ன பண்றதுன்னு பார்க்கறியா? என்னடி தெரியப்போறது? எவனோடயோ நீ கார்லே வந்தேன்னுதானே தெரியப் போறது? அதுக்குமேலே கண்ணாலே பார்க்காததெப் பேசினா அந்த வாயைக் கிழிக்கமாட்டாளா? ம்... ஒண்ணுமே நடக்கலேடி, நடக்கலே! கார்லே ஏறிண்டு வந்ததை மட்டும் பார்த்துக் கதை கட்டுவாளோ? அப்பிடிப் பார்த்தா ஊர்லே எவ்வளவோ பேரு மேல கதை கட்ட ஒரு கும்பல் இருக்கு. அவாளே விடுடி.. உன் நல்லதுக்குத்தான் சொல்றேன்.

உன் மனசிலே ஒரு கறையுமில்லே. நீ சுத்தமா இருக்கேன்னு நீயே நம்பணும்கிறதுக்குச் சொல்றேன்டி.... நீ நம்பு..

நீ சுத்தமாயிட்டே, நான் சொல்றது சத்யம், நீ சுத்தமாயிட்டே...? ஆமா, தெருவிலே நடந்து வரும்போது எத்தனை தடவை அசிங்கத்தைக் காலிலே மிதிச்சுடறோம்... அதுக்காகக் காலையா வெட்டிப் போட்டுடறோம்? கழுவிட்டு பூஜை அறைக்குக்கூடப் போறோமே; சாமி வேண்டாம்னு வெரட்டவா செய்யறார்?- எல்லாம் மனசுதான்டி... மனசு சுத்தமா இருக்கணும்...

ஒனக்கு, அகலிகை கதை தெரியுமோ? 'ராமரோட பாத துளி பட்டு அவ புனிதமாயிட்டாள்'ன்னு சொல்லுவா, ஆனா, அவ மனசாலே கெட்டுப் போகலை. அதனாலேதான் ராமரோட பாத துளி அவ மேலே பட்டுது. எதுக்குச் சொல்றேன்னா... வீணா உன் மனசும் கெட்டுப்போயிடக் கூடாது பாரு.. கெட்ட கனவு மாதிரி இதெ மறந்துடு.. உனக்கு ஒண்ணுமே நடக்கல்லே.."

கொடியில் துவைத்து உலர்த்திக்கிடந்த உடைகளை எடுத்துத் தந்து, அவளை உடுத்திக்கொள்ளச் சொன்னாள் அம்மா.

"அதென்ன வாயிலே 'சவக் சவக்'ன்னு மெல்லறே?"

"சூயிங்கம்."

"கருமத்தைத் துப்பு... சீ! துப்புடி. ஒரு தடவை வாயைச் சுத்தமா அலம்பிக் கொப்புளிச்சுட்டு வா" என்று கூறிவிட்டுப் பூஜை அறைக்குச் சென்றாள் அம்மா.

சுவாமி படத்தின் முன்னே மனம் கசிந்து உருகத் தன்னை மறந்து சில விநாடிகள் நின்றாள் அம்மா. பக்கத்தில் வந்து நின்ற மகளை "கொழந்தே, 'எனக்கு நல்ல வாழ்க்கையைக் கொடு'ன்னு கடவுளை வேண்டிக்கோ. இப்படி எல்லாம் ஆனதுக்கு நானுந்தான் காரணம். வயசுக்கு அந்தப் பொண்ணை வெளியே அனுப்பறமே; உலகம் கெட்டுக் கெடக்கேன்னு எனக்கும் தோணாமேபோச்சே? என் கொழந்தே காலேஜுக்கும் போறாளேங்கற பூரிப்பிலே எனக்கு ஒண்ணுமே தோணல்லே. அதுவுமில்லாம, எனக்கு நீ இன்னும் கொழந்தைதானே! ஆனா, நீ இனிமே உலகத்துக்குக் கொழந்தை இல்லேடி! இதை மறந்துடு என்ன, மறந்துடுன்னா சொன்னேன்? இல்லே, இதை மறக்காம இனிமே நடந்துக்கோ. யார்கிட்டேயும் இதைப் பத்திப் பேசாதே.

இந்த ஒரு விஷயத்திலே மட்டும், வேண்டியவா நெருக்கமானவான்னு கிடையாது? யார்கிட்டேயும் இதைச் சொல்லலேன்னு என் கையில் அடிச்சு சத்தியம் பண்ணு. ம்..!" ஏதோ தன்னுடைய ரகசியத்தைக் காப்பாற்றுவதற்கு வாக்குறுதி கேட்பதுபோல், அவள் எதிரே கையேந்தி நிற்கும் தாயின் கை மீது கரத்தை வைத்து இறுகப் பற்றினாள் அவள்: "சத்தியமா யார்கிட்டயும் சொல்லமாட்டேன்..."

"பரீட்சையிலே நிறைய மார்க் வாங்கிண்டு வராளே, சமத்து சமத்துன்னு நினைச்சிண்டிருந்தேன். இப்பத்தான்

நீ சமத்தா ஆகியிருக்கே. எப்பவும் இனிமே சமத்தா இருந்துக்கோ" என்று மகளின் முகத்தை ஒரு கையில் ஏந்தி, இன்னொரு கையால் அவள் நெற்றியில் விபூதியை இட்டாள் அம்மா.

அந்தப் பேதையின் கண்களில், பூஜை அறையில் எரிந்த குத்துவிளக்குச் சுடரின் பிரபை மின்னிப் பிரகாசித்தது. அது வெறும் விளக்கின் நிழலாட்டம் மட்டும் அல்ல. அதிலே முழு வளர்ச்சியுற்ற பெண்மையின் நிறைவே பிரகாசிப்பதை அந்தத் தாய் கண்டுகொண்டாள்.

அதோ, அவள் கல்லூரிக்குப் போய்க்கொண்டிருக்கிறாள். அவள் செல்லுகின்ற பாதையில் நூற்றுக்கணக்கான டாம்பீகமான கார்கள் குறுக்கிடத்தான் செய்கின்றன. ஒன்றையாவது அவள் ஏறிட்டுப் பார்க்க வேண்டுமே! சில சமயங்களில் பார்க்கிறாள். அந்தப் பார்வையில் தன் வழியில் அந்தக் காரோ அந்தக் காரின் வழியில் தானோ குறுக்கிட்டு மோதிக்கொள்ளக் கூடாதே என்ற ஜாக்கிரதை உணர்ச்சி மட்டுமே இருக்கிறது.

- ஆனந்த விகடன், 1966

# 1970

தமிழுக்கு, புதிய இலக்கியத் தடம் ஏற்படுத்தித் தந்தவரில் முக்கியமானவர் ‘சுந்தர ராமசாமி.’ ஒவ்வொரு சொல்லின் மீதும் அதீத கவனம் செலுத்தும் எழுத்தாளராக அவரைச் சொல்ல வேண்டும். ‘சுந்தர ராமசாமி’ என்பதை, ‘சுந்தரராமசாமி’ என்று எழுதினாலும் பதறிப்போகக்கூடியவர் அவர். தமிழகத்தின் தென்கோடியை, தமிழ் இலக்கிய மையமாக மாற்றிய பெருமை இவருக்கு உண்டு. முற்போக்கு எழுத்து, தலித் எழுத்து, பெண்ணிய எழுத்து, யதார்த்தவாத எழுத்து என்று இனம் பிரிக்கப்பட்ட எழுத்து வகைகளில், இவருடைய எழுத்து வகையை, அழகியல் பாங்கு, புதிய உத்தி, சமூக எள்ளல் ஆகியவற்றுக்காகப் போற்ற வேண்டும்.

‘ஒரு மரத்தின் கதை’& அதைச் சுற்றியுள்ள மக்களின் வாழ்வை எதிரொலித்தது. ‘புளியமரத்தின் கதை’, அதுவரை இருந்த நாவல் போக்குகளில் இருந்து வேறுபட்டு இருந்தது. ‘ஜே.ஜே. & சில குறிப்புகள்’ அடுத்த பாய்ச்சலாக இருந்தது. ‘ஜே.ஜே.’ என்ற மனிதனைப் பற்றி சேகரிக்கப்பட்ட குறிப்புகள் வடிவத்தில் நாவல் எழுதியிருந்தார். 80&களில், பெரும் பரபரப்பை ஏற்படுத்திய நாவல் இதுதான். சுந்தர ராமசாமியைச் சந்தித்துப் பழகுவதற்கு

பலரும் பெரிதும் விரும்பினார்கள். நாஞ்சில் நாடன், ஜி.நாகராஜன், கிருஷ்ணன் நம்பி, ராஜமார்த்தாண்டன், ஜெயமோகன், சுகுமாரன் போன்ற பலர், அவரைச் சந்தித்து இலக்கியம் பழகியவர்கள்தான்.

அவருடைய சிறுகதைகள் மொத்தத் தொகுப்பாக 'காகங்கள்' என்ற தலைப்பில் வெளியாகியுள்ளது. 'பிள்ளைக்கெடுத்தான் விளை', 'பள்ளம்', 'குரங்குகள்', 'நாடார் சார்' போன்ற அவருடைய கதைகள் நெகிழ்ச்சியானவை. ஆயினும், அவருடைய எள்ளல், சமூக நையாண்டிகள், மேட்டுக்குடி வர்க்க மனோபாவம் போன்றவற்றைச் சித்திரிக்கும் 'ரத்னாபாயின் ஆங்கிலம்!' பலவிதத்தில் பாராட்ட உகந்தது.

'ரத்னாபாய்' என்கிற ஆங்கில ஆசிரியை, டெல்லியில் இருந்து தன் தமிழகத் தோழிக்கு தான் வாங்கிய ஒரு பட்டுப் புடவை பற்றி சுவாரஸ்யமான கடிதம் எழுதுகிறாள். அந்தப் புடவை எத்தனை சிறப்பானதோ தெரியாது. அந்தப் புடவையைப் பற்றி ரத்னாபாய் ஒரு வியாக்யானம் எழுதுகிறார். அது, ஒன்றுமில்லாத புடவையை அதீதமாகக் கற்பனை செய்ய வைக்கிறது.

தோழி, அந்தக் கடிதத்தை ரசித்து பதில் எழுதிவிட்டு, கடைசியில் 'இத்தனை அருமையான புடவையைப் பற்றி இங்குள்ள என் தோழிகளிடம் சொன்னேன். அவர்களும் அந்தப் புடவையை விரும்புகிறார்கள். அவர்களுக்கும் வாங்கி அனுப்ப முடியுமா? அதற்கானப் பணத்தை அனுப்பி வைக்கிறேன்' என்கிறாள்.

'பணம், ஒரு விஷயமே இல்லை!' என்று தன் பொருளாதார சிக்கல்களுக்கு இடையே புடவைகளை வாங்கி பார்சல் செய்வதாக சொல்கிறாள். தான் இதுவரை வாங்கியே இருக்காத அந்தப் புடவையைத் தேடி வாங்கி அனுப்பிவைப்பதில் கதை முடிகிறது.

மனிதன், புதிதாக ஏற்படுத்திக்கொள்ளும் பொறிகள்தான் எத்தனை. பெருமைக்காக எதையும் செய்யும் போலி உலகத்தை உரித்துக்காட்டுவதில், அந்தக் கதை சிறப்பிடம் பெறுகிறது. சுந்தர ராமசாமி, மனதின் மெல்லிய இழைகளையும் கயிராகப் படம்பிடித்து பார்வையாளரிடம் வைக்கக்கூடியவர் என்பதற்கு இந்தக் கதை சிறந்தச் சான்று.

இவருடைய காலகட்டத்தில், பிரகாசமான இலக்கிய உத்திகள் முகிழ்க்கத் தொடங்கின. இவர் நடத்திய 'காலச்சுவடு' இலக்கிய இதழ், அதற்கான களமாக இருந்தது. இவருடைய காலத்தில் ஆ.மாதவன், நீல.பத்மநாபன், நகுலன், மா.அரங்கநாதன், இந்திரா பார்த்தசாரதி, ந.முத்துசாமி, பிரமிள், பா.செயப்பிரகாசம் போன்றவர்கள் கதைகளை படுவேகமாக அடுத்தக்கட்டங்களுக்கு நகர்த்தினர்.

அதே காலகட்டத்தில் எஸ்.எஸ்.தென்னரசு, விக்கிரமன், சாண்டில்யன், கோவி.மணிசேகரன் போன்றவர்கள் சரித்திரக் கதைகள் எழுதினர். சரித்திரக் கதாசிரியர்களிடம் சோழர்களும்,

பல்லவர்களும், அரிதாக பாண்டியர்களும் அலசப்பட்டனர். சேரர்கள், அரிதிலும் அரிது. ஜெயந்தன், கந்தர்வன், கோமகள், அநுத்தமா, ராஜம்கிருஷ்ணன், ஆர்.சூடாமணி போன்றவர்கள் முற்போக்கான கதைகளை முன்வைத்தவர்கள். லஷ்மி எழுதிய கதைகள், பெண் வாசகர்களுக்குப் பிடித்தவையாக இருந்தன.

# சுந்தர ராமசாமி

## 1931 - 2005

## ரத்னாபாயின் ஆங்கிலம்!

தில்லியிலிருந்த தன் உற்ற சிநேகிதியான அம்புஜம் ஸ்ரீனிவாசனுக்கு, வழக்கம்போல ரத்னாபாய் ஆங்கிலத்தில் ஒரு கடிதம் எழுதினாள். அதன் கடைசிப் பாராவை 'அம்பு, இந்தப் பட்டுப்புடவையை நீ பார்த்தால், என் கையிலிருந்து அதைப் பிடுங்கி உன் நெஞ்சோடு சேர்த்துக்கொண்டு, 'எனக்கு, ஐயோ எனக்கு' என்று குதிப்பாய். சந்தேகமே வேண்டாம். ராதையின் அழகையும் கண்ணனின் வேணுகானத்தையும் குழைத்து இதைப் படைத்திருப்பவனைக் 'கலைஞன்' என்று நான் கூசாமல் அழைப்பேன். வண்ணக் கலவைகளில் இத்தனை கனவுக்களைச் சிதறத் தெரித்தவன் கலைஞன்தான்' என்று முடித்திருந்தாள்.

அந்தக் கடிதத்தைத் தபாலில் சேர்க்கும்போது அதனுள் வினையின் விதைகளும் அடங்கியிருந்தன என்பதை ரத்னாபாய் ஊகித்திருக்கவில்லை. அம்புவிடமிருந்து வந்த பதிலில், 'ரத்னா, உன் ஆங்கிலம்! எத்தனை தடவை அதை வியந்தாயிற்று! வியந்ததைச் சொல்லத் தெரியாமல் விழித்தாயிற்று! ஒன்றாய்த்தானே படித்தோம்? எங்கிருந்து கிடைத்தது உனக்கு மட்டும் இப்படி ஒரு பாஷை? கடிதங்கள் மனப்பாடம் செய்யப்படுவதுண்டோ? செய்கிறேன். சில

சமயம் மறு பாதியை அவர் திருப்பிச் சொல்லுகிறார்.

பரதநாட்டியம் மனக்கண்ணில் வருகிறது, உன் பாஷையின் நளினத்தை உணரும்போது. நானும் கல்லூரி ஆசிரியை, அதுவும் ஆங்கிலத்தில். நினைக்கவே வெட்கமாக இருக்கிறது... ஆமாம்... அப்படி என்ன அதிசயம் அந்தப் புடவையில்? வாங்கி வை எனக்கும் ஒன்று. அதே மாதிரி. என் சக ஆசிரியைகளுக்கு இரண்டு. வெட்கப்படட்டும் அவர்களும் என எண்ணி, உன் கடிதத்தைக் காட்டப்போக, 'பயப்படாதே, முழுவதுமல்ல; சில பகுதிகளைத்தான்' இப்படி ஒரு கோரிக்கை வந்து சேர்ந்தது. தொந்தரவுதான் உனக்கு' என்று எழுதியிருந்தாள்?

"தொந்தரவுதான்" என, ரத்னாபாய் கடிதத்தைப் படித்து முடித்ததும் முணுமுணுத்தாள். "அம்பு, என் கண்ணே.

நீ நினைப்பதைவிடவும் பெரிய தொந்தரவு" என்று கற்பனையில் அம்புவின் வாட்டசாட்டமான முழு உருவத்தையும் (இடது கைவிரல் நுனிகளால் அடிக்கொரு தரம் மூக்குக்கண்ணாடியில் இரு ஓரங்களையும் தொட்டு அசைத்துக்கொள்ளும் அவளுடைய தன்னுணர்வற்ற செய்கையோடு) கண்முன் நிறுத்திச் சொன்னாள். "சிக்கலான பொறி, சிக்கலான பொறி" என்று அவள் வாய் ஆங்கிலத்தில் முணுமுணுத்தது.

மில்டன் நழுவிவிட்டிருந்தான். ஒவ்வொரு தடவை உணவுக்குப் பின்னும் இப்போதெல்லாம் இப்படி ஒரு நழுவல். இன்னும் பதினேழு வயது முடியவில்லை. அதற்குள் இந்தப் பழக்கம். வசதியாக புதுப் பெட்டிகடையும் பக்கத்திலே வந்தாயிற்று. ஆமாம்... எங்கிருந்து காசு? பாப்பாவிடமிருந்து திருடிக்கொள்வான் போலிருக்கிறது. பாப்பா, மம்மியிடமிருந்து திருடிக்கொள்ளும்போது இதில் என்ன தப்பு? ரோஸியும் மேரியும் தையல் வகுப்புக்குப் போயிருந்தார்கள். இருவருக்குமே படிப்பு வரவில்லை. பள்ளிக்கூடத்தில் ரத்னாபாய் டீச்சரின் பிள்ளைகளா என்ற கேலியை வாங்கிக் கட்டிக்கொண்டதுதான் மிச்சம். ஒவ்வொரு வருடமும் அக்காவும் தங்கையும் மாறி மாறித் தோற்றுக் கொண்டிருந்தார்கள்.

"அவமானம்.... அவமானம்" என்று ரத்னாபாய் ஆங்கிலத்தில் முணுமுணுத்தாள், "என் குழந்தைகளா இவை? இல்லை. இல்லவே இல்லை. ஜாண்சனின் குழந்தைகள். வேட்டைக்காரனின் குழந்தைகள். வலிக்கிற பல்லை, ஊசிப் போட்டு உணர்வு இழக்கச் செய்யாமல், வலியோடு பிடுங்குகிறவனின் குழந்தைகள். அவனுடைய சதா ரத்தச் சிவப்பேறிய கண்களும், முரட்டுக் கைகளும், கைகளிலும மார்பிலும் கரடிக்கு முளைத்திருப்பதுபோல் கரு மயிரும்.. கடவுளே, ஏன் என் மனத்தில் வசையைப் புகுத்துகிறாய்?" என்று வாய்விட்டு அரற்றினாள் ரத்னாபாய். ஏன் இவ்வாறு துரதிர்ஷ்டம் பிடித்துப்போனேன்? அம்மா சொல்வாள் 'உலகம் வயிறெரிந்துவிட்டது!' என்று...

ரத்னாபாயை, சிறுவயதில் அவளுடைய தாயார் மீராபாய் டீச்சர்

வெளியே அழைத்துச் செல்லும்போது, அவளைப் பார்த்த ஒவ்வோர் ஆணும் பெண்ணும் வயிறெரிந்து விட்டார்களாம். ரத்னாபாயின் அழகு, அவர்களிடத்தில் தாங்க முடியாத பொறாமையை ஏற்படுத்திற்றாம். மீராபாய் டீச்சரின் வாதம் இது.

அம்புவுக்குப் பதில் எழுத, எத்தனை நாட்கள் கடத்துவது? மீண்டும் கடிதம் வந்துவிட்டது.. "மறந்துவிட்டயா ரத்னா? லீவுதானே? மசக்கையோ? டூவா..?"

ரத்னாபாய் எழுந்திருந்து மாடிக்குச் சென்றாள். மொட்டை மாடியில் தரையில் ஒரு கிழவர் உட்கார்ந்துகொண்டிருந்தார். வழுக்கைத் தலை. அழுக்குத் துண்டால் கன்னங்களைச் சுற்றி கழுத்தில் கட்டிக்கொண்டிருந்தார். கன்னம் வீங்கிய வீக்கத்தில் கண்கள் இடுங்கிப் புதைந்துகிடந்தன. முகம் 'ஜிவ் ஜிவ்'வென்று சிவந்து கிடந்தது. ரத்னாபாய் எதிர்பட்டதும் கிழவர் சாத்தியிருந்த மாடி அறைக் கதவைச் சுட்டிக்காட்டி 'கவனிக்கச் சொல்லுங்கள்' என்று சமிக்ஞை காட்டினார். ரத்னாபாய் முகம், கோபத்தில் கடுகடுத்தது. விரல் நுனியால் மிகுந்த நாசுக்குடன் கதவைச் சுண்டினாள். கதவு திறக்கப்படவில்லை. பலமாகத் தள்ளிக்கொண்டு உள்ளே நுழைந்தாள்.

நோயாளிகளை உட்கார்த்தும் நாற்காலிக்குப் பக்கத்தில், பல்லை ராவும் கருவியின் பெரிய இரும்புச் சக்கரத்தின் அடியில் தலை வைத்து லுங்கி விலகிக்கிடக்க அலங்கோலமாகத் தரையில் கிடந்தான் ஜாண்சன். "அசிங்கம், வெட்கமாய் இல்லையா?" என்று கத்தினாள் ரத்னாபாய். "காலால் உதைப்பேன்" என்றாள். லேசாக ஒரு முனகல் கேட்டது. "எனக்குக் கொஞ்சம் பணம் வேணும். அவசரம். பத்துப் பதினைந்து நாட்களில் திருப்பிக் கொடுத்துவிட முடியும்" என்றாள். மீண்டும் முனகல் எழுந்தது. "உங்களிடம் ஒரு உதவியை நாடி வந்திருக்கிறேன். எனக்குப் பைத்தியம். எப்பொழுதாவது நீங்கள் எனக்காக உங்கள் சுண்டு விரலை அசைத்திருக்கிறீர்களா?" என்று ஆங்கிலத்தில் பேசினாள்.

நாடகத்தில் ஒரு கதாபாத்திரம் பேசுவதுபோல் இருந்தது. வெளியே கிழவர் தன் இருப்பிடத்தைவிட்டு எழுந்திருந்து கதவுக்குப் பின்னால் வந்து நிற்பதாக ரத்னாபாய்க்குத் தோன்றிற்று. "சாத்தியிருக்கும் கதவுக்குப் பின்னால் ஏன் இவ்வாறு நிகழ்ந்திருப்பதாக எனக்குத் தோன்ற வேண்டும். அதிக உணர்வுகள் வேலை செய்வதாலா? கற்பனையின் திமிறினாலா? என்னுடைய நுட்பமும், நகாஸூம், பதவிசும், லளிதமும் முரட்டுதனத்தால் சூறையாடப்பட்டுவிட்டதா?' கதவைத் திறந்து பார்க்கிறபோது கிழவர் அங்கு நின்று கொண்டிருந்தால், தனது காரியங்கள் சுமாரான வெற்றிக்குத் திரும்பும் என்றும், அப்படியில்லாத வரையிலும் இப்போது இருப்பதுபோலவே இருக்கும் எனவும் கற்பனை செய்து கொண்டு கதவைத் திறந்தாள்.

கிழவர், இருந்த இடத்திலேயே உட்கார்ந்துகொண்டிருந்தார். ரத்னாபாய் மீண்டும் உள்ளே நுழைந்து, "நான் சொல்வது காதில்

விழுகிறதா?" என்று உரக்கக் கத்தினாள். மீண்டும் முனகல் கேட்டது. முகம் லேசாகத் திரும்பியதும் கடைவாயிலில் எச்சில் வழிவது தெரிந்தது. "மிருகம், மிருகம். மிருகத்திலும் கேவலம்" என்று அவள் வாய் முணுமுணுத்தது. சிறு சுவர் அலமாரியைத் திறந்து இரண்டு மாத்திரைகளை ஒரு புட்டியிலிருந்து எடுத்துக்கொண்டு கிழவர் முன்னால் வந்தாள். "இதை விழுங்கிவிட்டு உட்கார்ந்து இரும்" என்று சொல்லிவிட்டுப் படியிறங்கிக் கீழே வந்தாள்.

'இப்போதே போய், காரியத்தை முடித்துவிட்டால் என்ன!' என்று ரத்னாபாய்க்குத் தோன்றியது. இன்று இரவு எப்படியும் அம்புவுக்குப் பதில் எழுதவேண்டும் என்பதும், அந்த அந்த இடத்திற்கு என்ன என்ன வார்த்தைகளை உபயோகிக்க வேண்டும் என்பதும் அவள் மனதில் உருவாகியிருந்தன.

வாசல் கதவைச் சாத்திவிட்டு உள்ளே வந்தாள் ரத்னாபாய். மாடியிலிருந்து ரேழிக்கு வரும் மாடிப்படிக் கதவையும் சாத்தினாள். இப்போது உள்ளே ஒரே இருட்டாகிவிட்டது. விளக்கைப் போட்டாள். இரண்டு கைகளிலும் சோப்பை நுரைத்துக் கை வளையல்களைக் கழற்றினாள். முகத்தைக் கண்ணாடியில் பார்த்தாள். முன் நரையை உள்ளே தள்ளிக் கரு மயிரை மேலே இழுத்துவிட்டாள். "காலம் குதிரை மீது ஏறிவந்து என்னை தாக்குகிறது" என்று ஆங்கிலத்தில் சொல்லிக்கொண்டாள். "இருபத்தைந்து வருடங்களுக்கு முன் நான் ஒரு பேரழகி என்பது உங்களுக்குத் தெரியுமா?" என்று ஒரு சபையைப் பார்த்து கேட்பதுபோல், கற்பனை செய்துகொண்டு கேட்டாள். வளையல்களைக் கைப்பையில் வைத்துக்கொண்டு தெருவில் இறங்கினாள்.

இருபது, இருபத்தைந்து வருடங்களுக்கு முன்னர், ரத்னாபாய் தன் தாயார் மீராபாயுடன் தெருவழியாக நடந்து செல்வது இளைஞர் உலகில் ஒரு முக்கியமான சம்பவம். இந்த வாய்ப்பை எதிர்பார்த்து அவர்கள் ஏமாறுவதும், எதிர்பாராத நேரங்களில் கிடைத்துவிடுவதும் இளைஞர் உலகின் முக்கியமான செய்திகள்.

'என்னுடைய பொக்கிஷம் எப்படி?' என்று பெருமிதம் வழியும் முகபாவத்துடனும், 'என் பொக்கிஷத்தை எப்படி உங்களிடமிருந்து காப்பாற்றப் போகிறேனோ?' என்ற கவலை தெரியும் முகத்துடனும் மீராபாய், ரத்னாபாயுடன் இடைவெளிவிடாமல் நடந்துபோவாள். தன் பெண்ணைக் கல்யாணம் செய்துகொள்ளச் சில டாக்டர்களும் இன்ஜினீயர்களும் முன்வந்துள்ளனர் என்றும், தான் இன்னும் எந்த முடிவும் எடுக்கவில்லையென்றும் மீராபாய் அடிக்கடி சொல்லிக்கொண்டிருந்தாள். இது உண்மையா இல்லையா என்பது தெரியாது. ஆனால், தபாலில் ரத்னாபாய்க்குக் காதல் கடிதங்கள் வந்தன. அக்கடிதங்களை ரத்னாபாயின் தாயாரே தபால் சேவகனிடமிருந்து பெற்று, படித்து, சந்தோஷப்பட்டு அவற்றை மறைவாக வைத்துக்கொண்டாள்.

தமிழ்மகன் | 131

எங்கள் ஊரில் அந்தக் காலத்திலிருந்த பெரிய வீட்டுப் பிள்ளைகளில் அநேகர் அவளுக்குக் காதல் கடிதங்கள் எழுதியிருக்கிறார்கள். ரத்னாபாய், ஓர் ஆங்கிலப் பிரியை என்ற செய்தி அப்போதே அடிபட்டுக் கொண்டிருந்ததால், ஒவ்வொருவரும் தங்களுக்குத் தெரிந்த கடுமையான ஆங்கில வார்த்தைகளை எல்லாம் தாங்கள் எழுதிய காதல் கடிதங்களில் திணித்து, அதற்குமேல் தங்களுக்குத் தெரிந்த ஆங்கில கவிதைகளையும் சேர்த்திருந்தார்கள். இவ்வாறு காதல் கடிதங்களை எழுதியுள்ள பையன்களில் எந்தப் பையனைத் தேர்ந்தெடுப்பது புத்திசாலித்தனமானது என மீராபாய் டீச்சர் தனது மனத்தில் ஓயாமல் கணக்குப் போட்டு வந்தாள்.

அவள் மனத்தில், தன் பெண்ணுக்குத் தெரியாத பெரிய பிரச்னையாக இது வளர்ந்து வந்திருந்தது. நாள் போகப் போக இந்தப் பிரச்னையின் தீவிர நிலை தளர்ந்தது. இதற்குக் காரணம், ரத்னாபாய்க்குக் காதல் கடிதங்கள் எழுதிய பையன்களில் அநேகர் தங்கள் படிப்பை முடித்துக்கொண்டு, தங்கள் மாமன் மகளையோ அல்லது அத்தைப் பெண்ணையோ அல்லது தாய்&தகப்பன் தேடிச் சேர்த்த வேறு உறவுப் பெண்ணையோ கட்டிக்கொண்டு பம்பாய், கல்கத்தா என்று மறைந்தார்கள்.

இந்த இளைஞர்களில் யாரையாவது, விடுமுறை நாட்களில் எங்கள் ஊர் திரும்பும்போது மனைவி சகிதம் மீராபாய் டீச்சர் பார்த்துவிட்டால், அன்று இரவு ரத்னாவிடம், "அந்த மயில் வீட்டுக்காரர் பிள்ளை அவன் பெண்டாட்டியைக் கூட்டிக்கொண்டு போகிறான். பார்த்தேன். இதைவிட அவன் ஒரு கருங்குரங்கைக் கட்டிக்கொண்டிருக்கலாம்! வெட்கம் கெட்ட பயல்" என்று திட்டுவாள்.

"அம்மா, அவர் பெண்டாட்டி எப்படி இருந்தால் நமக்கு என்ன? எனக்கு வம்பு பிடிக்காது" என்பாள் ரத்னாபாய். "உன் புத்திக்குத்தான் யாரும் உன்னைக் கட்டிக்கொள்ள வரவில்லை" என்று கொதிப்பாள் தாயார். "அது உன்னுடைய பிரச்னை அல்ல; என்னுடையது" என்று ஆங்கிலத்தில் பதில் சொல்லுவாள் ரத்னாபாய்.

ரத்னாபாய்க்கு, அவளுடைய நெருங்கிய தோழிகள் பலரைப்போல் ஆங்கிலம் எடுத்து எம்.ஏ., சேர முடியாமல் போயிற்று. "நாங்கள் படித்து எதற்குடீ? நீ அல்லவா படிக்க வேண்டும்" என்றார்கள் தோழிகள். "கடன்காரங்க கத்துவதை நீ ஏன் பொருட்படுத்த வேண்டும்? கத்துவாங்க; நீ படி. நான் படிக்க வைக்கிறேன் உன்னை" என்றாள் மீராபாய் டீச்சர். பிடிவாதமாய் பி.டி. படித்து, ஆசிரியை ஆனாள் ரத்னாபாய்.

'எம்.ஏ., படிக்க முடியாமற்போனதுதான் எனது கேடு காலத்தின் ஆரம்பம்.' இந்த ஆங்கில வாக்கியத்தைகளைப் பல தடவை ரத்னாபாய் பின்னால் சொல்ல நேர்ந்தது. ரத்னாபாய்க்கு வயதாகிக்கொண்டிருப்பது, இப்போது அவள் முகத்தில் தெரிந்தது.

"என்ன, ஏதாவது பார்த்தாயா?" என்று தெரிந்தவர்கள் கேட்பதைச் சகித்துக்கொள்ள முடியாமல், மீராபாய் டீச்சர் வெளியே போவதைக் குறைத்துக்கொண்டாள்.

இந்த விசாரிப்புகளில் லேசான பரிகாசம் கலந்திருப்பதையும் இப்போது அவளால் உணர முடிந்தது. "எந்த டாக்டருக்கும் அதிர்ஷ்டம் அடிக்கவில்லையா இன்னும்?" என்று மீராபாயிடம் சக ஆசிரியைகள் கேட்டுக்கொண்டிருந்தனர்.

"எனது திருமணத்தை, ஒரு சமூகப் பிரக்ஞையாக்கிவிட்டாய். இது நீ எனக்கு இழைத்த மாபெரும் தீங்கு" என்றாள் ரத்னாபாய் தன் தாயாரிடம்.

"இப்போதெல்லாம் நீ பேசுவதே எனக்குப் புரியமாட்டேன் என்கிறது. நீ வேறு யாரோ மாதிரி பேசுகிறாய்" என்றாள் மீராபாய் டீச்சர்.

அநேகமாக ஒவ்வொரு நாளும் ரத்னாபாய் பள்ளிக்கூடம் போகும் வழியில் ஜாண்சனைப் பார்ப்பது வழக்கம். பல் ஆஸ்பத்திரி முன்னால் லுங்கியைக் கட்டிக்கொண்டு அவன் சந்தோஷமாக நின்றுகொண்டிருப்பான். காலையில் அவள் பள்ளிக்குப் போகும்போது, அவன் தன்னுடைய பழைய மாடல் குட்டிக்காரைக் கிளப்ப முயன்றுகொண்டிருப்பான். நாலைந்து கூலிச் சிறுவர்கள் பின்னாலிருந்து தள்ளுவார்கள். கார் கிளம்பியதும் அத்தனை சிறுவர்களும் கார் கதவைத் திறந்துகொண்டு உள்ளே சாடி ஏறி விழுவார்கள். கார் ஒரு ரவுண்டு சுற்றிவிட்டு வந்து ஆஸ்பத்திரி முன் நிற்கும். "அந்தச் செய்கை, அதில் நான் கண்ட எளிமை, அந்த ஏழைச் சிறுவர்களும் உங்களை அன்னியோன்னியமாக பாவித்த விதம், அதற்காக உங்களை நேசித்தேன்" என்று ஆங்கிலத்தில், திருமணம் முடிந்த அன்று இரவு ஜாண்சனிடம் சொன்னாள் ரத்னாபாய்.

"உன்னைவிடவும் அழகாக இருக்கிறது உன் ஆங்கிலம்" என்றான் ஜாண்சன்.

ஜாண்சனுடன் வாழ்க்கையைப் பகிர்ந்துகொள்ளுவது சாத்தியமில்லை என்பது, ஒருசில வாரங்களிலேயே ரத்னாபாய்க்குத் தெரிந்துபோயிற்று. அன்றாடம் அவன் குடித்தான். கிடைக்கும் சந்தர்ப்பங்களில் எல்லாம் நண்பர்களுடன் வேட்டைக்குச் சென்றான். மனைவி, வீடு எனும் உணர்வுகள் அவன் ரத்தத்தில் கிஞ்சித்தும் கிடையாது என்பது, ரத்னாபாய்க்கு உறுதியாயிற்று.

"நான் ஒரு பொறுக்கி, என்னை நீ கட்டுப்படுத்த முடியாது. நீ சீமாட்டி என்றால், உன் அம்மாவிடம் போய் இரு" என்று குடி வெறியில் கத்துவான் ஜாண்சன்.

"நீர் ஓர் எளிமையான மனிதர் என்று நினைத்து, நான் ஏமாந்துபோய்விட்டேன். வாழ்க்கை எவ்வளவு பயங்கரம்" என்றாள் ரத்னாபாய்.

“உன் ஆங்கிலத்தை நான் வெறுக்கிறேன்” என்று கத்துவான் ஜாண்சன்.

அன்று பேங்கில், அவள் எதிர்பாராத செய்தி கிடைத்தது. புதன்கிழமை மட்டும்தான் தங்கத்தின் பேரில் பணம் கடன் கொடுப்பார்களாம். ரத்னாபாய், ஜவுளிக்கடைக்குச் சென்றாள். ‘பட்டுச்சேலைகளை எடுத்து வைத்துவிட்டு, கையிலிருக்கும் சிறு தொகையை முன்பணமாகக் கொடுத்துவிட்டுப்போனால், பின்னால் பேங்கிலிருந்து பணம் பெற்று பாக்கியை அடைத்து, சேலைகளையும் எடுத்துச் சென்றுவிடலாம்’ என்று எண்ணினாள். கடைப்பையன்கள் முன்னால் வந்து நின்றதும். “அன்று நான் எடுத்துக்கொண்டு போன மாதிரி சேலை வேண்டும்” என்றாள். அவள் மனம் குறுகுறுத்தது. ‘கடவுளே, எதற்காக இப்படி நான் சொல்கிறேன்? எனக்கும் புத்தி பேதலித்துவிட்டதா’ என்று மனதிற்குள் முணுமுணுத்துக்கொண்டாள்.

பையன்கள் விழிக்க ஆரம்பித்தார்கள். ஒவ்வொருவராய் வந்து அவளைப் பார்த்துவிட்டுப் போனார்கள்.

“யார்ரா அண்ணைக்குக் கொடுத்தது?” என்று முதலாளி அதட்ட ஆரம்பித்தார்.

‘நான் எடுக்காத சேலையை எப்படி இவர்கள் கட்ட முடியும்? இதற்கு மேலும் இவர்களை தண்டிப்பது என்னைப் போன்ற ஒரு ஸ்திரீக்கு அழகல்ல’ என்று ரத்னாபாய் ஆங்கிலத்தில் நினைத்துக்கொண்டே, “நல்லதா எதையாவது காட்டுங்கப்பா” என்றாள். ‘எனக்கு புத்தி பேதலித்துவிட்டது. கற்பனையே நிஜம் என்று நம்ப ஆரம்பிக்கிறேனா?’ பையன்கள் பட்டுச்சேலையை எடுத்துவர அறைக்குள் சென்றார்கள்.

“உண்மையில் அப்படி எழுதியிருக்க வேண்டிய அவசியமில்லை. அதிலும் என் அருமை அம்புவுக்கு...” என்று ரத்னாபாய் மனத்திற்குள் சொல்லிக்கொண்டாள். அகஸ்மாத்தாய்ப் படிக்க நேர்ந்தது அந்த ஆங்கிலக் கவிதையை அற்புதமான கவிதை. ஒவ்வொரு வார்த்தையும் வைரத்தோட்டில் கற்கள் பதித்த மாதிரி இருந்தது. அதில் சில வார்த்தைகள் ரத்னாவிடம் ஏதோ விதமான மயக்கத்தை ஏற்படுத்திற்று. அந்த வார்த்தைகளைப் பயன்படுத்தி ஒரு பட்டாடையை வருணித்தால் வர்ணனை மிக அற்புதமாய் அமையும் என்று அவளுக்குத் தோன்றிற்று.

அந்த வருணனையை அன்றே & அப்போதே & அம்புவுக்கு எழுதுவதை அவளால் கட்டுப்படுத்த முடியவில்லை. “பொல்லாத பொறிதான் அது” என்று ரத்னாபாய் முணுமுணுத்தாள். “அது சரி, எடுக்காத சேலையை எடுத்ததாக இப்போது நான் ஏன் சொல்லுகிறேன். எதற்காக? ரத்னா, சொல்லு எதற்காக?” என்று ரத்னா கேட்டுக்கொண்டாள். சேலைகளைக் கவுன்டரில் பரப்பிவிட்டார்கள்.

“எதைத் தேர்ந்தெடுப்பது? அம்பு, உனக்கு எது பிடிக்கும்?, உன் சிநேகிதிகளுக்கு எது பிடிக்கும்?. ‘உன் சிநேகிதி ஆங்கிலத்தில் ஒரு மேதை; ஒப்புக்கொள்கிறோம். ஆனால், புடவை தேர்ந்தெடுப்பதில் அவள் ஓர்

அசடு' என்று அவர்கள் உன்னிடம் சொல்லும்படி ஆகுமா? அல்லது ஆங்கிலத்தில் வெளிப்பட்ட ருசி புடவைத் தேர்வில் அழுத்தம் பெறுகிறது என்பார்களா? பின் வாக்கியத்தை அவர்கள் சொல்ல வேண்டுமெனில், நான் தேர்ந்தெடுக்க வேண்டிய சேலை எது? எனக்கு ஏன் இன்று ஆங்கில வார்த்தைகள் அதி அற்புதமாய் ஓடிவருகின்றன? அம்புவுக்கு நீண்ட ஒரு கடிதம் எழுதுவதற்கான வேளை நெருங்கிவிட்டதா?" மூன்று சேலைகளைத் தேர்ந்தெடுத்தாள் ரத்னாபாய். புதன்கிழமை காலையில் மீதிப்பணம் தந்து எடுத்துக்கொள்வதாய்க் கடை முதலாளியிடம் சொல்லி, சிறிது முன்பணமும் கொடுத்துவிட்டு வெளியேறினாள்.

அன்று இரவு ரத்னாபாய், அம்புவுக்கு நீண்ட ஒரு கடிதம் எழுதினாள். அதன் கடைசி பாராவில் 'சேலைகள் எடுத்து அனுப்பிவிட்டேன். உனக்கும் உன் சிநேகிதிகளுக்கும் நீயும் உன் சிநேகிதிகளும் அதை கட்டிக்கொண்டு கல்லூரி முன்னால் (அதன் வெளிச்சுவர், கல்லால் எழுப்பப்பட்டது) நிற்பதாய் கற்பனையும் பண்ணியாயிற்று. ஒன்று சொல்லிவிடுகிறேன்.

நீ உன் சேலைக்குப் பணம் அனுப்பினால், எனக்குக் கெட்ட கோபம்வரும். எனக்குத் தரவேண்டியது உன் புகைப்படம். அந்தப் புடவையில், 'ஐயோ! என் சிநேகிதிக்கு என்னால் நஷ்டம்!' என்று இளைத்துப் போய்விடாதே. இங்கு பிள்ளைகள் தோற்றுக்கொண்டுதான் இருக்கிறார்கள். பல்வலிக்கும் குறைவில்லை' என்று எழுதியிருந்தாள்.

தான் எழுதிய கடிதத்தை ஏழெட்டுத் தடவை படித்துப் பார்த்தாள் ரத்னா. அவளுக்கு ரொம்பவும் பிடித்திருந்தது. "பாஷை ஓர் அற்புதம்; கடவுளே உனக்கு நன்றி" என்றாள். "இதை விட்டால் எனக்கு வேறு எதுவுமில்லை" என்றாள். மீண்டும் கண்ணாடி முன் நின்று, சிறு அபிநயத்துடன் அந்தக் கடிதத்தைப் படித்தாள்.

புதன்கிழமைக் காலையில் பேங்குக்குப் போக வேண்டும் என்ற சிரத்தையே ரத்னாபாய்க்கு ஏற்படவில்லை.

## 1980

புத்தம் புது வார்த்தைக் கோர்ப்புகள். புதிய பிரச்னைகள், புதிய தீர்வுகள், புதிய உத்திகள் என, 40 ஆண்டுகளாக எழுத்துலகை தன் கட்டுக்குள் வைத்திருந்தவர் சுஜாதா. அவர் எதை எழுதினாலும் அது சுவாரஸ்யமாக வாசிக்கப்பட்டது. 'சுஜாதா வீட்டு லாண்டரி கணக்கையும் தமிழர்கள் வாசிப்பார்கள்' என, யாரோ கிண்டலாக எழுதப்போய், அவருடைய லாண்டரி கணக்கும் பத்திரிகையில் பிரசுரமானது.

கம்ப்யூட்டர் ஒன்று தானாகவே ஸ்ரீ சக்ரா யந்திரத்தை வரைந்துவிட்டதாக வதந்தி பரவ, "அது உண்மையா?" என்று சுஜாதாவிடம் கேட்டார்கள். அவர், "கொஞ்சம்விட்டால் கம்ப்யூட்டரின் கண்கள் குளமாகின! என்று சொல்லிவிடுவார்கள் போலிருக்கிறது" என்றார். அது தவறு என்று சொல்லியிருக்கலாம். சுஜாதா எதையும் புதிதாகவும் சுவாரஸ்யமாகவும் சொல்லத் தெரிந்தவர். மூளையைத் 'தலைமைச் செயலகம்' என்பார். வேதங்கள் பற்றியும், நாலாயிர திவ்யப் பிரபந்தம் பற்றியும் அவரால் அனைவரும் விரும்பும் வகையில் எழுத முடிந்தது.

திருச்சியில் பிறந்து (ஸ்ரீரங்கம்), டெல்லியில் பணியாற்றி, பெங்களூருவுக்கு மாறி, சென்னையை வந்தடைந்த கணிப்பொறி

இன்ஜினீயர். பல இடங்களில் வேலை பார்த்து, பலரைச் சந்தித்து பலதைப் படித்து அவர் தன் அனுபவங்களை எழுத்துகளாகத் தந்தவண்ணம் இருந்தார். எந்த இலக்கியப் பரிசையும் பெறாமல் பல இலக்கியவாதிகளால் அங்கீகரிக்கப்படாமல்போனாலும் அவருடைய இலக்கியப் பங்களிப்பு பலமானது. எழுத விரும்பிய பலருக்கு அவர் வாத்தியாராக, கட்டைவிரல் கேட்காத துரோணராக இருந்தார்.

சுஜாதாவின் சிறுகதைத் தொகுப்புகளையும் நாவல்களையும் பட்டியல் போட்டு எழுத, ஒரு பக்கம் போதாது. அதுவே சிறிய நூலாகிவிடும். 'கணையாழி' இதழில் கடைசிப் பக்கம் இவரால் தொடர்ந்து எழுதப்பட்டு வந்த நாட்களில், தவறாமல் சர்ச்சைக்கு ஆளானது இவரது கருத்துகள். 'கிருஷ்ணா நதிப் பாலம்', 'இளநீர்', 'ஜன்னல்', 'குரல்', 'தனிமைக்கொண்டு' போன்ற மறக்க முடியாத சிறுகதைகள் இவர் எழுதியுள்ளார்.

அவர் எழுத்தில் 'காமம்' தூக்கலாக இருப்பதாக, ஒரு குற்றச்சாட்டு உண்டு. அவருடைய காமம் நாசூக்கானது.

அவர் எழுதிய ஓர் உரையாடல் இது.

"அந்த முதலாளி போனமாசம் சம்பளத்துக்கு பதிலா பட்டுப்புடவை வாங்கிக்கொடுத்தாருடீ.." என்பாள் ஒருத்தி.

"இந்த மாசம்?" என்பாள் தோழி.

"உயர்த்திட்டாரு..!" என்பாள் வேலையில் சேர்ந்தவள்.

ஒரு திகில் நாவல். விபச்சார விடுதிக்குப் போவான் ஒருவன். அங்கே இருக்கும் ஒருத்தியிடம் ஒரு முக்கியமானத் தகவலைத் திரட்ட வேண்டியிருக்கும். அந்தக் குறிப்பிட்ட பெண், அப்போது இருக்க மாட்டாள். ஆந்திரா பெண் ஒருத்தி இருப்பாள். தமிழ் சரியாகத் தெரியாது.

"ஏன் நான் வேணாவா?" என்பாள்.

"வேண்டாம்..!" என்பான் தீர்மானமாக.

அதற்கு அவள் பதில்: "எல்லார் கிட்டயும் இருக்கறது ஒரேதான்."

அகநானூறு, புறநானூறு, சிலப்பதிகாரம், திருக்குறள் ஆகியவற்றுக்கு எளிமையான உரைகள் எழுதியிருக்கிறார். நூற்றுக்கணக்கில் சிறுகதைகளும் நாவல்களும் எழுதினார்.

விஞ்ஞானக் கட்டுரைகள் எழுதினார். சினிமா விமர்சனங்கள், சினிமா வசனங்கள் எழுதுவதிலும் அவருடைய திறமை வெளிப்பட்டது. பத்திரிகை ஆசிரியராகவும், பத்தி எழுதுபவராகவும், அரசுத் துறைப் பணியிலும் அவர் இருந்தார். அவர் எப்படி இவ்வளவு எழுதினார் என்பது ஆச்சர்யம். எழுத்து இயந்திரமாக அவர் இருந்தார்.

அவருடைய 'நகரம்' சிறுகதை, அரசு மருத்துவமனையில் கிராமத்துப்

பெண் ஒருத்திக்கு நடக்கும் அலட்சியத்தைப் படம் பிடித்தது. எழுதப் படிக்கத் தெரியாத அந்தப் பெண்மணி, தன் பெண்ணின் உடல்நிலை மோசமாக இருப்பதனால் அரசு மருத்துவமனைக்கு வருவார். தலைமை மருத்துவருக்கு, பெண்ணின் சீரியஸான நோய்ப் பற்றி தெரியவரும்.

சில மணி நேரங்களில் காப்பாற்றப்படாவிட்டால் அந்தச் சிறுமி இறந்துவிடுவாள். உடனே அனுமதிக்குமாறு சொல்வார். ரசீது வாங்கி, இங்கே அங்கே ஊடாடி, மாலை வரை இருந்து அனுமதி கிடைக்காமல் வீட்டுக்குக் கிளம்பிவிடுவாள். மருத்துவமனை நடவடிக்கையைப் பார்த்து அந்தத் தாய் பயந்தே போவாள். பேசாமல் ஊரிலேயே மந்திரித்து தாயத்துக் கட்டிக்கொள்ளலாம்போல அவள் முடிவெடுப்பாள். ஒரு சாமானியனுக்கு எந்தச் சலுகையும் எத்தனை அலட்சியமாக மறுக்கப்படுகின்றன என்பதைப் பரபரப்பான பின்னணியில் சொல்லியிருப்பார். துப்பறியும் கதைகள், திகில் கதைகள், காதல் கதைகள், சரித்திரக் கதைகள், விஞ்ஞான கதைகள் என, அவர் தொட்டதெல்லாம் வாசக நெஞ்சங்களில் தீ மூட்டின.

இவருடைய காலத்தில் வெரைட்டியான எழுத்துகள் பிறந்தன. பிரபஞ்சன், சா.கந்தசாமி, ரா.கி.ரங்கராஜன், சு.சமுத்திரம், பாலகுமாரன், சுப்ரமண்யராஜு, நாஞ்சில் நாடன், மாலன், வண்ணநிலவன், வண்ணதாசன், கோபி கிருஷ்ணன், ஆதவன், ஸ்ரீ வேணுகோபாலன் (புஷ்பா தங்கதுரை), விட்டல்ராவ், திலீப்குமார், மு.மேத்தா, கௌதம நீலாம்பரன், சோ.தர்மன், இராஜேந்திர சோழன், சாரு நிவேதிதா, சம்பத், அம்பை, சிவசங்கரி, இந்துமதி, திலகவதி, வாஸந்தி, உஷா சுப்ரமணியன், கோணங்கி, தமிழ்ச்செல்வன் போன்ற பல எழுத்தாளர்கள் திறன் காட்டினார்கள். சொல்லப்போனால், ஒவ்வொருவரிடமும் தனித்தன்மை இருந்தது.

# சுஜாதா

## 1935 - 2008

## நகரம்

சுவர்களில் ஓரடி உயர எழுத்துக்களில் விளம்பரங்கள் விதவிதமாக ஒன்றி வாழ்ந்தன. 'நிஜாம் லேடி புகையிலை!', 'ஆர்.கே.கட்பாடிகள்', '-எச்சரிக்கை!', 'புரட்சி தீ!', 'சுவிசேஷக் கூட்டங்கள்', 'ஹாஜி மூசா ஜவுளிக் கடை (ஜவுளிக் கடல்)', '30.09.-1973 அன்று கடவுளை நம்பாதவர்கள் சுமக்கப்போகும் தீச்சட்டிகள்!'

மதுரையில் ஒரு சாதாரண தினம். எப்போதும்போல 'பைப்' அருகே குடங்கள் மனிதர்களுக்காக வரிசைத் தவம் இருந்தன. சின்னப்பையன்கள் 'டெடன்னஸ்' கவலைஇன்றி மண்ணில் விளையாடிக் கொண்டிருந்தார்கள். பாண்டியன் போக்குவரத்துக் கழக பஸ்கள், தேசியம் கலந்த டீசல் புகை பரப்பிக்கொண்டிருந்தன. விரைப்பான கால்சராய் சட்டை அணிந்த ப்ரோடீன் போடா போலீஸ்காரர்கள் இங்கிட்டும் அங்கிட்டும் செல்லும் வாகன- மானிட போக்குவரத்தைக் கட்டுப்படுத்திகொண்டு இருந்தார்கள். நகரின் மனித இயக்கம், ஒருவித ப்ரோவ்னியான் இயக்கம்போல இருந்தது. கதர் சட்டை அணிந்த மெல்லிய அதிக நீளமில்லாத ஊர்வலம் ஒன்று, சாலையின் இடதுபுறத்தில் அரசாங்கத்தை விலைவாசி உயர்வுக்காக திட்டிக்கொண்டே ஊர்ந்தது. செருபில்லாத

டப்பாக்கட்டு ஜனங்கள், மீனாட்சி கோயிலின் ஸ்தாபித்த கோபுரங்கள், வற்றிய வைகை, பாலம்.. மதுரை!

நம் கதை, இந்த நகரத்துக்கு இன்று வந்திருக்கும் ஒரு பெண்ணைப் பற்றியது.

வள்ளியம்மாள், தன் மகள் பாப்பாத்தியுடன் மதுரை பெரியாஸ்பத்திரியில் ஓ.பி. டிப்பார்ட்மெண்டின் காரிடாரில் காத்திருந்தாள்.

முதல் தினம் பாப்பாத்திக்கு ஜுரம். கிராம ப்ரைமரி ஹெல்த் சென்டரில் காட்டியதில் அந்த டாக்டர் பயங்காட்டிவிட்டார். "உடனே பெரிய ஆஸ்பத்திரிக்கு எடுத்துகிட்டு போ" என்றார். அதிகாலை பஸ் ஏறி...

பாப்பாத்தி ஸ்ட்ரெச்சரில் கிடந்தாள். அவளைச் சூழ்ந்து ஆறு டாக்டர்கள் இருந்தார்கள். பாப்பாத்திக்குப் பன்னிரண்டு வயது இருக்கும். இரண்டு மூக்கும் குத்தப்பட்டு ஏழைக் கண்ணாடிக் கற்கள் ஆஸ்பத்திரி வெளிச்சத்தில் பளிச்சிட்டன. நெற்றியில் விபூதிக் கீற்று. மார்பு வரை போர்த்தப்பட்டுத் தெரிந்த கைகள் குச்சியாய் இருந்தன. பாப்பாத்தி ஜுரத் தூக்கத்தில் இருந்தாள். வாய் திறந்திருந்தது.

பெரிய டாக்டர், அவள் தலையைத் திருப்பிப் பார்த்தார். கண் இரப்பையைத் தூக்கிப் பார்த்தார். கண்களை விரலால் அழுத்திப் பார்த்தார். விரல்களால் மண்டையோட்டை உணர்ந்துப் பார்த்தார். பெரிய டாக்டர், மேல் நாட்டில் படித்தவர்; போஸ்ட் க்ராஜுவெட் வகுப்புகள் எடுப்பவர்; புரொஃபசர். அவரைச் சுற்றிலும் இருந்தவர்கள் அவரின் டாக்டர் மாணவர்கள்.

"கிநீutமீ நீணீsமீ ஷீயீ னீமீஸீவீஸீரீவீtவீs. ஸீஷீtவீநீமீ tலீவீs.."

வள்ளியம்மாள் அந்தப் புரியாத சம்பாஷணையின் ஊடேதான் மகளையே ஏக்கத்துடன் நோக்கிக் கொண்டிருந்தாள். சுற்றிலும் இருந்தவர்கள் ஒவ்வொருவராக வந்து ஆப்தல்மாஸ்கோப் மூலம் அந்தப் பெண்ணின் கண்ணுக்குளே பார்த்தார்கள். 'டார்ச்' அடித்து விழிகள் நகருகின்றனவா என்று சோதித்தார்கள். குறிப்புகள் எடுத்துக் கொண்டார்கள்.

பெரிய டாக்டர், "இவளை அட்மிட் பண்ணிடச் சொல்லுங்கள்" என்றார்.

வள்ளியம்மாள், அவர்கள் முகங்களை மாற்றி மாற்றிப் பார்த்தாள். அவர்களில் ஒருவர், "இத பாரும்பா, இந்தப் பெண்ணை உடனே ஆஸ்பத்திரியில் சேர்க்கணும். அதோ அங்கே உக்காந்திருக்காரே, அவர்கிட்ட போ, சீட்டு எங்கே?" என்றார்.

வள்ளியம்மாளிடம் சீட்டு இல்லை.

"சரி அவரு கொடுப்பாரு. நீ வாய்யா இப்படி பெரியவரே!"

வள்ளியம்மாள் பெரிய டாக்டரைப் பார்த்து, “அய்யா, குழந்தைக்குச் சரியா போயிருங்களா?” என்றாள்.

“முதல்ல அட்மிட் பண்ணு. நாங்க பார்த்துக்கறோம். டாக்டர் தனசேகரன், நானே இந்தக் கேசை பார்க்கிறேன். ஸீ தட்.. ஸீ இஸ் அட்மிட்டட். எனக்கு கிளாஸ் எடுக்கணும். போயிட்டு வந்ததும் பார்க்கறேன்.”

மற்றவர்கள் புடைசூழ அவர் ஒரு மந்திரிபோல கிளம்பிச் சென்றார். டாக்டர் தனசேகரன், அங்கிருந்த சீனிவாசனிடம் சொல்லிவிட்டுப் பெரிய டாக்டர் பின்னால் விரைந்தார்.

சீனிவாசன், வள்ளியம்மாளைப் பார்த்தார்.

“இங்கே வாம்மா. உன் பேர் என்ன..? டேய் சாவு கிராக்கி! அந்த ரிஜிஸ்டரை எடுடா..!”

“வள்ளியம்மாள்”

“பேசண்டு பேரு?”

“அவரு செத்து போயிட்டாருங்க..”

சீனிவாசன் நிமிர்ந்தான்.

“பேசண்டுன்னா நோயாளி.. யாரைச் சேர்க்கணும்?”

“என் மகளைங்க”

“பேரு என்ன..?”

“வள்ளியம்மாளுங்க”

“என்ன சேட்டையா பண்ற? உன் மக பேரு என்ன?”

“பாப்பாத்தி”

“பாப்பாத்தி..! அப்பாடா. இந்தா, இந்தச் சீட்டை எடுத்துகிட்டுப்போயி இப்படியே நேராப் போனின்னா அங்கே மாடிப்படிக்கிட்ட நாற்காலி போட்டுக்கிட்டு ஒருத்தர் உக்காந்திருப்பார். வருமானம் பாக்குறவரு அவருகிட்ட கொடு.”

“குளந்தங்க..?”

“குளைந்தைக்கு ஒண்ணும் ஆவாது. அப்படியே படுத்து இருக்கட்டும். கூட யாரும் வல்லையா? நீ போய் வா. விஜயரங்கம் யாருய்யா?”

வள்ளியம்மாளுக்கு, பாப்பாத்தியை விட்டுப்போவதில் இஷ்டமில்லை. அந்த கியூ வரிசையும் அந்த வாசனையும் அவளுக்குக குமட்டிக்கொண்டு வந்தது. இறந்துபோன தன் கணவன்மேல் கோபம் வந்தது.

அந்தச் சீட்டைக் கொண்டு அவன் எதிரே சென்றாள். நாற்காலி காலியாக இருந்தது. அதன் முதுகில் அழுக்கு இருந்தது. அருகே இருந்தவரிடம் சீட்டைக் காட்டினாள். அவர் எழுதிக்கொண்டே

சீட்டை இடது கண்ணின் கால்பாகத்தால் பார்த்தார். "இரும்மா அவரு வரட்டும்" என்று காலி நாற்காலியைக் காட்டினார். வள்ளியம்மாளுக்கு, திரும்பித் தன் மகளிடம் செல்ல ஆவல் ஏற்பட்டது. அவளின் படிக்காத நெஞ்சில், காத்திருப்பதா, - குழந்தையிடம் போவதா என்ற பிரச்னை உலகளவுக்கு விரிந்தது.

'ரொம்ப நேரமாவுங்களா..?' என்று கேட்க, பயமாக இருந்தது அவளுக்கு.

வருமானம் மதிப்பிடுபவர், தன் மருமானை அட்மிட் பண்ணிவிட்டு மெதுவாக வந்தார். உட்கார்ந்தார். ஒரு சிட்டிகைப் பொடியை மூக்கில் மூன்று தடவை தொட்டுக் கொண்டு கர்சிப்பைக் கயிறாக சுருட்டித் தேய்த்துக்கொண்டு சுறுசுறுப்பானார்.

"த பார் வரிசையா நிக்கணும். இப்படி ஈசப்பூச்சி மாதிரி வந்திங்கன்னா என்ன செய்யிறது..?"

வள்ளியம்மாள், முப்பது நிமிஷம் காத்திருந்தபின் அவள் நீட்டிய சீட்டு அவளிடமிருந்து பிடுங்கப்பட்டது.

"டாக்டர்கிட்ட கையெழுத்து வாங்கிக்கிட்டு வா. டாக்டர் கையெழுத்தே இல்லையே இதிலே..?"

"அதுக்கு எங்கிட்டு போவணும்..?"

"எங்கிருந்து வந்தே..?"

"மூனாண்டிபட்டிங்கே!"

கிளார்க் "ஹாத்" என்றான்.

சிரித்தார். "மூனாண்டிபட்டி! இங்கே கொண்டா அந்த சீட்டை."

சீட்டை மறுபடி கொடுத்தார். அவர் அதை விசிறிபோல் இப்படியும் அப்படியும் திருப்பினார்.

"உன் புருசனுக்கு என்ன வருமானம்?"

"புருஷன் இல்லீங்க"

"உனக்கு என்ன வருமானம்?"

அவள் புரியாமல் விழித்தாள்.

"எத்தன ரூபா மாசம் சம்பாதிப்பே?"

"அறுப்புக்குப் போனா நெல்லாக் கிடைக்கும். அப்புறம் கம்பு, கேழ்வரகு!"

"ரூபா கிடையாதா? சரி சரி.. தொண்ணூறு ரூபா போட்டு வைக்கிறேன்."

"மாசங்களா?"

"பயப்படாதே. சார்ஜு பண்ண மாட்டாங்க. இந்தா, இந்தச் சீட்டை

எடுத்துக்கிட்டு, இப்படியே நேராப் போயி இடது பக்கம்–, பீச்சாங்கைப் பக்கம் திரும்பு. சுவத்திலே அம்பு அடையாளம் போட்டிருக்கும். 48&ம் நம்பர் ரூமுக்கு போ.”

வள்ளியம்மாள், அந்தச் சீட்டை இரு கரங்களிலும் வாங்கி கொண்டாள். கிளார்க் கொடுத்த அடையாளங்கள் அவள் எளிய மனதை மேலும் குழப்பி இருக்க, காற்றில் விடுதலை அடைந்த காகிதம்போல் ஆஸ்பத்திரியில் அலைந்தாள். அவளுக்குப் படிக்க வராது. 48&ம் நம்பர் என்பது, உடனே அவள் ஞாபகத்திலிருந்து விலகி இருந்தது. திரும்பிப்போய் அந்த கிளார்க்கை கேட்க அவளுக்கு அச்சமாக இருந்தது.

ஒரே ஸ்ட்ரெச்சரில் இரண்டு நோயாளிகள் உக்கார்ந்து கொண்டு, பாதி படுத்துக்கொண்டு மூக்கில் குழாய் செருகி இருக்க அவளைக் கடந்தார்கள். மற்றொரு வண்டியில் ஒரு பெரிய வாயகன்ற பாத்திரத்தில் சாம்பார் சாதம் நகர்ந்து கொண்டிருந்தது. வெள்ளைக் குல்லாய்கள் தெரிந்தன. அலங்கரித்துகொண்டும் வெள்ளை கோட் அணிந்துகொண்டும் ஸ்டெதேஸ்கோப் மாலையிட்டு, பெண் டாக்டர்கள் சென்றார்கள்.

போலீஸ்காரரர்கள், காபி டம்ளர்காரரர்கள், நர்ஸுகள் எல்லோரும் எல்லா திசைகளிலும் நடந்துகொண்டு இருந்தார்கள். அவர்களை நிறுத்திக் கேட்க அவளுக்குப் பயமாக இருந்தது. என்ன கேட்பது என்றே அவளுக்குத் தெரியவில்லை. ஏதோ ஓர் அறையின் முன், கும்பலாக நின்று கொண்டு இருந்தார்கள். அங்கே ஓர் ஆள் சீட்டுப்போல பல பழுப்புச் சீட்டுகளைச் சேகரித்து கொண்டிருந்தான். அவன் கையில்தான் சீட்டைக் கொடுத்தாள். அவன் அதைக் கவனமில்லாமல் வாங்கிகொண்டான். வெளியே பெஞ்சில் எல்லோரும் காத்திருந்தார்கள்.

வள்ளியம்மாளுக்குப் பாப்பாத்தியின் கவலை வந்தது. அந்தப் பெண் அங்கே தனியே இருக்கிறாள். சீட்டுகளைச் சேகரித்தவன் ஒவ்வொரு பெயராகக் கூப்பிட்டு கொண்டிருந்தான். கூப்பிட்டு வரிசையாக அவர்களை உட்கார வைத்தான். பாப்பாத்தியின் பெயர் வந்ததும் அந்த சீட்டைப் பார்த்து, “இங்க கொண்டு வந்தியா! இந்தா,” சீட்டை திருப்பிக் கொடுத்து, “நேராப் போ” என்றான்.

வள்ளியம்மாள், “அய்யா, இடம் தெரியலீங்களே!” என்றாள்.

அவன், சற்று எதிரே சென்ற ஒருவனை தடுத்து நிறுத்தி, “அமல்ராஜ்.. இந்த அம்மாளுக்கு 48&ம் நம்பரைக் காட்டுய்யா. இந்த ஆள் பின்னாடியே போ. இவர் அங்கேதான போறார்” என்றார்.

அவள் அமல்ராஜின் பின்னே ஓட வேண்டியிருந்தது.

அங்கே மற்றொரு பெஞ்சில் மற்றொரு கூட்டம் கூடி இருந்தது. அவள் சீட்டை ஒருவன் வாங்கிகொண்டான். வள்ளியம்மாளுக்கு ஒன்றும் சாப்பிடாததாலும், அந்த ஆஸ்பத்திரி வாசனையினாலும்

கொஞ்சம் சுற்றியது.

அரை மணி கழித்து அவள் அழைக்கப்பட்டாள். அறையின் உள்ளே சென்றாள். எதிர் எதிராக இருவர் உட்கார்ந்து காகிதப் பென்சிலால் எழுதிக்கொண்டிருந்தார்கள். அவர்களில் ஒருத்தன், அவள் சீட்டைப் பார்த்தான்; திருப்பி பார்த்தான்; சாய்த்துப் பார்த்தான்.

"ஓ.பி. டிபார்ட்மென்டிலிருந்து வரியா..?"

இந்தக் கேள்விக்கு அவளால் பதில் சொல்ல முடியவில்லை.

"அட்மிட் பண்றதுக்கு எழுதி இருக்கு. இப்ப இடம் இல்லை. நாளைக்கு காலையிலே சரியாய் ஏழரை மணிக்கு வந்துடு என்ன..? இங்கேயே வா, நேரா வா, என்ன?"

வள்ளியம்மாளுக்கு அந்த அறையைவிட்டு வெளியே வந்ததும் அவளுக்கு ஏறக்குறைய ஒன்றரை மணி நேரம் தனியாக விட்டுவிட்டு வந்த தன் மகள் பாப்பாத்தியின் கவலை மிகப் பெரியதாயிற்று. அவளுக்குத் திரும்பிப் போகும் வழி தெரியவில்லை. ஆஸ்பத்திரி அறைகள் யாவும் ஒன்றுபோல் இருந்தன. ஒரே ஆசாமி திரும்பத் திரும்ப பல்வேறு அறைகளில் உட்கார்ந்திருப்பதுபோல தோன்றியது. ஒரு வார்டில் கையை, காலைத் தூக்கி கிட்டிவைத்துக் கட்டி பல பேர் படுத்திருந்தார்கள். ஒன்றில், சிறிய குழந்தைகள் வரிசையாக முகத்தைச் சுளித்து அழுதுகொண்டிருந்தன. மெஷின்களும், நோயாளிகளும், டாக்டர்களுமாக அவளுக்குத் திரும்பும் வழி புரியவில்லை.

"அம்மா..." என்று ஒரு பெண் டாக்டரைக் கூப்பிட்டு, தான் புறப்பட இடத்தின் அடையாளங்களைச் சொன்னாள்.

"நெறைய டாக்டருங்க கூடிப் பேசிக்கிட்டாங்க. வருமானம் கேட்டாங்க. பணம் கொடுக்க வேண்டாமுன்னு சொன்னாங்க. எம் புள்ளைய அங்கிட்டு விட்டுட்டு வந்திருக்கேன்' அம்மா!"

அவள் சொன்ன வழியில் சென்றாள். அங்கே கதவுப் பூட்டி இருந்தது. அப்போது அவளுக்கு பயம் திகிலாக மாறியது. அவள் அழ ஆரம்பித்தாள். நட்டநடுவில் நின்று கொண்டு அழுதாள். ஓர் ஆள், அவளை ஓரமாக நின்று கொண்டு அழச்சொன்னான். அந்த இடத்தில் அவள் அழுவது அந்த இடத்து அசெப்டிக் மணம்போல எல்லோருக்கும் சகஜமாக இருந்திருக்க வேண்டும்.

"பாப்பாத்தி! பாப்பாத்தி! உன்னை எங்கிட்டு பாப்பேன்? எங்கிட்டுப் போவேன்?" என்று பேசிக்கொண்டே நடந்தாள்.

ஏதோ ஒரு பக்கம் வாசல் தெரிந்தது. ஆஸ்பத்திரியை விட்டு வெளியே செல்லும் வாசல். அதான் கேட்டைத் திறந்து வெளியே மட்டும் செல்லவிட்டுக் கொண்டிருந்தார்கள். அந்த வாசலைப் பார்த்த ஞாபகம் இருந்தது அவளுக்கு.

வெளியே வந்துவிட்டாள். அங்கிருந்துதான் தொலைதூரம் நடந்து

மற்றோரு வாசலில் முதலில் உள் நுழைந்தது ஞாபகம் வந்தது. அந்தப் பக்கம் ஓடினாள். மற்றொரு வாயிலை அடைந்தாள். அந்த மரப்படிகள் ஞாபகம் வந்தது. அதோ வருமானம் கேட்ட ஆசாமியின் நாற்காலி காலியாக இருக்கிறது. அங்கேதான்! ஆனால், வாசல்தான் மூடப்பட்டிருந்தது. உள்ளே பாப்பாத்தி ஓர் ஓரத்தில் இன்னும் அந்த ஸ்ட்ரெச்சரில் கண் மூடிப் படுத்திருப்பது தெரிந்தது.

“அதோ! அய்யா, கொஞ்சம் கதவைக் திறவுங்க, எம்மவ அங்கே இருக்கு!”

“சரியா மூணு மணிக்கு வா. இப்ப எல்லாம் க்ளோஸ்” அவனிடம் பத்து நிமிஷம் மன்றாடினாள். அவன் பாஷை அவளுக்குப் புரியவில்லை. தமிழ்தான். அவன் கேட்டது அவளுக்குப் புரியவில்லை. சில்லறையைக் கண்ணில் ஒற்றிக் கொண்டு யாருக்கோ அவன் வழிவிட்டபோது, அந்த வழியில் மீறிக்கொண்டு உள்ளே ஓடினாள். தன் மகளை வாரி அணைத்துக்கொண்டு தனியே பெஞ்சில் போய் உட்கார்ந்து கொண்டு அழுதாள்.

பெரிய டாக்டர், எம்.டி. மாணவர்களுக்கு வகுப்பு எடுத்து முடிந்ததும் ஒரு கப் காபி சாப்பிட்டுவிட்டு வார்டுக்கு சென்றார். அவருக்கு, காலையில் பார்த்த மெனின்ஜைடிஸ் கேஸ் நன்றாக ஞாபகம் இருந்தது. ஙி.வி.யி-யில் சமீபத்தில் புதிய சில மருந்துகளைப் பற்றி வர படித்திருந்தார்.

“இன்னைக்குக் காலையிலே அட்மிட் பண்ணச் சொன்னேனே.. மெனின்ஜைடிஸ் கேஸ். பன்னிரண்டு வயசுப் பொண்ணு எங்கேய்யா..?”

“இன்னிக்கு யாரும் அட்மிட் ஆகலையே டாக்டர்”

“என்னது... அட்மிட் ஆகலையே? நான் ஸ்பெசிஃபிக்கா சொன்னேனே! தனசேகரன், உங்களுக்கு ஞாபகம் இல்லை..?”

“இருக்கிறது டாக்டர்!”

“பால்! கொஞ்சம் போயி விசாரிச்சுகிட்டு வாங்க, அது எப்படி மிஸ் ஆகும்?”

பால் என்பவர் நேராகக் கீழே சென்று, எதிர் எதிராக இருந்த கிளார்குகளிடம் விசாரித்தார். “எங்கய்யா! அட்மிட் அட்மிட்டுன்னு நீங்க பாட்டுக்கு எழுதிபுடுறீங்க. வார்டிலே நிக்க இடம் கிடையாது!”

“சுவாமி, சீஃப் கேக்குறார்!”

“அவருக்குத் தெரிஞ்சவங்களா?”

“இருக்கலாம். எனக்கு என்ன தெரியும்?”

“பன்னண்டு வயசுப் பொண்ணு ஒண்ணும் நம்ம பக்கம் வரல. வேற யாராவது வந்திருந்தாக்கூட எல்லோரையும் நாளைக்கு காலையிலே வரசொல்லிட்டேன். ராத்திரி ரெண்டு, மூணு பெட்டு

காலியாகும். எமெர்ஜன்சின்னா முன்னாலேயே சொல்லணும்! இல்லை பெரியவருக்கு அதிலே இன்டரஸ்ட் இருக்குன்னு ஒரு வார்த்தை! உறவுக்காரங்களா..?"

வள்ளியம்மாளுக்கு, மறுநாள் காலை ஏழரை மணி வரை என்ன செய்ய போகிறோம் என்பது தெரியவில்லை. அவளுக்கு ஆஸ்பத்திரியின் சூழ்நிலை மிகவும் அச்சம் தந்தது. அவர்கள், தன்னைப் பெண்ணுடன் இருக்க அனுமதிப்பார்களா என்பது தெரியவில்லை. வள்ளியம்மாள் யோசித்தாள். தன் மகள் பாப்பாத்தியை அள்ளி அணைத்துக்கொண்டு மார்பின் மேல் சார்த்திக்கொண்டு, தலை தோளில் சாய, கை&கால்கள் தொங்க, ஆஸ்பத்திரியை விட்டு வெளியே வந்தாள். மஞ்சள் நிற சைக்கிள் ரிக்ஷாவில் ஏறிக்கொண்டாள். அவனை, பஸ் ஸ்டாண்டுக்குப் போகச் சொன்னாள்.

"வாட் நான்சென்ஸ்! நாளைக்கு காலை ஏழரை மணியா! அதுக்குள்ள அந்தப் பொண்ணு செத்துப் போயிடும்யா! டாக்டர் தனசேகரன் நீங்க ஓ.பி&யிலே போயி பாருங்க. அங்கேதான் இருக்கும்! இந்த ரெச்சர்ட் வார்டிலே ஒரு பெட் காலி இல்லைன்னா, நம்ம டிப்பார்ட்மென்ட் வார்டில பெட் இருக்குது. கொடுக்க சொல்லுங்க! க்விக்!"

"டாக்டர்! அது ரிசர்வ் பண்ணி வைச்சிருக்கு"

"மி பீஷீஸீt நீணீகூஷீமீ. மி ஷ்ணீஸீt tலீணீt ரீவீகூஷீறீ ணீபீணீவீttமீபீ ஸீஷீஷ். ஸிவீரீலீt ஸீஷீஷ்!"

பெரியவர் அம்மாதிரி இதுவரை இரைந்தது இல்லை. பயந்த டாக்டர் தனசேகரன், பால், மிராண்டா என்கிற தலைமை நர்ஸ் எல்லோரும் வள்ளியம்மாளை தேடி ஓ.பி. டிபார்ட்மென்டுக்கு ஓடினார்கள்.

"வெறும் சுரம்தானே? பேசாமல் மூனாண்டிப்பட்டிக்கே போய்விடலாம். வைத்தியரிடம் காட்டிவிடலாம். கிராம ஆஸ்பத்திரிக்கு போக வேண்டாம். அந்த டாக்டர்தான் பயங்காட்டி மதுரைக்கு விரட்டினார். சரியாகப் போயிடும். வெள்ளைக்கட்டி போட்டு விபூதி மந்திரித்துவிடலாம்" சைக்கிள் ரிக்ஷா, பஸ் நிலையத்தை நோக்கிச் சென்று கொண்டிருந்தது.

வள்ளியம்மாள், 'பாப்பாத்திக்குச் சரியாய்ப் போனால் வைத்தீஸ்வரன் கோயிலுக்கு இரண்டு கை நிறைய காசு காணிக்கையாக அளிக்கிறேன்' என்று வேண்டிக்கொண்டாள்.

# 1990

"ரப்பர்', 'விஷ்ணுபுரம்' நாவல்களுக்குப் பிறகு, தமிழ் இலக்கிய உலகில் உச்சத்தைத் தொட்ட எழுத்தாளர் ஜெயமோகன். அவருடைய எழுத்து வலிமைக்கு உதாரணம்

ஒன்று சொல்லலாம். காந்தியைப் பற்றியக் கட்டுரைகளை, தொடர்ச்சியாக எழுதி வந்தார். காந்தியைப் பெருமைப்படுத்தும் இடங்களில் சிலபோதில் பெரியாரை விமர்சிக்கவும் செய்தார். இதனால், திராவிட சிந்தனையுள்ள சிலர், காந்தியைப் பதிலுக்கு விமர்சிக்க எழுந்தார்கள். விவாதத்தின் மூலம் சிந்தனைப்போக்கை வளர்க்

காமல் வறட்டுத்தனமாக ஒருவரை ஒருவர் தாக்கிக்கொள்ளும் போக்கு ஏற்பட்டதாக வருந்திய ஜெயமோகன், 'காந்தியைத் தாக்கி எழுதுவது எப்படி?' என்று ஒரு கட்டுரையையும் எழுதிக்காட்டினார்.

காந்தியை அத்தனைக் கிண்டலாக யாரும் எழுதியிருக்க முடியாது. அதுதான் ஜெயமோகன். அவருடைய எழுத்துவலிமை மீது அவருக்கு அப்படியொரு நம்பிக்கை. 'ஊமை செந்நாய்', 'அறம்', 'சோற்றுப் புராணம்', 'யானை டாக்டர்' முதலிய அவருடைய கதைகள், வாசகர்கள் மத்தியில் பெரும் அதிர்வுகளை

உருவாக்கியவை. திரைப்படத் துறையிலும் அவருடைய பங்களிப்பு தொடர்கிறது.

புராண, இதிகாசச் சாயல் கொண்ட நடையில் காட்சி ரூபமாக உருவாக்கப்பட்ட சிறுகதை, 'பத்மவியூகம்.' அபிமன்யூ, வியூகத்தில் சிக்கி அதில் இருந்து வெளிவர முடியாமல் இறந்து போவது மகாபாரதக் கிளைக் கதை. கிருஷ்ணனுக்கும் அவன் சகோதரி சுபத்திரைக்கும் எழும் பாசப் போராட்டமாக எழும் இந்தக் கதை, யுகம் தோறும் தொடரும் ஒரு யுத்தமாக காட்டப்படுவது, ஒரு தத்துவத்தை முன்வைக்கிறது. எந்த முயற்சியும் ஓர் எல்லைக்குமேல் பயனளிக்காது. இறைவன் சித்தப்படி நடந்தே தீரும். இயற்கையின் ஒவ்வோர் அசைவும் எப்போதோ தீர்மானிக்கப்பட்டுவிட்டது என்பதே அந்தச் சித்தாந்தத்தின் சாரம்.

மனதில் அதிர்வுகளை ஏற்படுத்தும்விதமாக அதை எடுத்தாண்டு இருப்பார். மொழிநடையும் தத்துவ விவாதங்களும் காவியத்தன்மையோடு விரியும் கதை இது. பாவண்ணன், எஸ்.ஷங்கரநாராயணன், சுப்ரபாரதி மணியன், பெருமாள் முருகன், அழகிய பெரியவன், பா.வெங்கடேசன், பாஸ்கர் சக்தி, பிரேம் ரமேஷ், பாமா, அனுராதா, காஞ்சனா தாமோதரன், தமயந்தி, தாமரை, உமா மகேஸ்வரி, யூமா.வாசுகி, உமா வரதராஜன், தங்கர்பச்சான், இமையம், இரா.முருகன், தேவிபாரதி, கீரனூர் ஜாகீர் ராஜா, ஆண்டாள் பிரியதர்ஷினி போன்ற பலர் 90&களில் எழுத்துலகை பிரகாசித்தார்கள். 60&களுக்குப் பிறகு, அ.முத்துலிங்கம் மீண்டும் முழுவீச்சில் எழுத ஆரம்பித்தார்.

# ஜெயமோகன்
## 1962
## பத்மவியூகம்

தூண்டு விளக்கு ஏந்திய தாதி, கதவை ஓசையின்றித் திறந்து உள்ளே வந்தாள். அவளிடம் தீபம் இருந்ததனால் அறையின் இருட்டு மேலும் அழுத்தமானதாகப் பட்டிருக்கக்கூடும். படுக்கையைக் கூர்ந்து பார்த்தாள். சற்றுப் புரண்டு அசைவு காட்டினேன். அணைந்துவிட்டிருந்த கன்யா தீபத்தை ஏற்றிவிட்டு, கைவிளக்குடன் என்னை நெருங்கினாள். குனிந்து மெல்லிய குரலில், "நேரமாகிவிட்டது மகாராணி" என்றாள்.

"என்ன?" என்றேன்.

தொண்டைக்கும் நாவுக்கும் பேச்சே பழக்கமில்லாதது போலிருந்தது. ஆனால் என் மனமோ, பெரும் கூக்குரல்களினாலும் அலறல்களினாலும் நிரம்பி வழிந்துகொண்டிருந்தது. அப்பிரவாகத்திலிருந்து ஒரு துளியை மொண்டு உதடுகளுக்குக் கொண்டுவரப் பெருமுயற்சி தேவைப்பட்டது.

"விடிந்து வருகிறது. பிரம்ம முகூர்த்தத்தில் கிளம்பவேண்டும் என்று உத்தரவு" என்றாள் தாதி.

"எங்கு?" என்றேன். என்னால் எதையுமே யோசிக்க முடியாதபடி மனம் ஓலமிட்டுக்கொண்டிருந்தது.

தாதி தயங்கினாள். உதடுகளை ஈரப்படுத்தியபடி, "இன்று இளவரசருக்கு நீர்க்கடன்" என்றாள்.

குளிர்ந்த உலோகப் பரப்புள்ள வாள் ஒன்று, என் அடிவயிற்றில் பாய்ந்தது போலிருந்தது. மனம் ஒரு கணம் நின்றுவிட, ஏற்பட்ட அமைதி வலிபோல் என் உடம்பெங்கும் துடித்தது. பிறகு, விம்மல்கள் என் வயிற்றை அதிரவைத்தபடி எழுந்தன. மார்பை மோதி, தொண்டையை இறுக வைத்தன. உதடுகளைக் கடித்துக்கொண்டேன்.

தாதி குனிந்து, "மகாராணி" என்றாள். என்ன சொல்வது என்று அவளுக்குப் புரியவில்லை.

நான் என்னை இறுக்கி, அனைத்தையும் உடலுக்குள் அழுத்திக்கொண்டேன். ஒருசில கணங்கள் அப்படியே அமர்ந்திருந்தேன். என் குரல் பிறகு நிதானமாகவே வெளிப்பட்டது. "ஏற்பாடுகள் எல்லாம் ஆயிற்றா?" என்றேன்.

"ஸ்தேதவனத்திலிருந்து பட்டத்துராணியும் பிறரும் நேராக கங்கைக் கரைக்கே வந்துவிடுவார்களாம்."

எழுந்தேன். உடல் மிகவும் கனமாக இருந்தது. சம நிலையிழந்து துவண்டது. தாதி 'என்னைப் பிடிக்கலாமா..?' என்று யோசித்து முன்னகர்ந்தாள். 'வேண்டாம்!' என்று கையை அசைத்தேன். மெதுவாக நடந்தேன். அரண்மனை அமைதியாக இருந்தது. தீபங்கள், நீரில் மிதப்பவைபோல அலைய, தாதிகள் நடனமாடினார்கள். இரவுக்குரிய ஒலிகள் வெளியே கேட்டபடி இருந்தன.

இளம் தாதி ஒருத்தி வந்து, "நீராட ஏற்பாடுகள் செய்துவிட்டேன்" என்றாள்.

இளம் வெந்நீர் உடலைத் தழுவி வழிந்தது. மனம் அதில் சிறிது இளைப்பாறுவது ஆச்சரியமாக இருந்தது. கூந்தலைத் துவட்டிவிட்டு வெண்ணிற உடைகளை அணிந்துகொண்டேன்.ஒரேயொரு வைர மாலையை மட்டும் அணிந்தேன். சிதையிலும் நான் நகைகளை அணிந்தாக வேண்டும். நான் சுபத்திரை. பாண்டவ குலத்தின் மகாவீரனின், உபசக்கரவர்த்தியின் பத்தினி. யாதவ குலத் தலைவனின் தங்கை. அந்த இரு வேடங்களையும் ஒருபோதும் நான் கழற்ற முடியாது. என் மகன் போர்க்களத்தில் இரும்பு கதையால் மண்டை உடைபட்டு, உடல் முழுக்க அம்புகள் தைத்திருக்க, விழுந்து கிடப்பதைப் பார்க்க நேர்ந்தபோதுகூட அதை மறக்க நான் அனுமதிக்கப்படவில்லை.

செய்தியைக் கூற அன்று அண்ணாவே வந்தார். எப்போதுமுள்ள தன்னம்பிக்கை நிறைந்த அந்தப் புன்னகை. அமைதியான குரல். "சுபத்திரை, நீ யாதவ இளவரசி, பாண்டவ ராணி. அதை நீ ஒருபோதும் மறக்கமாட்டாய் என்று தெரியும்!" பிற தாய்மார்களையும் மனைவிகளையும் போல் மார்பிலும் வயிற்றிலும் அறைந்தபடி, தலைவிரிகோலமாக ஓட முடியவில்லை.

அபிமன்யுவின் உடல்மீது விழுந்து கதற முடியவில்லை. அவன் பால் குடித்த இந்த மார்புகளை அறைந்து அறைந்து உடைத்திருந்தேனென்றால், என்னால் தூங்க முடிந்திருக்கும். எப்போதும் அண்ணாவின் பார்வை உடனிருந்தது. அவரது அழுத்தமான சொற்கள், அனைத்துமறிந்த நிதானம்.

"சுபத்திரை, பசுக்கள், திமிறும் திமில்களைக் கருத்தரிக்கின்றன. குதிரைகள், மண்ணை மிதித்துப் பாயும் நான்கு குளம்புகளைக் கருத்தரிக்கின்றன. க்ஷத்திரியப் பெண்கள், வீரமரணம் அடையும் மகாபுருஷர்களைக் கருத்தரிக்கிறார்கள்." அவரை எப்படி வெறுத்தேன் அன்று! வாழ்நாளில் முதல்முறையாக, அவருடைய இனிய குரல் எனக்கு நெருப்பாகப்பட்டது. அவருடைய நிதானம், அருவருப்பைத் தந்தது. அவருடைய தர்மோபதேசம் மாறாத நியாயங்கள், சுற்றி வளைக்கும் தருக்கங்கள். அவர் மனிதர் அல்ல. வெறும் ராஜதந்திரி. உறவு கிடையாது, பாசம் கிடையாது. நெகிழ்ந்துருகிக் கன்னத்தில் வழியும் ஒரு துளிக் கண்ணீரை அவர் அறிய மாட்டார். அழகிய சொற்றொடர் ஒன்றை அவர் அத்தருணத்தில் கூறக்கூடும்.

"அண்ணா எங்கிருக்கிறார்?"

"கண்டவனத்தில் சக்கரவர்த்தியுடன் தங்கியிருப்பதாகச் சொன்னார்கள்."

"நான் கேட்க வேண்டிய அடுத்தக் கேள்விக்காகத் தாதி காத்திருந்தாள்.

"'அவர், இரவு இரண்டாம் நாழிகை வரைகூட இருந்தார்!' என்று சொன்னார்கள். பிறகு, ரதத்தில் ஏறி..."

"சரி" என்றேன்.

தாதி பின்வாங்கினாள். 'ஆம், அவர் இன்றிரவு திரௌபதியை நெருங்க முடியாது. புண்பட்ட புலிபோல் அவள் இருப்பாள். அவளை யாருமே நெருங்க முடியாது. கிருபரும் அஸ்வத்தாமாவும் வைத்த நெருப்பில் அவளுடைய ஐந்து புதல்வர்களும் உயிரோடு எரிந்தார்கள். அதைத் தன் கண்ணால் பார்க்கும் சாபம் பெற்ற பிறவி அவள். என்ன செய்துகொண்டிருப்பாள் இந்நேரம்? வாளெடுத்து ஆயிரம் பேரின் இதயத்தைக் கிழித்து, அந்த உதிரத்தில் நீராடினால் ஒருவேளை அவள் மனம் ஆறக்கூடும். ஆரியவர்த்தத்தையே சாம்பலாக்கினால் அவள் மனம் ஆறக்கூடும். இந்நிலையில்கூட அவளைப் பற்றி இப்படித்தான் எண்ணத் தோன்றுகிறது. அவள் தன் புதல்வர்களை இழந்த செய்தியைக் கேட்டபோதுகூட முதன்முதலில் மனதில் எழுந்தது திருப்திதான்.

அழட்டும். அடிவயிறு பற்றி எரியட்டும். அவளுடைய ஆங்காரமல்லவா இந்த ஆரியவர்த்தத்தில் பேரழிவை விதைத்தது. அத்தனைக்கும் பிறகு மணிமுடி சுடர அவள் சக்கரவர்த்தினியாக சிம்மாசனமேறி அமர்ந்து சிரிக்க வேண்டுமா? தர்மம் அதற்கு அனுமதிக்குமா? வைரமுடியின் ஒளி அவள் முகத்தில் விழும்போது, கண்கள் கலங்கிக் கலங்கிக்

கண்ணீர் உகுக்க வேண்டும். பாரதவர்ஷம் அவள் பாதங்களைப் பணியும்போது, அவள் உடல் எரிய வேண்டும். சப்ரமஞ்சக் கட்டிலில் மலர்ப் படுக்கைமீது ஒரு நாள்கூட அவள் நிம்மதியாகத் தூங்கக்கூடாது.

என் குழந்தை, களத்தில் சிதைந்து கிடப்பதைக் கண்டபோது, ஒரு கணம் அக்காட்சி உச்சமாக, அருவருப்பாக, அந்நியமாகத் தோன்றி என்னை உறைய வைத்த பிறகு, அந்தக் குளிர்ந்த வெட்டு என் வயிற்றில் பதிந்தபோது; 'அடிப்பாவி என் குழந்தையை பலிவாங்கிவிட்டாயே!' என்றுதான் கூவினேன். என் குரல் என் மனதுக்குள்ளேயே ஒலித்து அடங்கியது. உறைந்த ரத்தம் கரிய தடாகமாகச் செம்மண்ணில் பரவியிருக்க, அதன் மீது கிடந்த உடலில் நான் என் கையால் அணிவித்த மஞ்சள் மேலாடை கிடந்தது. ஆனால், அந்த முகம்! அது என் குழந்தையல்ல.

அந்தக் கணங்களில் அந்த விலகல்தான் எவ்வளவு ஆறுதலூட்டுவதாக இருந்தது. இது அபிமன்யு இல்லை. அவன் வேறு எங்கோ இருக்கிறான். எந்தக் கணத்தில் வேண்டுமானாலும் என் முன் தோன்றி, 'ஏமாந்துவிட்டாயா..?' என்று சிரிப்பான். அதுவும் எப்படிச் சிரிப்பான்? உதடுகள் சிறியவையாக, சிவப்பாக இருக்கும். மேலுதட்டின் இளநீல மயிர் மட்டும் இல்லையென்றால், பச்சைக் குழந்தைதான். சிரிக்கும்போது சிறிய கண்களைப் பாதி மூடிவிடுவான். வலுவான அகன்ற தோள்களைக் குலுக்குவான். எப்போதும் சிரிப்புதான். எதற்கெடுத்தாலும் கிண்டல். என் தோள்களைப் பிடித்து உலுக்குவான். அவனுக்காக அச்சம் மிகுந்தவளாக, மடமை நிரம்பியவளாக என்னையறியாமலேயே நான் வேடமிடுவேன். கனத்த கரங்கள். வடு நிரம்பிய முழங்கை. அண்ணாந்து பார்க்க வைக்கும் உயரம். அகன்ற மார்பு. அதைப் பார்த்ததும் மனம் மலரும். மறுகணம் கண்பட்டுவிடுமோ என்று சுருங்கும். முன்பின் தெரியாத உத்வேகம் அவனுக்கு. அன்னையின் மனம் தவிப்பது ஒருபோதும் அவனுக்குத் தெரிவதில்லை.

அவன் நடக்கத் தொடங்கிய நாள் முதல் தொடங்கிய அவஸ்தை அது. சாளரத்தில் ஏறி, பரணில் தொற்றி, தொங்கியபடி வீரிட்டலறும். ஏணியில் ஏறி உச்சிப்படியில் நின்று சிரிக்கும். பலாமரத்துக் கிளைகளின் நுனியில் தொங்கி ஆடி அடுத்தக் கிளைக்குச் செல்வான். தென்னை மரத்திலிருந்து கங்கை நீரில் தலைகுப்புறக் குதிப்பான். குதிரை மீதமர்ந்து நீரோடைகளைப் பறந்து தாண்டுவான்.

வாளைச் சுழற்றி மேலே வீசி கீழே நின்று பிடிப்பான். மதம் பிடித்த யானையை அடக்கி ஏறி அமர்வான. 'அபிமன்யு, அபிமன்யு கவனம் கவனம்!' இதுவே என் தாரக மந்திரமாக ஆயிற்று. வேகம்தான் எப்போதும். எந்த நிமிடமும் மூடப்பட்ட கதவுகளை உதைத்துத் திறக்கத் துடிப்பவனைப்போல. 'அவசரப்படாதே அபிமன்யு!' என்று எத்தனை தடவை கண்ணீருடன் மன்றாடியிருப்பேன். உதிரம் வழிய வந்து

நிற்பான். எலும்பு உடைந்து படுத்துக்கிடப்பான். என் குழந்தைக்குத் தெரிந்திருந்தா, இவ்வளவுதான் தன் நாட்கள் என்று?

அய்யோ, என் செல்வத்தை நான் கண்ணாரப் பார்க்கவேயில்லையே... மார்போடணைத்து திருப்தி வர முத்தமிட்டதில்லையே..! இந்த ஆபகரணங்கள், பட்டாடைகள், 'மகாராணி'ப் பட்டம் எல்லாவற்றையும் வீசிவிட்டு என் குழந்தையுடன் பத்து நாள் எங்காவது இருக்கிறேன். அடர்ந்த காட்டில் ஒரு குடிலில். அவனுக்குப் பாத சேவை செய்கிறேன். அவன் தூங்க, விழித்திருந்து கண் நிறைய அவனைப் பார்க்கிறேன்.

அவன் என்னை 'அம்மா' என்று அழைப்பதை மீண்டும் கேட்டால் போதும். ஆசை தீர ஆயிரம் முறை கூப்பிடச் சொல்லிக்கேட்டால் போதும். பிறகு, அவனைக் கொண்டு செல்லட்டும். இல்லை, அவனுக்குப் பதில் நான் வருகிறேன். போதும் இனி எனக்கு இங்கு எதுவும் மிச்சமில்லை' & அவளுள்ளே நினைவலைகள் ஓடின.

"தேர் வந்துவிட்டது, மகாராணி" என்று தாதி வந்து சொன்னாள்.

நான் எழுந்து மெல்ல வாசலை நோக்கி நடந்தேன். குளிராக இருந்தது. வானமெங்கும் நட்சத்திரங்கள் விரிந்து கிடந்தன. பூமியை மாறாத காதலுடன் பார்க்கும் ரிஷிகளின் கண்கள். என்னதான் பார்க்கிறார்கள் அப்படி? மண்ணில் மனிதர்கள் கொள்ளும் துயரங்கள் அவர்களுக்கு அத்தனை மகிழ்வூட்டுகின்றனவா என்ன? அவர்கள் ரிஷிகள். பந்தபாசங்களை வென்றவர்கள். பாமர மனதின் துக்கம் அவர்களுக்குப் புரியாது. ஆகவேதான், அங்கிருந்தபடி தர்ம நியாயங்களைத் தீர்மானிக்கிறார்கள். அண்ணாவும் ரிஷிதான். சதுரங்கம் விளையாடும் ரிஷி. வெற்றிமீது மட்டும் பற்றுக்கொண்ட ரிஷி. மனிதர்களும் பேரரசுகளும் சதுரங்கக் காய்கள்.

தேர், நிதானமாக ஓடியது. பிரதான வீதி ஓய்ந்துகிடந்தது. தூசி, மணம் நிரம்பிய குளிர்ந்த காற்று உடைகளைச் சிறகுகளாகப் படபடக்கச் செய்தன. இன்னமும் இரவின் ஒலியே கேட்டது. அவ்வப்போது சில பறவைகளின் ஓய்ந்த ஒலிகள். வீடுகளில் விளக்குகள் அலைய, ஆட்கள் நடமாடுவது தெரிந்தது. ஆனால், குரல்கள் இல்லை.

ஒருவேளை இந்த நகரமே இன்று நீர்க்கடனுக்குத் தயாராகிறது போலும். எத்தனை ஆத்மாக்களை இன்று கங்கை வாங்கிக்கொள்ளுமோ? அவற்றைக் கடலுக்குக் கொண்டு செல்லும் சக்தி அவளுக்கு இருக்குமா? முலையூட்டிய மார்பில் பிணங்களை சுமந்து செல்லும் விதி அவளுக்கு. காற்று வேகமடையும்போதெல்லாம் எண்ணங்கள் பிய்ந்து ரதத்திலிருந்து பறந்து பின்னோக்கிச் செல்வதாகப்பட்டது. மெல்ல முகத்திலறையும் காற்றின் வேகத்தில் தெரியும் ரதவேகம் மட்டும் மனதில் எஞ்சியது. தரையில் கால்படாத குதிரைபோல, மனம் அந்த ரதத்துடன் சேர்ந்து ஓடியது. காலமும் இடமும் கரைந்துபோய் எங்கு வேண்டுமானாலும் நான் செல்ல முடியும் எனப் பட்டது.

என் உடலின் எடை குறைந்தது. என் தசைகள் மென்மையும் இறுக்கமும் கொண்டன. என் சிரிப்பில் அதிர்வும் குரலில் குழைவும் ஏறியது. அப்போதுதான் நான் 'சுபத்திரை' என்று உணர்ந்தேன். ஆம், நான் அணிந்திருப்பது ஒரு வேடம். இந்தக் கனத்த உடல், ஓர் ஆடை; இதைக் கழற்றி வீசிவிட்டால் நான் சிற்றோடைகள் மீது ரதத்துடன் சேர்ந்து பறக்கும் சுபத்திரை. இரு கைகளிலும் வாளேந்தி இருவரிடம் போரிடும் யாதவ இளவரசி. ரைவத மலையின் கிரி பூஜையன்று தோழிகளுடன் மதுவருந்திவிட்டு கும்மாளமிடுபவள். வெறிகொண்டு புரவி மீதேறி உருளும் பாறைகள் நிரம்பிய மலைச்சரிவில் காற்றாக இறங்குபவள்.

இது எல்லாம் கனவு. விழித்துக்கொண்டால், நான் துவாரகையில் என் அறையில் இருப்பேன். சுதர்மையும் கிரிஜையும் பக்கத்து அறையிலிருந்து வருவார்கள். வாட்போர் கற்றுத்தந்த அக்ரூகர் தாத்தா, பிரியத்துடன் கதை சொல்லும் சாத்யகி மாமா, கண்டிப்பான சாம்பன் மாமா. எப்போதும் கூட இருக்கும் தோழனாக, அண்ணா. குறும்பும் முரட்டுத்தனமும் பாசமும் நிரம்பியவன். எதை வேண்டுமானாலும் செய்யக்கூடிய மதிநுட்பம் வாய்த்தவன். "அண்ணா, நீதான் எப்படி மாறிவிட்டாய்! உன் கண்களில் மாறாமல் தெரிந்த அந்தக் குறும்பு எங்கோ..? ரதம் குலுங்கியது. பிறகு மீண்டும் வேகம் எடுத்தது. இதேபோன்ற ஒரு மத்ஸ்ய ரதத்தில்தான் துவாரகையை விட்டுவந்தேன். ரதத்திற்குள் கையில் நாணேற்றப்பட்ட வில்லுடன் அன்று சற்றும் அறிந்திராத, எனக்கு மாறாக புதிராகத் தோன்றிய, மாவீரன் இருந்தான்.

பின்னால் அக்ரூகரின் தலைமையில் யாதவப் படை துரத்தி வந்தது. அம்புகள் சிறு பறவைகள்போல வந்து தரையிறங்கின. ரதத்தில் நாணொலியின் டங்காரம். குறி தவறாத அம்புகள் பட்டு யாதவர்கள் குதிரை மீதிருந்து பாறைகள் நிரம்பிய மண்ணில் விழுந்து அலறினர். மனதில் கனிவெறி ஏறியபடியே வந்தது. கிரிபூஜையின்போது மதுவின் போதை, தலையைக் கிறங்க வைக்கும். அது மேலும் மேலும் என்று குதிரையைத் தூண்டச் செய்யும்.

இப்போது மது இல்லை. ஆனால், மனதில் பலமடங்கு போதை. நாணேற்றும் கரங்களில் புரளும் தசைகளை ஓரக்கண்ணால் பார்த்தேன். மயிர் அடர்ந்த கரிய மார்பு.மான் தோல் சரடால் கட்டப்பட்டு, காற்றில் பறக்கும் சுருண்ட காகபட்சக் குழல். சல்லடத்தின் இறுக்கத்தில் இறுகி இறங்கிய வயிறு. 'வேகம்... வேகம்...!' என்று ஆத்மா துடிதுடித்தது. முடிவற்று திசைவெளியில் அப்படியே ஊடுருவியபடி இருக்கவேண்டும் போலிருந்தது.

யாதவ தேச எல்லையைக் கடந்தோம். வெகுதொலைவில் காண்டவப்பிரஸ்தத்தின் மலைகள் தெரிந்தன. மழை வரப்போகும் தருணம். மங்கிய ஒளியில் யாதவ தேசத்துப் புல்வெளி வெகுதூரம் வரை பரவியிருந்தது. வானில் பெரும் மேகக் குவியல்கள் மெல்ல

நகர்ந்தன. கூட்டம் கூட்டமாக பசுக்களை ஓட்டியபடி இடையர்கள் சென்றனர்.

தூரத்தில் மேகமொன்றின் இடுக்கு வழியாக செம்பொன்னிற வெயில் ஒரு தூண்போலப் புல்வெளியில் விழுந்து கிடந்தது. அப்பகுதி, மரகதப் பரப்பாக ஜொலித்தது. குதிரைகள் களைத்துவிட்டன. நுரை தள்ளிய வாயுடன் அவை தலைகுனிந்தன. அவற்றின் உடல்களிலிருந்து வியர்வை முத்துக்களாக உதிர்ந்துகொண்டிருந்தது. குதிரை வியர்வையின் மனதைக் கிளரச்செய்யும் மணம் எழுந்தது. என் கண்முன், அறியாத தேசமொன்றின் வாசல் திறப்பதைக் கண்டேன். தூரத்தில் காட்டின் விளிம்பு தெரிந்தது. தியானத்தில் அமர்ந்த பெரும்பாறைகள்.

பசுங்காடுகள் மண்டிய மலைச்சரிவுகள். மலைச்சிகரங்களும் வானும் மௌனமாகக் கரைந்து ஒன்றாகும் இளநீலம். யாதவ நிலத்தின் நாற்புறமும் திறந்த மண்ணில் வாழ்ந்து பழகிய நான் மலைகளால் சூழப்பட்ட ஒரு சிறையாகவே அந்தப் புதிய தேசத்தை உணர்ந்தேன். அங்கு குதிரைமீது ஏறி முடிவற்றுப் பாய்ந்து செல்ல முடியாது. முதல் முறையாக அச்சம் உள்மனதில் தலைகாட்டியது. தேரின் உள்ளிருந்து உடலில் சிறு உதிரக்கறைகளுடன் வெளிவந்தார் அவர்.

தேரை ஓரமாக நிறுத்தி, குதிரைகளை அவிழ்த்து ஓரமாக நீரோடையில் நீரருந்தவிட்டேன். புல் பரப்பில் அமர்ந்து கால்களை நீரில்விட்டு அளைந்தபடி அமர்ந்திருந்தேன்.வானம் கறுத்திருந்ததனால் நீர் குளிராக இருந்தது. என்னருகே வந்து அமர்ந்தார். குதிரையின் வியர்வை மணம் என் நாசிகளை நிரப்பியது. என் தோளைத் தொட்டார். சுட்டுவிரலின் நாண்வடு மரக்கட்டைபோல உறுத்தியது. கிளர்ச்சி உடம்பெங்கும் கதகதப்பாகப் பரவியது.

“சுபத்திரை, நமது எல்லைக்கு வந்துவிட்டோம். இனி இதுதான் உன் தேசம்” என்றதும், நாணி தலைகுனிந்த என் புஜங்களைப் பற்றினார்.

“அச்சமாக இருக்கிறதா?” மீசைமிக அருகே தெரிந்தது. கண்களின் ஒளி குறுவாள் நுனிகள்போலக் குத்திவிடும் என்று அச்சமூட்டுவதாகத் தெரிந்தது.

“இல்லை” என்றேன்.

அக்கணங்களில் உள்ளூர வியந்துகொண்டிருந்தேன். எப்படி இந்த முடிவை எடுத்தேன்? ‘நான் அர்ச்சுனன்’ என்று இவர் கூறியதும் எப்படி என் மனத்தின் தளைகளெல்லாம் அறுந்தன. அண்ணாவின் உயிர் நண்பர், பெரும் வீரர் என்னை நாடி வந்தவர். இல்லையில்லை, அவற்றையெல்லாம் விட என்னைக் கவர்ந்தது இன்னொன்று. அவரது சாகசம் பற்றிய கதைகள், புரட்டுகள், ஜாலங்கள், போகுமிடமெல்லாம் அவர் வென்றடைந்த பெண்கள்.

வென்றடக்க ஒரு முரட்டுக் கரும்புரவி கிடைத்த சந்தோஷம் என்னுடையது. அபாயம் தரும் ஈர்ப்பு அது. அறிய முடியாத

ஆபத்துகளும் இன்பங்களும் நிரம்பிய ஒரு வாசலைத் திறக்கும் துடிப்பு.

"எவ்வளவு அழகாக இருக்கிறாய் தெரியுமா?" என்று கேட்டபடியே என் இடையில் கையை வளைத்து, தோள் வளைவில் முகம் புதைத்தார். மெல்ல நகர்ந்த கைகள் பின்புறம் என் கச்சையை அவிழ்த்தன. உதடுகள் வெப்பமாக அழுந்தின. என் உடம்பு வெம்மையும் இறுக்கமுமாக எழுந்தது. மறுகணம் அந்த அலட்சியமான சுதந்திரம் என்னைச் சுட்டது. கைகளால் அவர் மார்பைப் பிடித்துத் தள்ளினேன்; திமிறினேன். என் வளையல்கள் குலுங்கின. மாலைகள் நெறிபட்டன. அவை என்னைக் கேலிப் பொருளாக மாற்றுவதை உணர்ந்தேன். அவருக்கு என் திமிறல் உற்சாகத்தைத் தந்தது. சிரித்தபடி, "குதிரைக்குட்டி போலிருக்கிறாய்" என்றார். என் வேகம் தளர்ந்தது. கூசிச் சுருங்கிப்போனேன்.

நான் ஒரு முரட்டுக் குதிரையை வெல்லவில்லை. ஒரு சிறுத்தையால் வேட்டையாடப்பட்டிருக்கிறேன். அவரைத் தள்ளுவது பயனற்றது எனப் பட்டது. அவர் என் உடலைக் கையாண்ட விதத்தில் இருந்த அனுபவத் தேர்ச்சி என் அங்கங்களை உறைய வைத்தது. என் மனம் கூர்மையடைந்தது. அந்த எண்ணம் வந்த உடனே அந்த ஆயுதத்தின் கூர்மையை எண்ணி என் மனம் உவகை கொண்டது. "சரி, உங்கள் ராஜபத்தினி என்ன சொல்லப் போகிறாள் இதற்கு?" என்றேன். அவர் பிடி தளர்ந்தது. முகம் வெளிறியது. எழுந்து அமர்ந்தார்.

தலைகுனிந்தபடி, "எனக்கும் அவளை நினைத்தால் அச்சமாகத்தான் இருக்கிறது" என்றார்.

"ஒரு கணம் கங்கைபோல அரவணைப்பாள். மறுகணம் பாம்பு போலிருப்பாள்." என் மனம் இறுகியது. பிறகு நெகிழ்ந்தது.

இந்த ஜகப் புரட்டனுக்குள் இருக்கும் அஞ்சிய குழந்தையை இதோ நான் கண்டுகொண்டிருக்கிறேன். அவர் தலையை என் மார்போடணைத்தபடி, "கவலைப்படாதீர்கள்" என்றேன். மனதைக் கருணை நீராட்டிய போதிலும் உள்ளூர ஒரு வெற்றிக்களிப்புதான் இருந்தது.

"நீ ஒரு இடைச்சியாக வேடமிட்டு திரௌபதியிடம் போ. அவளிடம் 'எனக்கு வேறு யாருமில்லை; நீயே அடைக்கலம்!' என்று கூறு. அடைக்கலம் தந்துவிட்டாளென்றால் பிறகு விஷயத்தைச் சொல்வோம். அவள் வாக்கு மாறக் கூடியவளல்ல" என்றார்.

"ஏற்றுக்கொள்ளவில்லையென்றால்..?"

"நிச்சயமாக ஏற்றுக்கொள்வாள். அவளுடைய கர்வம் ஒரு கோட்டைபோல. அதை உடைத்து உள்ளேபோனால் அவள் ஒரு குளிர்ந்த தடாகம்."

மீண்டும் என் ஆங்காரம் படமெடுத்தது. கசப்பு மனமெங்கும் பரவியது. அதன்பிறகு அவர் என்னைத் தொட முயலவில்லை. எரியும் மனத்துடன் நான் ரதத்தில் ஏறிக்கொண்டேன்.மழைத்துளிகள் உதிரத்

தொடங்கின. வானம் உடைந்து கொட்ட ஆரம்பித்தது. புல்வெளியில் மழையின் வெண்பட்டுத் திரை நெளிந்தது. அதைக் கிழித்தபடி ரதம் ஓடியது.காண்டவப்பிரஸ்தத்தின் அடர்ந்த காடு மீது மழை கொட்டும் ஓலம் பெரியதோர் சைன்யத்தின் போர்க்குரல் போல ஒலித்தது. அச்சம் புறக்குளிரைவிட அழுத்தமான குளிராக என்மீது பரவியது. எனக்காக வியூகமிட்டிருக்கும் படை எது? ஒரே கணத்தில் நான் உள்ளே நுழைந்துவிட முடியும். ஆனால், அதன் நிச்சயமின்மையே என்னை ஈர்க்கும் சக்தியாக இருந்தது. காட்டில் ரதம் நுழைந்தபோது உடம்பு ஏனோ சிலிர்த்தது.

கங்கை நீர், கலங்கலாகச் சுழித்துச் சென்றது. அதன் கரைகளில் உயரமற்ற புதர்மரங்கள் அடர்ந்திருந்தன. கரையோரமாக செந்நிற உத்தரீயம் போலப் பாதை கிடந்தது. புரவிகளின் பாதங்கள் புழுதிமீது ஓசையின்றிப் படிய, நீரில் மிதப்பதுபோல ரதம் நகர்ந்தது. திரையை விலக்கிப் பார்த்தபடியே வந்தேன். இருள் இன்னும் பிரியவில்லை. ஆயினும், கூட்டம் நிறையவே இருந்தது. மரத்தடிகளில் மூட்டை முடிச்சுகளுடன் வயோதிகர்கள் அமர்ந்திருந்தனர். சற்று தள்ளி, முகத்திரை போட்டபடி கூட்டம் கூட்டமாகப் பெண்கள். ஊடே குழந்தைகள் விளையாடின. மாட்டு வண்டிகள் அவிழ்த்துப் போடப்பட்டிருந்தன. மாடுகள், மணி குலுங்கத் தலையாட்டியபடி, அசை போட்டுக்கொண்டு படுத்துக்கிடந்தன.

கங்கை நீரின்மீது மட்டும் ஒளி சற்று அதிகமாக இருந்தது. அதன் செந்நிற ஆழத்திற்குள் எங்கோ இருந்து ஏதோ ஒளிவிடுவது போலிருந்தது. படித்துறைகளில் புரோகிதர்கள் நிரம்பியிருந்தனர். கட்டுக்கட்டாகத் தர்ப்பை கிடந்தது. வெண்கலப் பாத்திரங்கள், கங்கையின் அலைபாயும் ஒளியை மௌனமாகப் பிரதிபலித்தபடி காத்து நின்றன. கங்கையின் கரையோரமாக நீலமும் சிவப்பும் வெள்ளையுமாக நீர்ப்பூக்கள் இலைப் பரப்புடன் சேர்ந்து நெளிந்தன.

அரசகுல ரதம் வருகிறது என்று தெரிந்தும் எவரும் கிளர்ச்சி அடையவில்லை; எழுந்து பார்க்கவுமில்லை. வெகுசிலர் ஆர்வமின்றி திரும்பிப் பார்த்தனர். வெறித்த கண்கள், என்னைத் தொட்டு மீண்டன. மரங்களின் மேல் நுனிகளில் இளம்பசுமை துலங்க ஆரம்பித்துவிட்டது.

இன்னும் அரை நாழிகையில் நன்கு புலர்ந்துவிடும். என்ன இது? இவ்வளவு கூட்டமிருந்தும் ஏன் ஒலியே இல்லை? மனித உடல்கள் நீர்மீன்கள்போல ஒலியின்றி வாயசைத்தபடி மெல்ல நடமாடுகின்றன. விசித்திரமானதொரு பொம்மலாட்டம்போல் இருந்தது. திடீரென்று அக்கூட்டத்தில் முதியவர்களும, பெண்களும், குழந்தைகளும் மட்டும் இருப்பதைப் பார்த்தேன். இளைஞர்களேயில்லை!

மீண்டும் அடிவயிற்றில் அந்த வாள் பாய்ந்தது. அத்தனை பேருமா? உடம்பு நடுங்க, கண்களை மூடி, நெற்றியை விரல்களால் அழுத்தியபடி, இறுகி அமர்ந்தேன். மனம் ரத வேகத்தின்போது

கொண்ட விடுதலையுணர்வு முழுக்கப் பின்னகர்ந்து துவாரகைபோல, முற்பிறப்பு ஞாபகம்போல, எங்கோ மறைந்தது. எல்லாம் வெறும் கனவு. நான் இதுதான். இந்த கனக்கும் உடம்பு; கனக்கும் மனம். இந்தப் பாரம்தான் நான். இந்த வெறுமைதான் நான். ரதம் தயங்கியது.

வீரர்கள், குதிரைகளில் வந்து எதிர்கொண்டனர். என் ரத முகப்பிலிருந்து தண்டேந்தி என் குலத்தையும் சிறப்பையும் கூறி என்னை அறிவித்தான். அப்பெயர் வரிசை மிக அருவருப்பூட்டுவதாக எனக்குக் கேட்டது. அவற்றில் எதுவுமே நானல்ல என்று கூவ வேண்டும் போலிருந்தது. வம்சங்கள், பட்டங்கள், பதவிகள். கங்கைக் கரையெங்கும் மூடுபடமிட்டுக் கூனியமர்ந்திருந்த விதவைகளின் உருவங்கள் ஞாபகத்திற்கு வந்தன.

ரதம் உள்ளே போயிற்று. புல்வெளியில் பர்ணசாலைகள் வரிசையாக இருந்தன. செம்பட்டு முகப்பு போடப்பட்டது. திரௌபதியின் பர்ணசாலை போலும். சற்றுத் தள்ளிப் பெரிய வட்ட வடிவ பர்ணசாலையைச் சுற்றிக்காவல் வீரர்கள் உருவிய வாளுடன் நின்றனர். மன்னருக்கு ஒருபோதும் இத்தகைய பாதுகாப்பு இருந்ததில்லை. ஆனால், இனி வேறு வழியில்லை. காட்டிற்குள் சிரஞ்சீவியான அஸ்வத்தாமா தணியாத கோபத்துடன் அலைந்துக் கொண்டிருக்கிறான். இனி குரு வம்சத்தில் எவரும் நிம்மதியாகத் தூங்க முடியாது. ஒருபோதும் போர் அவர்களை விட்டு விலகாது. வெற்றிமாலையின் ஏதோ ஒரு மலருக்குள் பூநாகம் காத்திருக்கிறது. தோற்றவர்கள் நிம்மதியாகத் தூங்கலாம். அவர்களுக்கு இழக்க ஏதுமில்லை. காண்பதற்குக் கனவுகளும் மிச்சமிருக்கும். என் பர்ணசாலை முன் ரதம் நின்றது; இறங்கிக்கொண்டேன்.

என்னைப் பார்த்ததும் பெரும் அழுகையோசைகள் கேட்டன. என் தலையை அலை வந்து முட்டியது. என் வயிறு அதிர்ந்துகொண்டிருந்தது. ஆனால், திடமான காலடிகளுடன் நடந்தேன். பர்ணசாலைக்குள் அரசகுலப் பெண்கள், யார் யார் என்று பார்க்கவில்லை. விதவைகளுக்கு, பெயர் எதற்கு?; அடையாளம் எதற்கு? அவர்கள் சிதை காத்திருக்கும் 'வெறும் சடலங்கள்'. ஒருவேளை இதுவே அவர்கள் இறுதியாகப் பார்க்கும் வெளியுலகாக இருக்கக்கூடும்.

குழந்தைகளே, வானையும் மரக்கூட்டங்களையும் மலர்களையும் நன்றாகப் பார்த்துக் கொள்ளுங்கள். திருப்தியாக கங்கையில் நீராடுங்கள். 'மகாராணி' என்று ஒரு தாதி மரவுரியைக் கொண்டுவந்து நீட்டினாள். அதை அணிந்துகொண்டேன். கனமாக உடலை அறுத்தியது. விரத உணவு வந்தது. கசப்பும் துவர்ப்பும். ஒரு மண்டலமாக சக்கரவர்த்தியும் பரிவாரமும் இந்த உணவை உண்டு; இந்த உடையை அணிந்து விரதம் அனுஷ்டிக்கிறார்கள். யாருக்காக? எந்த அக்னியை அணைக்க? தாதியைக் கையசைத்து அழைத்தேன்.

"அண்ணா எங்கிருக்கிறார்?" என்று கேட்டேன்.

“ராஜ சபையில் மகாராணி.”

“வியாச மகரிஷி வந்திருக்கிறார். அவருடன் உரையாடியபடி சோலைக்குள் செல்வதைப் பார்த்தேன்” என்றார், ஒரு முதிய தாதி.

“நான் உடனடியாக வியாச ரிஷியைப் பார்த்தாக வேண்டும்” என்றேன்.

“உபசக்கரவர்த்தி எங்கே?” & தாதி இன்னொருத்தியைப் பார்த்தாள்.

தயங்கியபடி, “இரவு ரதமேறி நகருக்குள் சென்றார். இன்னும் வரவில்லை” என்றாள்.

புதல்வனையோ கணவனையோ இழக்காத பெண் யாராவது கிடைத்திருக்கக்கூடும் என்று கசப்புடன் எண்ணிக் கொண்டேன். இந்தக் கசப்பு எப்போது என் மனதில் நிரம்பியது? எந்தக் கணத்தில்? பாயும் ரதத்தில் கடிவாளத்தைப் பற்றியபடி நின்று நான் ஓரக்கண்ணால் பார்த்து ரசித்த ஆண்மகன், தன் இறுகும் தசைகளுடன் இப்போதும் என் மனஆழத்தில் இருக்கிறான்.

இந்த மனிதர் & இவருடைய முகமும், குரலும், அசைவுகளும் இவரைப் பற்றிப் பிறர் கூறிக்கேட்கும் ஒவ்வொரு சொல்லும் -என்னைக் கசப்பால் நிறைக்கிறார். அதை அவர் அறிந்திருக்கக்கூடும். என் கண்களை ஏறிட்டுப் பார்த்துப்பேச அவரால் முடியாது. என்முன் நிற்கும்போது அவர் உடலெங்கும் ஒரு சிறு தவிப்பு அலையும். அந்தத் தாழ்வுணர்வு கோபமாக, மூர்க்கமாக வெளிப்படவும் கூடும். ஆனால், என்னால் ஏன் இன்னமும் அவரை அலட்சியம் செய்ய முடியவில்லை? எத்தனை முயன்றும் அவரைப் பற்றி எண்ணாமல் ஒரு பொழுதுகூடத் தாண்டுவதில்லையே. அவர் மீது என்னுள் இன்னும் காதல் மிஞ்சியுள்ளதா என்ன? காதலா? அது வெறும் அறைக்கூவல்.

அவர் உள்மனதின் அச்சம் தெரியவந்த கணமே அது அணைந்து போயிற்று. அவர் பெண்களை உடலாக மட்டும் கையாளும்போதுதான் தன்னம்பிக்கையோடு இருக்க முடியும். அவர் கையில் துவண்டு நிமிர்ந்து, சரம்சரமாக எய்யும் காண்டீபமே அவர் வரித்துக்கொண்ட பாவனைத்தோழி போலும். அவர் திறமையெல்லாம் உள்ளூர ஓடும் வெறுமையின் வேகம் போலும். பெண்களின் உடல் வழியாக அவர் தேடுவது யாரை? காண்டீவமாக மாறித் தன் உடலின் ஓர் உறுப்பாக இணைந்துகொள்ளும் ஒருத்தியையா?

யாரிடமாவது பேச வேண்டும் போலிருந்தது. பேசாத சொற்களெல்லாம் மனதில் தேங்கி, அவற்றின் வேகம் என்னைப் பைத்தியமாக அடித்துவிடும் என்று பட்டது. ‘மகாராணி’ பட்டத்தைத் துறந்து ஒரு பெண்ணாக, பேதையாக, குழந்தையாக, புழுவாக அழுது துடிக்க வேண்டும். வியாச ரிஷியின் வெண்தாடி பரவிய குழந்தை முகம், மனதில் சிறு ஆறுதலாக எழுந்தது.

தாதி, என்னைச் சோலைக்குள் கூட்டிச் சென்றாள். பசுமையான

மரங்கள் அடர்ந்து நிற்க, ஊடே பாதை நெளிந்து சென்றது. பாறையொன்றில் அண்ணாவும் வியாச மகரிஷியும் அமர்ந்திருந்தனர். என்னைப் பார்த்ததும் வியாச மகரிஷி புன்னகையுடன், "வா குழந்தை" என்றார். அமரும்படி சைகைக் காட்டினார். அவர் பாதங்களைப் பணித்துவிட்டுத் தரையில் அமர்ந்தேன். அண்ணா, சிந்தனை நிரம்பிய முகத்துடன் என்னைப் பார்த்தார்.

"வருவீர்கள் என்று எவரும் கூறவேயில்லை தாத்தா" என்றேன்.

"இன்று நீர்க்கடன். நான் வந்தாக வேண்டுமல்லவா?" என்றார் வியாசர்.

என் கண்களும் மனமும் திறந்துகொண்டன. என் உடல் வழியாக அழுகை சுழற்காற்று மரத்தைக் கடந்து செல்வதுபோலக் கடந்து சென்றது. வியாசர், என் நெற்றி மயிரை வருடினார். "நான் என்ன சொல்ல இருக்கிறது குழந்தை? அழுது அழுதுதான் உன் மனம் ஆறவேண்டும்" என்றார்.

"இதெல்லாம் எதற்காக தாத்தா? யாருடைய லாபத்திற்காக? இந்த கங்கைக்கரை முழுக்க"

"பார்த்தேன்" என்றார் வியாசர்.

"எதற்காக என்று மட்டும் கேட்காதே. அப்படிக்கேட்க ஆரம்பித்தால் தெய்வங்களே திகைத்து நின்றுவிடுவார்கள்"

"என் அபிமன்யு.. என் தங்கம்.. அவன் தலை பிளந்து.. என்னால் மறக்கவே முடியவில்லை தாத்தா."

என் அழுகையைப் பார்த்தபடி வியாசர் தலைகுனிந்து அமர்ந்திருந்தார். பிறகு கம்மிய குரலில் "நான் என்ன சொல்லுவது அம்மா? உனக்கு ஒரு குழந்தைதான். எனக்கு குரு வம்சமே என் குழந்தைகளல்லவா? வென்றதும் வீழ்ந்ததும் என் உதிரமல்லவா? இதோ இன்று கங்கை அள்ளிச் செல்லும் அத்தனை ஆத்மாக்களுக்கும் பிதாமகனல்லவா நான்?"

சட்டென்று என் மனம் சீறியெழுந்தது. "இதோ இருக்கிறாரே, கேளுங்கள் தாத்தா. எல்லாவற்றிற்கும் காரணம் இவர்தான். இவருடைய குயுக்தியும் தந்திரமும் தருக்கமும், 'ஆட்சிக்காக சகோதரன் கழுத்தை சகோதரன் அறுக்கலாம்!' என்று இவர் ஓர் உபதேச மஞ்சரி எழுதி, அதைக் களத்தில் தினம் தினம் பௌராணீகர்கள் பாடினார்கள். கொல்லு கொல்லு என்று இரவு முழுக்க கோஷம் எழுந்தது."

"போர் எப்போதும் வெற்றி ஒன்றால் மட்டுமே அளக்கப்படுகிறது அம்மா".

"இப்போது இதோ வெற்றி கிடைத்துவிட்டதே. இவருக்குத் திருப்திதானா?"

"என் குழந்தை.. என் செல்வம்.. அவன் மரணத்திற்கு யார் காரணம்?

"இதோ இவர்தான். என் குழந்தையைக் கொன்றவர் இவர்தான். சதுரங்கத்தில் ஒரு காயாக அவனை வைத்து விளையாடினார். அடுத்த நகர்வுக்குத் தேவையெழுந்தபோது தன் சுண்டுவிரலால் அவனைச் சுண்டி எறிந்தார். அரவான், கடோத்கஜன், கடைசியில் அபிமன்யு. சொந்த ரத்தத்தில் பிறந்தவர்களைக் கொல்லும்படி தான் சொன்ன உபதேசத்தைத் தனக்கும் பொருத்திக்கொண்ட மகான் இவர்."

"சுபத்திரை, நீ உன் வேதனையில் பேசுகிறாய்" என்றார் வியாசர்.

"என் குழந்தை எப்படி இறந்தான்? அவன் என் கருவில் இருந்தபோது பத்மவியூகத்தில் நுழையும் வழியை இவர் கற்றுத்தந்தார். வெளியேறும் வழியைக் கூறாமலேயே விட்டுவிட்டார். எங்கும் எதிலும் முட்டி மோதி நுழைபவனாக, வெளியேறும் வழி தெரியாதவனாக, அவன் வளர்ந்தான். ஏன் என் குழந்தைக்கு, அவன் பிறந்து வளர்ந்து களம் காணும் தினம் வரை இவர் வெளியேறும் வழியைச் சொல்லித் தரவில்லை? சதி. வேறு என்ன? இவருக்கு பந்தமில்லை. பாசமில்லை. தர்மம் என அவர் நம்பும் ஒன்றை நிறைவேற்றுவது தவிர, வேறு எந்த நோக்கமும் இல்லை."

"யார்தான் அப்படி இல்லை?" என்றார் வியாசர்.

"உன் தருமம் 'தாய்மை' என நீ எண்ணுகிறாய். அதைத் தவிர, வேறு எதுவும் உன் கண்ணில் படவில்லையே!"

"எதற்கு என் குழந்தைக்கு பத்மவியூகத்திலிருந்து வெளியேறும் வழியை இவர் கற்றுத்தரவில்லை? அதைச் சொல்லச் சொல்லுங்கள் முதலில்."

அண்ணா தணிந்த குரலில், "பலமுறை சொல்லிவிட்டேன் சுபத்திரை. உன் காது மூடியிருக்கிறது. பத்மவியூகம் சிறிய படைகளை நடத்தும்போது செய்ய வேண்டியது. நகரங்களைக் காப்பாற்றுவதற்காக அதைச் சுற்றியும் அமைப்பதுண்டு. துரோணர், அதைப்போல குருக்ஷேத்திரத்தில் வகுப்பார் என்று நான் எப்படி எதிர்பார்த்திருக்க முடியும்? அந்தத் தருணத்தில் அர்ச்சுனன் சம்சப்தர்களுடன் போரிடப் போவான் என்று எப்படி நான் ஊகித்திருக்க முடியும்? தருமர், அத்தனை வீரர்கள் இருக்க அபிமன்யுவைப் போய் அதை உடைக்கச் சொல்வார் என்றோ, அவனைப் பின் தொடர்ந்த தருமரையும் பீமனையும் பிற படைகளையும் ஜயத்ரதன் ஒருவனே தடுத்துவிடுவான் என்றோ நான் எப்படி எண்ண முடியும்?" அண்ணா நிறுத்தினார்.

உடைந்த குரலில், "அதைவிட ஞானமும் விவேகமும் நிரம்பிய குருநாதர் துரோணரும், பாண்டவ ரத்தமான கர்ணனும், மகா தார்மிகரான சல்லியரும், சுத்த வீரனான துரியோதனனும் சேர்ந்து ஒரு சிறுவனை சூழ்ந்து எதிர்த்துக் கொன்றார்கள் என்பது இப்போதுகூட என்னால் நம்ப முடியாதவையாகவே உள்ளது."

"போரில் வெற்றியே அளவுகோல்" என்றார் வியாசர் மீண்டும். மனிதர்களால், போரைத் தொடங்க மட்டுமே முடியும். பிறகு எல்லாம்

விதியின் தாண்டவம்.” அவர் தலை மேலும் குனிந்தது.

பெருமூச்சுடன், “மனிதர்கள் போரிடாத சத்திய யுகம் ஒன்று வரக்கூடும்” என்றார்.

“ஆம், எல்லாம் என் தத்துவம்தான்” என்றார் அண்ணா என்னிடம். “ஆனால், என் மனதை ஆற்றும் வலிமை அவற்றுக்கு இல்லை. அபிமன்யு என் குழந்தை. பாதி நாள் துவாரகையில் ருக்மிணியும் சத்யபாமாவும் அவனை வளர்த்தார்கள். என் பிள்ளைக் கலியைத் தீர்க்கவந்த தெய்வ அருளாளனாக அவனை எண்ணினேன். இந்த மார்பிலும் தோளிலும் போட்டு அவனை வளர்த்தேன். காடுகள்தோறும் அழைத்துச் சென்று அவனுக்கு வித்தைகள் கற்றுத்தந்தேன்”

“ஆம். அவன் களத்தில் காட்டிய வீர பராக்கிரமங்களை இன்று பாரதவர்ஷமே பாடுகிறது” என்றார் வியாசர்.

அவர் அண்ணாவை சமாதானப்படுத்த முயல்கிறார் என்பது தெரிந்தது, “கோசல மன்னன் பிருஹத்பாலனை அவன் கொன்றது பற்றி சற்று முன்புகூட ஒரு சூதன் அற்புதமான பாடல் ஒன்றைப் பாடினான்.”

“ஆனால் நான் கற்றுத்தராத ஒன்று அவனை பலிகொண்டு விட்டதே கிருஷ்ணதுவைபாயனரே.”

“அவன் விதி அது” என்றார் வியாசர்.

“ஜென்மங்கள்தோறும் அது அவனைத் தொடர்கிறது. இப்பிறவியில் உன் கருவில் அவனிருந்தபோதே அது அவனை அடைந்துவிட்டது.”

என் மனம் பகீரிட்டது. “தாத்தா, அப்படியானால் என் குழந்தைக்கு அடுத்தபிறவியிலும் இதே விதியின் மிச்சம்தானா உள்ளது?” என்றேன்.

“இருக்கக்கூடும்; யாரறிவார்?”

பதறிய குரலில், “தாத்தா, தன் விதியை அவன் அறிந்து கொள்ளவில்லையே. என் குழந்தைக்கு இப்போதும் வெளியேறும் வழி தெரியவில்லையே” என்றேன்.

“இது என்ன பேச்சு குழந்தை? நமது மகனாக அவன் விதி முடிந்தது. இனி நம் கடன் அவன் நினைவை நம் மனதிலும் வம்சத்திலும் நட்டுவைப்பது மட்டுமே!”

“அது உங்கள் வேலை. என் குழந்தைக்கு இப்போதும் வெளியேறும் வழி தெரியவில்லை. அதை எண்ணினால் இனி நான் ஒரு நாள்கூட நிம்மதியாக உயிர்வாழ முடியாது. தாத்தா நீங்கள் முக்காலமும் உணர்ந்தவர். எனக்குக் கருணை காட்டுங்கள். உங்கள் பாதங்களைப் பற்றிக்கொண்டு கேட்கிறேன். எனக்கு உதவுங்கள்.”

“குழந்தை, நீ உணர்ந்துதான் பேசுகிறாயா?”

“நன்றாக உணர்ந்துதான். என் குழந்தைக்கு அவன் விதியை

அவன் வெல்லும் முறையை நான் கற்பித்தாக வேண்டும். அடுத்த பிறவியிலாவது அவனுக்கு மீட்பு வேண்டும்."

"மனிதர்களுக்கு விதிக்கப்பட்டுள்ள எல்லையை நீ தாண்ட முயல்கிறாய் குழந்தை. அது சாத்தியமேயில்லை." நான் பாய்ந்து எழுந்தேன். "இனி உங்களிடம் கேட்க எனக்கு எதுவும் இல்லை, இப்போதே நீங்கள் உதவ வேண்டும். இல்லையேல், இப்போதே இங்கேயே கங்கையில் குதித்து உயிர்விடுவேன். இனி எனக்கு எதுவும் மிச்சமில்லை!"

"குழந்தை..." என்று கூறியபடி வியாசர் ஓடிவந்து என்னைப் பிடித்தார்.

"நில், சொல்கிறேன்!" & என் தோளை அவர் கரம் இறுகப் பற்றியது.

"என்ன காரியமம்மா செய்கிறாய்? முதிய வயதில் இதுவரை நான் கண்டதெல்லாம் போதாதா? இரு, ஒரு வழி சொல்கிறேன்." அப்போதும் சிந்தனை தேங்கிய முகத்துடன் அண்ணா அங்கேயே அமர்ந்திருந்தார்.

"தண்டகாரண்யத்தில் ஒரு ரிஷியை நான் பார்த்தேன். அவர் இப்போது இங்கு கங்கைக்கரையில் எங்கோ இருக்கிறார். அவரால் பிறவிகளின் சுவரைத் தாண்டிப் பார்க்க முடியும் என்கிறார்கள். அவரை அழைத்து வருகிறேன். உனக்காக.. ஒருபோதும் ஒரு ரிஷி செய்யக்கூடாத காரியம் இது. என் மூதாதையரின் சாபம் என் மீது விழும்.. பரவாயில்லை."

"எனக்கு வேறு வழியில்லை தாத்தா. என்னை மன்னித்து விடுங்கள். என் குழந்தையிடம் நான் பேசியாக வேண்டும். என்ன நேர்ந்தாலும் சரி. என் குழந்தை வெளியேறும் வழி தெரியாது! தாத்தா தயவு செய்யுங்கள், தயவு செய்யுங்கள்" அவர் காலில் விழுந்தேன். என்னைத் தன் மார்போடு அணைத்துக்கொண்டார். என் கண்ணீர் அவர் தாடியை நனைத்தது.

பர்ணசாலைக்குள் எட்டிப் பார்த்த தாதி என்னிடம், "உபசக்கரவர்த்தி தங்களை அழைக்கிறார்" என்றாள்.

எழுந்து வெளியே வந்தேன். பின் மதியம் ஆகிவிட்டிருந்தது. ஆனால், வெயில் வராமல் காலை போலவே இருந்தது. வானம் முழுக்க மேகங்கள். மஞ்சன மரத்தடியில் அவர் நின்றிருந்தார். அவரை அணுக அணுக என் மனம் எரிச்சலடைந்தது. ஆனால், உடலில் ஒரு கிளர்ச்சி இருந்தது. அது இம்சைக்கான ஆர்வம். அவரைக் குத்திப் புண்படுத்தி, அவர் சுருண்டு திரும்புவதைக் கண்டு குற்றவுணர்வு கொள்ளும்போதுதான் அது தணியும். அவர் கண்களை உற்றுப்பார்த்தபடி "என்ன?" என்றேன்.

"'பொழுது சாய்ந்துவிட்டது. அபிமன்யுவிற்கு இன்னும் நீர்க்கடன் செலுத்தவில்லையே' என்று அண்ணா கேட்டார்" என்றார்.

"அரவானுக்கு நீர்க்கடன் முடிந்துவிட்டதா?" என்றேன்.

அவருடைய சுருண்ட மயிர்கள் ஈரமாகத் தொங்கி ஆடின.

காதோரம் சில நரை மயிர்கள். மீசை, கன்னத்தில் ஒட்டியிருந்தது. கண்களுக்குக் கீழே கருவளையங்கள். பார்வையில் எப்போதுமிருக்கும் சிறுபிள்ளைத்தனமான உற்சாகத்தின் ஒளி அறவே இல்லை. இனி, அது ஒருபோதும் திரும்பாதுபோலும்.

"ஆம்" என்றார்.

அவருடைய பலவீனமான இடத்தில் நான் போட்ட அடி அது. அவர் நெற்றியில் நரம்பு அசைந்தது. கண்கள் சுருங்கி இம்சை தெரிந்தது. என் மனம் உள்ளூர கும்மாளமிட்டது. மேலும் மேலும் என்று தாவியது.

"சுருதர்மாவிற்கும் முடிந்துவிட்டதா?" என்று சாதாரணமாகக் கேட்டேன்.

அவர் கண்கள் சீற்றம் கொண்டன. "அபிமன்யு மட்டும்தான் மீதி" என்றார்.

நான் தலையசைத்தேன்.

"ஏன் தாமதம்?" என்றார்.

"சற்று பிந்தட்டும்."

"எங்கோ ரதம் அனுப்பியிருப்பதாகக் கூறினார்கள்."

"ஆம்."

"எதற்கு?"

"ஒன்றுமில்லை" என்றேன்.

இவரிடம் நான் கூற முடியாது.

அபிமன்யு, என் அந்தரங்கத்தின் ஆழம். அதை ஒருபோதும் இவருடன் பகிர முடியாது. அதை எவரிடமும் பகிர முடியாது. அவனிடம்கூடப் பகிர்ந்ததில்லை. அவன் பிறந்து விழுந்தபோது அவனைப் பார்த்தவர்கள், 'தந்தையைப்போல...' என்று கூறியபோது என் மனம் எரிந்தது. அவன் வளர வளர அவனில் கூடி வந்த குறும்பும், வில் திறனும், துணிச்சலும் அவரையே ஞாபகப்படுத்தின.

அவை என்னைக் கோபம் கொள்ளச் செய்தன. பாதி நாள் அவனை துவாரகைக்கு அனுப்பியதே அதனால்தான். மீதிநாள் அவர் ஊரில் இருந்ததுமில்லை. ஆனால், அவனில் நான் ரசித்ததெல்லாம் அவற்றைத்தானோ?

"ஏன் என்று கூறு" என்றார் கோபத்துடன்.

"இன்று நீர்க்கடன் வேண்டாம் என்று எண்ணுகிறாயா? யாரைக் கூட்டிவரச் சொல்லியிருக்கிறாய்?" நான் அவர் கண்களைப் பார்த்தேன்.

"அபிமன்யு என் மகன். அவனுக்கு எப்படிச் செய்யவேண்டும் என நான் அறிவேன்."

அவர் கோபம் முகத்தில் நெளிந்தது. உரத்த குரலில், "அவன் என் மகன் இல்லையா? எனக்கு மட்டும் துயரமில்லையா?" என்றார்.

"துயரமா... எதற்கு?" என்றேன் வியப்புடன்.

உள்ளூர என் இம்சிக்கும் இச்சை கூர்மையடைந்தது. மனம் மிகுந்த நிதானத்துடன் சொற்களைத் தேர்வு செய்தது.

"நீங்கள்தான் பழிவாங்கிவிட்டீர்களே? பொழுது சாய்வதற்குள் ஜயத்ரதன் தலையைக் கொய்து, அதைக் காற்றில் பறக்கவைத்து, அவன் தந்தை கரங்களில் விழ வைத்து, அவர் உயிரையும் பறித்து! சூதர்கள் பரவசமாகப் பாடும் கதை அல்லவா அது? வம்சகாதையில் ஒரு பொன்னேடல்லவா? அப்புறம் எதற்குத் துக்கம்?"

"நீ என்னை ஏளனம் செய்கிறாய். உனக்கு மட்டும் பேரிழப்பு ஏற்பட்டுவிட்டது என்று கற்பனை செய்து கொள்கிறாய். உன்னை முக்கியமானவளாகப் பிறரிடம் காட்டிக்கொள்ள இந்தத் துக்க வேடத்தை மிகைப்படுத்திக் கொள்கிறாய்"

நான் அவர் கண்களை மீண்டும் உற்றுப் பார்த்தேன். "நேற்றிரவும் எங்கிருந்தீர்கள்?"

அவர் தடுமாறி, முகம் வெளிறி, "ஏன்?" என்றார்.

"இல்லை, தாத்தா தேடினார்" என்றேன்.

"அவரைப் பார்த்தேனே!"

"ஓகோ" என்றேன். பிறகு பார்வையை விலக்காமலே நின்றேன்.

"நான் வருகிறேன்" என்று அவர் நடந்தார்.

என் உடல் தளர்ந்தது. சன்னதம் விலகிய குறி சொல்லி போல சக்தியனைத்தும் ஒழுகி மறைய, தள்ளாடினேன். தண்ணீர் குடிக்கவேண்டும் போலிருந்தது. ஆனால், மீண்டும் என் பர்ணசாலைக்குப் போகத் தோன்றவில்லை. இடுங்கின அறைகளில் துயரம் தேங்கிக் கிடக்கிறது. திறந்தவெளிகளில் மனம் சற்று சுதந்திரம் கொள்வதுபோலப் பட்டது.

சோலை வழியாக நடந்தேன். மீண்டும் அதே பாறையை அடைந்தேன். அங்கு அண்ணா அமர்ந்திருப்பதைப் பார்த்தேன். அவரை அங்கு உள்ளூர எதிர்பார்த்ததனால்தான் வந்திருக்கிறேன் என்று அறிந்தேன். என்னால் அவரைத் தவிர்க்க இயலவில்லை. அவர் இல்லாமல் என் மனமே இல்லை போலும். அவரது தலையணையின் மீதிருந்த மயிற்பீலிக் கண் என்னைப் பார்த்தது. மனம் சற்று அமைதியடைந்தது. மயிற்பீலியை எங்கு கண்டாலும் மனம் சற்று அமைதிகொள்கிறது. துணையை உணர்கிறது.

அபிமன்யு குழந்தையாக இருந்தபோது ஒருமுறை, அவன் கொண்டையில் மயிற்பீலியை அணிவித்தேன். அதைப் பார்த்ததும்

அவர் முகம்தான் எப்படிச் சிவந்து பழுத்தது.தொண்டைப் புடைக்க உறுமியபடி அதைப் பிய்த்து வீசினார். “கொஞ்சிக் குலாவி குழந்தையை அலியாகவா ஆக்குகிறாய்? பீலியும் மலரும்” என்று கத்தினார்.

ஆங்காரமும் ஏமாற்றமுமாக, “பீலி சூடியவர்களெல்லாம் அலிகள் என்கிறீர்களா?” என்றேன்.

கையை ஓங்கியபடி வந்தார். “நல்லது. கை எதற்கு, காண்டீவத்தையே எடுங்கள். அதுதான் புருஷலட்சணம்” என்றேன்.

கதவை ஓங்கி உதைத்தபடி அந்தப்புரத்தை விட்டு வெளியேறினார். வெளியே புரவிமீது சம்மட்டி விழும் ஒலி கேட்டது. அது கனைத்துக்கூவியபடி கல் தளத்தில் தடதடத்து ஓடியது.

அண்ணா, “ரிஷி வந்துவிட்டாரா?” என்றார்.

“இன்னும் வரவில்லை. காத்திருந்து காத்திருந்து பொறுமை போகிறது.”

“வருவார்.”

“பின்மதியம் ஆகிவிட்டது. நீர்க்கடன் எப்போது முடிவது?” என்றேன்.

களைப்புடன் கண்களை விரல்களால் அழுத்திக் கொண்டேன்.

“பார்த்தன் என்ன சொன்னான்?” திடுக்கிட்டேன்.

எப்படி அறிந்தார்? அவர் முகம் பதுமைபோலிருந்தது. பிறகு அமைதி ஏற்பட்டது. “நேரமாகிறது என்கிறார்” என்றேன்.

“பாவம்” என்றார்.

“ஏன்? அவர்தான் போரில் வென்று சவ்யசாஜி ஆகிவிட்டாரே. இனி அஸ்வமேதம், திக் விஜயம். வரலாற்றில் உங்களுக்கும் அவருக்கும் சிம்மாசனமல்லவா போட்டு வைக்கப்பட்டுள்ளது!”

“உன் துயரம் கசப்பாக மாறிவிட்டிருக்கிறது சுபத்திரை. உலகமே உனக்கு எதிரியாகப் படுகிறது. நீ என்னதான் எண்ணுகிறாய்? இன்று, இங்கு ஒவ்வொருவரும் என்ன எண்ணுகிறார்கள் என்று நீ அறிவாயா? இந்தக் கணம் காலதேவன் வந்து போர் துவங்குவதற்கு முன்பிருந்த தருணத்தைத் திரும்ப அளிப்பதாகச் சொன்னானென்றால் அத்தனை பேரும் தங்கள் எதிரிகளை ஆரத் தழுவிக் கண்ணீர் உகுப்பார்கள்.

இந்தப் போர் ஒரு மாயச் சுழி. ஒவ்வொரு கணமும் இதன் மாயசக்தி எல்லோரையும் கவர்ந்திழுத்துக் கொண்டிருந்தது. விதி, அத்தனை பேர் மனங்களிலும் ஆவேசங்களையும் ஆங்காரங்களையும் நிரப்பியது. இன்று வெளியேறும் வழி எவருக்கும் தெரியவில்லை சுபத்திரை. எனக்கும் தெரியவில்லை”

நான் பெருமூச்சுவிட்டேன். அண்ணா மனம் கலங்கியபோதுதான் அவரை அப்படிப் பார்க்க நான் விரும்பவில்லை என்று அறிந்தேன். அவர், வெல்ல முடியாத வீர யோகியாகவே என் மனதில் இருந்தார்.

அண்ணாவின் முகம் மீண்டும் நிதானம் கொண்டது.

"நீ உணவருந்தினாயா?" என்றார்.

"இல்லை"

"ஏன் இப்படி உன்னை வதைத்துக்கொள்கிறாய்?"

"என்னால் எதிர்பார்ப்பின் பதற்றத்தைத் தாங்க முடியவில்லை அண்ணா."

"சுபத்திரை, நீ செய்யப்போவது என்ன என்று அறிவாயா?"

"எனக்கு வேறு வழியில்லை" என்றேன் உறுதியாக.

"நியதியின் பேரியக்கம் மனிதர்களையும் அண்ட வெளியையும் இயற்கையிலுள்ள அனைத்தையும் ஒன்றாகப் பிணைத்திருக்கிறது சுபத்திரை. அதில் ஒரு சிறு துளியைக்கூட மனித மனம் அறிய முடியாது. அதை மாற்றிவிடலாம் என்று நம் அகங்காரம் சில சமயம் கூறும். அதன்படி நாம் இயங்குவோம். பிறகு தெரியும், நமது அந்த இயக்கம்கூட நியதியின் விளையாட்டுதான் என்று."

"வேதாந்த விசாரம் கேட்க எனக்கு இப்போது மனம் கூடவில்லை அண்ணா."

அண்ணா சிரித்தபடி, "ஆம். பாரதவர்ஷத்தில் இப்போது மலிவாகப் போய்விட்டிருப்பது அதுதான்" என்றார்.

'அவரைப் புண்படுத்திவிட்டோமோ!' என்ற ஐயம் எனக்கு ஏற்பட்டது. "அண்ணா, என் மனதைத் தயவுசெய்து புரிந்து கொள்ளேன். என் குழந்தை, அவன் தன் விதியை அறியாமல் போகக்கூடாது அண்ணா.. அதற்காக எனக்கு எந்த சாபம் வந்தாலும் சரி!"

"சரி வா. கங்கையோரமாகப் போவோம். யாராவது நம்மைத் தேடக்கூடும்."

காட்டுக்குள் குளிர் இருந்தது. மரங்கள், மழைக்காலத்திற்குரிய புத்துணர்ச்சியுடன் காற்றில் குலுங்கின. தளதளக்கும் ஒளியும் சிறு மணியோசைகளும் கங்கை வந்துவிட்டதைக் கூறின. படித்துறைகளில் புரோகிதர்கள் அமர்ந்திருந்தனர். தர்ப்பைப் புல்லும் பிண்டங்களும் சிதறிக்கிடந்தன. அமாத்யர் ஸௌனகர் எழுந்துவந்து அண்ணாவை வணங்கினார். "இப்போதுதான் முடிந்தது" என்றார்.

"சரி" என்று அண்ணா தலையசைத்தார். மெதுவாக நடந்தோம்.

எங்கும் அமங்கலமான மௌனமும் நிதானமும். கங்கை மீதிருந்து குளிர் பரவிக்கொண்டிருந்தது. பர்ணசாலைகளுக்குச் செல்லும் வழியில் திடீரென்று அடிபட்ட விலங்கின் ஊளைபோல ஓர் அழுகைக் குரல் எழுந்தது.

தாதிகள் தொடர, தலைவிரிகோலமாக திரௌபதி ஓடிவந்தாள். அவளைத் தாதிகள் பிடித்தனர். கங்கையை நோக்கிக் கை நீட்டியபடி

அலறினாள்.

மரவுரிவிலகிக் கிடந்தது. சர்ப்பம் போன்ற உடல் தழல் போன்ற 'உடல் விஷம்' துப்பும் சுடும். இப்படித்தான் கௌரவ சபையில் சென்று நின்றாள். தலைமயிரை அவிழ்த்துப்போட்டு சபதம் எடுத்தாள். இப்போது தலையை முடிந்துகொள்ள வேண்டியதுதானே? இப்போதுகூட ஏன் இப்படி எண்ணுகிறேன்? அவள் என்ன செய்வாள்! அண்ணா சொன்னதுபோல அவளும் இப்போது மனமுடைந்து ஏங்கக்கூடும். எல்லாம் எவ்வளவு எளிமையாகத் தொடங்கி விடுகிறது! ஐந்து குழந்தைகள். பிரிதிவிந்தியன், சுதசேனன், சுருதகர்மா, சதானீகன், சுதேசனன். ஐந்து தளிர் முகங்கள். ஐந்து பொன்னிறத் தோள்கள். அவள் வயிற்றில் ஊழித்தீயல்லவா எரியும்?

அதை எண்ணியபோதே என் மனம் பதைத்தது. சுருதகர்மாவின் முகம் மட்டும் அவ்வளவு தெளிவாக மனதில் எழுந்தது. அவன் அவருடைய குழந்தை என்று சொல்வார்கள். அவனை மார்போடணைத்து அவன் முகத்தை உற்று உற்றுப் பார்ப்பேன். அபிமன்யுவின் அருகே நிறுத்தி ஒப்பிட்டுப் பார்ப்பேன். பயிற்சிப் போர்களின் அபிமன்யு அவனை அனாயாசமாகத் தோற்கடிக்கும்போது மனதில் களிப்பு நிறையும்.

அபிமன்யுவுக்கு அவன்மீது எப்போதும் குறிதான். "சித்தி, அபிமன்யு என்னை அடிக்கிறான். சித்தி, அபிமன்யுவைப் பாருங்கள்" என்று சதா ஓடிவருவான்.

"மழலைக் குரல்கள் எங்கிருக்கிறீர்கள் என் குழந்தைகளே? வானில் எங்காவது விளையாடுகிறீர்களா? சண்டை போடுகிறீர்களா? மண்ணில் நீங்கள் வாழ்ந்த நாட்களில்தான் உங்கள்மீது என்னென்ன கோபதாபங்கள், போட்டி பொறாமைகள் எங்களுக்கு. நான் ஒருபோதும் பார்த்திராத அரவான். அவன் மீது எத்தனை கோபம் எனக்கு?" என் கண்களிலிருந்து கண்ணீர் கொட்டியது. அப்படியே படித்துறையில் அமர்ந்துவிட்டேன்.

அண்ணா பெருமூச்சுடன் சற்றுத் தள்ளி அமர்ந்து கொண்டார். கங்கை மீது இரு சிறு ஓடங்கள் மிகுந்த துயரத்துடன் நகர்ந்து சென்றன.

ரிஷி வந்துவிட்டார் என்று செய்தி வந்தது. எழுந்து விரைந்தோடினேன். கால் புழுதியில் பதிந்து வேகம் கூடவில்லை. என் உடல் கனத்தது. அஷ்டகலசப் படிக்கட்டில் ரிஷி அமர்ந்திருந்தார்.

அவர் எதிரே நின்றிருந்த ஸ்தானிகர் என்னைப் பார்த்ததும் வணங்கி விலகினார். என் மனம் சுருங்கியது. இனம் புரியாத ஓர் அச்சம் மனதைக் கவ்வியது. கரிய குள்ளமான உருவம். தாடியும் தலைமயிறும் சடைகளாகத் தொங்கின. சிவந்த கண்கள், உடம்பெங்கும் நீரு. ஒரு கண் கலங்கி சதைப்புரளலாக அசைந்தது. வெளியே தெரிந்த பற்கள் கறுப்பாக இருந்தன.

அவருக்கு சாஷ்டாங்க வணக்கம் செய்தேன். அவர் என் தலையைத்

தொட்டு ஆசியளித்தார். அவர் கரங்களை என் கண்கள் அணுகுவதைத் தடுக்க முடியவில்லை. பழுதடைந்த நகங்கள் விகாரமாக இருந்தன.

“உன் கோரிக்கையை கிருஷ்ணதுவைபாயனர் சொன்னார். அவர் மகாவியாசர். அவருக்காகவே இதற்கு ஒப்புக்கொண்டேன். இது சாதாரண விஷயமல்ல. தெய்வங்களின் அதிகாரத்துக்கு அறைவிடும் செயல் இது” என்றார் ரிஷி.

“குருநாதரே, என் மீது கருணை காட்டுங்கள். என் குழந்தை” என்று கை கூப்பினேன். கண்ணீர் வழிந்தது.

“அழுவதெல்லாம் எனக்குப் பிடிக்காது. விஷயத்தைத் தெளிவாகச் சொல்லிவிடுகிறேன். ஒரே ஒருமுறைதான். அதற்குள் கூறவேண்டியதைக் கூறிவிட வேண்டும். பிறகு, என்னிடம் எதையும் கோரக்கூடாது.”

“போதும், போதும்” & அண்ணா வந்து சற்றுத் தள்ளி அமர்ந்தார். ரிஷி கண்மூடி தியானத்தில் ஆழ்ந்தார்.

பரிதவிப்புடன் அமர்ந்திருந்தேன். நீண்ட பெருமூச்சுடன் அவர் கண்களைத் திறந்தார்.

“உன் குழந்தைக்கு நீர்க்கடன் அளித்தாகிவிட்டதே அம்மா. அவன் இப்போது ஃபுவர் லோகத்தில் இல்லையே”

“குருநாதரே” என்று வீறிட்டேன்.

“இல்லை. நீர்க்கடன் இதுவரை அளிக்கப்படவில்லை” மறுகணம் எனக்கு என்ன நடந்தது என்று புரிந்தது. என்னைத் தோற்கடிக்க அவர் அதைச் செய்திருக்கக்கூடும். என் உடம்பு பதறியது. “இரு” என்றபடி ரிஷி மீண்டும் கண்களை மூடினார். நான் தவிப்புடன் அண்ணாவைப் பார்த்தேன்.

அவர், கங்கைக் கரையோரம் மலர்ந்து கிடந்த தாமரைகளையும் குவளைகளையும் பார்த்தபடி சிலைபோல அமர்ந்திருந்தார்.

ரிஷி, கண்களைத் திறந்தார். “உன் குழந்தை கருபீடம் ஏறிவிட்டான்” என்றார்.

“எங்கே? எந்த வயிற்றில்?” என்று கை கூப்பியபடி பதறினேன்.

“அது தெரியாது. மனிதனா, மிருகமா, பறவையா, புழுவா என்றுகூடக் கூற முடியாது.”

“குருநாதரே, இப்போது என்ன செய்வது?”

“இன்னும் நேரமிருக்கிறது. ஆத்மா முதல் உயிரணுவாகி பார்த்திவப் பரமாணுவை ஏற்று அதனுடன் இணைவது வரை வாய்ப்பிருக்கிறது. இணைந்துவிட்டால் இப்பிறவியுடனான அதன் தொடர்பு முற்றிலும் அறுந்துவிடும். பார்ப்போம்.”

ரிஷி, நீரில் இறங்கி ஒரு தாமரை மலரைப் பறித்தார். அதை எடுத்து வந்து தியானித்து என்னிடம் காட்டினார். “இதோ பார்” தாமரைப்

பூவின் மகரந்தப் பீடத்தில் இரு சிறு வெண் புழுக்கள் நெளிந்தன. மெல்லிய நுனி துடிக்க அவை நீந்தி நகர்ந்தன.

“இது என் மாயக்காட்சி. உன் மகன் இருக்கும் கரு இந்த மலர். இதிலொன்று உன் மகன். நீ அவனிடம் பேசு. ஆனால், இந்த தாமரை கூம்பிவிட்டால் பிறகு எதுவும் செய்ய முடியாது.”

“இதில் என் குழந்தை யார் குருநாதரே?”

“இதோ இந்தச் சிறு வெண்புழு. அவர்கள் இரட்டையர்கள்.”

என் மனம் மலர்ந்தது. பரவசத்தால் பதற்றம் பரவியது. மனதில் எண்ணங்களே எழவில்லை. கைகள் பதைக்க அந்தப் புழுவைப் பார்த்தேன். அதன் துடிப்பு. அது அபிமன்யு சிறு குழந்தையாக பட்டுத் தொட்டிலில் கை&கால் உதைத்து நெளிவது போலிருந்தது. பேச்சே எழவில்லை. மனம் மட்டும் கூவியது.

“அபிமன்யு! இதோ உன் அம்மா. என்னை மறந்துவிட்டாயா? என் செல்வமே! என்னை ஞாபகமிருக்கிறதா உனக்கு?”

“பேசு... பேசு..!” என்றார் ரிஷி.

“அபிமன்யு” என்றேன் தொண்டை அடைக்க.

அந்தச் சிறு புழு அசைவற்று நின்றது. பிறகு, அதன் தலை என்னை நோக்கி உயர்ந்தது. சிவந்த புள்ளிகள்போல அதன் கண்களைக் கண்டேன். என்னைப் பார்க்கிறானா? என்னை அவன் ஞாபகம் வைத்திருக்கிறானா? என் மனம் களிப்பில் விம்மியது.

“பேசு... பேசு..!” என்று ரிஷி அதட்டினார். திடீரென்று அந்த மற்ற புழுவைப் பார்த்தேன்.

“குருநாதரே இது யார்? அவனுடைய இரட்டைச் சகோதரன் யார்?”

“அது எதற்கு உனக்கு? நீ உன் குழந்தையிடம் கூற வேண்டியதைக் கூறு.”

“இல்லை. நான் அதை அறிந்தாக வேண்டும். அவன் யார்?”

ரிஷி அலுப்புடன், “அவன் பெயர் பிருகத்பாலன். கோசல மன்னனாக இருந்தவன்” என்றார்.

என் மனம் திகிலில் உறைந்தது. “கோசல மன்னனா? என் மகனால் போர்க்களத்தில் கொல்லப்பட்டவனா?”

“ஆம். அவர்கள் இருவருக்கும் இடையே மாற்ற முடியாத ஓர் உறவு பிறவிகள்தோறும் தொடர்கிறது. அதன் காரணத்தை யாரும் அறிய முடியாது. நீ உன் குழந்தையிடம் சொல்ல வேண்டியதைச் சொல்லிவிடு.”

என் தொண்டை கரகரத்தது. அடுத்தபிறவியில் என்ன நிகழப்போகிறது? “அபிமன்யு! அது கோசல மன்னன் பிருகத்பாலன்.

உன்னால் கொல்லப்பட்டவன். உன் இரட்டைச் சகோதரன் உன் எதிரி. மகனே, கவனமாக இரு."

ரிஷி கோபமாக "என்ன பேசுகிறாய் நீ?" என்று கத்தினார்.

நான் களைப்புடன் மூச்சிரைத்தேன். திடீரென்று பத்மவியூகம் பற்றி இன்னமும் கூறவில்லை என்று உணர்ந்தேன்.

"அபிமன்யு, இதோ பார். பத்மவியூகம்தான் உன் விதியின் புதிர். அதிலிருந்து வெளியேறும் வழியைக் கூறுகிறேன்" என்மீது யாரோ குனிந்து பார்ப்பதுபோல நிழல் விழுந்தது. திடுக்கிட்டு அண்ணாந்தேன். யாருமில்லை. வானம் கன்னங்கரேலென்று இருந்தது.

பதற்றத்துடன் மலரைப் பார்த்தேன். அது கூம்பி விட்டிருந்தது. "குருநாதரே" என்று கூவியபடி அதைப் பிரிக்க முயன்றேன்.

"பிரயோசனமில்லை பெண்ணே. அவன் போய்விட்டான்" என்றார் ரிஷி.

"குருநாதரே" என்று கதறியழுதபடி அவர் காலில் விழுந்தேன். "எனக்குக் கருணைகாட்டுங்கள். என் குழந்தையிடம் ஒரு வார்த்தை பேசிக்கொள்கிறேன்" ரிஷி எழுந்து விட்டார். அவர் பாதங்களைப் பற்றிக் கொண்டேன்.

அவர் உதறிவிட்டு நடந்தார். அப்படியே படிகளில் அமர்ந்து முழங்காலில் முகம் புதைத்துக் கதறிக் கதறி அழுதேன். தோள்களில் கரம் பட்டது. அண்ணாவின் கரம் அது என்று தெரிந்தது. அதை நான் விரும்பினேன் என்று அறிந்தேன். "அண்ணா! அபிமன்யு, என் குழந்தை."

"வா போகலாம். மழை வரப்போகிறது."

"என் குழந்தைக்கு இப்போதும் வெளியேறும் வழி தெரியவில்லையே. தன் விதியின் புதிரை சுமந்தபடி அவன் போகிறானே. நான் பாவி... பாவி" & அண்ணா என்னைத் தூக்கி எழுப்பினார்.

"வா. அழுது என்ன பயன்?"

"என் குழந்தைக்கு, அவன் விதியிலிருந்து மீளும் வழி தெரியவில்லையே"

"யாருக்குத் தெரியும் அது? உனக்குத் தெரியுமா? வழி தெரிந்தா நீ உள்ளே நுழைந்தாய்?"

நான் அப்படியே உறைந்து நின்றுவிட்டேன். பிறகு "அண்ணா" என்றேன்.

"வா. மழை வருகிறது."

இலைகள் மீது ஓலமிட்டபடி மழை நெருங்கி வந்தது. ஆவேசமான விரல்கள் பூமியைத் தட்டின. பிறகு, நீர்த்தாரைகள் பொழிய ஆரம்பித்தன.

"அண்ணா, என் குழந்தையின் விதி என்ன? அடுத்த பிறவியில் அவனுக்கு என்ன நேரிடும்?"

மழையில் அண்ணாவின் குரல் மங்கலாகக் கேட்டது. "தெரியவில்லை. ஆனால், அதன் தொடக்கம் மட்டும் இன்று தெரிந்தது."

"எப்படி?" என்றேன், அவரைத் தொடர்ந்து ஓடியபடி.

அண்ணா பதில் பேசாமல் நடந்தார். ஒரு மின்னல், வானையும் மண்ணையும் ஒளியால் நிரப்பியது. பின் அனைத்தும் சேர்ந்து நடுங்க இடியோசைகள் வெடித்து அதிர்ந்தன. அதன் எதிரொலியை வெகுநேரம் என்னுள் கேட்டேன்.

என் உடலைக் கரைத்துவிடுவதுபோல மழைக் கொட்டிக் கொண்டிருந்தது. மழையின் அடர்ந்த திரைக்குள் அண்ணா சென்று மறைந்தார்.

# 2000

கி.பி.2000 தொடங்கும் தருவாயில், தமிழ்ச் சிறுகதைக் களம் புதிய எழுத்து முயற்சியில் கவனம் செலுத்தியது. லத்தீன் அமெரிக்க, ஆப்பிரிக்க, ஃபிரெஞ்சு, ஜெர்மன் புத்திலக்கியத்தின் தாக்கத்தில் கதைதோறும் புதுமை செய்யும் போக்கு மிகுந்தது. அதில் முக்கியமானவர் எஸ்.ராமகிருஷ்ணன். மாய எதார்த்தவாதம், இவருடைய தனித்தன்மை.

1930&களில் அச்சடிக்கப்பட்ட ஓர் அழைப்பிதழை வைத்துக்கொண்டு, ஓர் இசைக் கச்சேரிக்குச் செல்கிறான் ஒருவன். அந்த முகவரியில், இப்போது வேறு ஏதோ நடக்கிறது; வேறு யாரோ இருக்கிறார்கள். நடுவில் ‘காலம்’ என்ற ஒன்று மட்டும் தொலைந்துபோய் இருக்கிறது. நேரமும் இடமும் சரியாக இருந்து, காலம் மட்டும் மாறிப்போன ஒரு கதைக்களத்தில் ராமகிருஷ்ணனின் உற்சாகமான எழுத்து விளையாட்டு உற்சவம் நடத்தும்.

‘ஆலிஸ் இன் வொண்டர் லேண்ட்’, ‘காஃகாவின் உருமாற்றம்’ போன்ற கதைகள் எழுப்பிய தாக்கத்தை, இவருடைய எழுத்துகளில் அதிகம் காண முடியும். பெரியவர்களுக்கான புத்தகங்கள் எழுதிய எண்ணிக்கையில், சிறுவர்களுக்கான புத்தகத்தையும் இவர் எழுதியிருக்கிறார். சளைக்காத

படிப்பாளியாகவும், தளராத படைப்பாளியாகவும் இவர் இருக்கிறார்.

எஸ்.ராமகிருஷ்ணன், தமிழில் புதிய எழுத்து முயற்சியில் ஈடுபட்டுள்ளவர்களில் குறிப்பிடத்தக்கப் படைப்பாளி. பல சிறுகதைத் தொகுப்புகளும், மொழிபெயர்ப்பு நூல்களும், ஜார்ஜ் லூயி போர்ஹே குறித்த நூல் ஒன்றும் இவரது படைப்புகள்.

இவருடைய 'கதாவிலாசம்', சிறுகதை நேசிப்பாளர்களுக்கு ஒரு கையேடு. மகாபாரதம் பற்றிய மீள்புனைவாக 'உபபாண்டவம்' என்கிற இவரது நாவல், இவரை புகழின் உச்சிக்குக் கொண்டுசென்றது. 50&க்கும் மேற்பட்ட நூல்களை எழுதியுள்ள ராமகிருஷ்ணன், திரைத் துறை, நாடகத் துறை, குறும்படம் போன்றவற்றில் பங்காற்றி வருகிறார்.

இவரது காலத்தில் உடன் பயணிக்கும் எழுத்தாளர்களில் முக்கியமானவர்களாக ஜே.பி.சாணக்யா, வா.மு.கோமு, தமிழ்மகன், அஜயன் பாலா, அ.வெண்ணிலா, தாமிரா, சந்திரா, கோபாலகிருஷ்ணன் (சூத்ரதாரி), ஷோபா சக்தி, எஸ்.செந்தில்குமார், லஷ்மி சரவணக்குமார், தமிழ்நதி, உமா ஷக்தி, இந்திரா, கணேசகுமாரன் ஆகியோரைச் சொல்லலாம்.

இவருடைய 'வேனல் தெரு', குடிகார சமூகத்தை விவரிக்கிறது. ஒரு தெருவில் பலரும் பல்வேறு காரணங்களைச் சொல்லிக் குடிக்கிறார்கள். குடிப்பது ஒரு காரணம் பொருட்டு. கற்பனையான ஓர் உலகத்தைக் கண்முன் காட்டுவதுபோல இருந்தாலும், எதார்த்த உலகத்தைப் பிரிதோர் கோணத்தில் காட்டுவதே கதையின் நோக்கம்.

13 வயதுக்கு உட்பட்டவர்கள், பெண்கள், முதியவர்கள் என்று எல்லோருமே குடிக்கிறார்கள். சாயங்காலமானால் குடித்தார்கள். இப்போது கடை திறப்பதற்கு முன்பே கடை முன்னால் காத்துக்கிடக்கிறார்கள். எண்ணம், செயல், இயக்கம் எல்லாமே குடியை நோக்கி அமைந்துவிட்ட ஓர் உலகத்தை, இன்னமும் நாம் 'கற்பனை உலகம்' என்று சொல்ல முடியாது அல்லவா?

# எஸ்.ராமகிருஷ்ணன்

## 1966

## வேனல் தெரு

பதினாலாம் நூற்றாண்டு யுத்தத்தில் தப்பிய குதிரைபோல, ‘வேனல் தெரு’ வசீகரமாக வாலை ஆட்டி அழைத்துக்கொண்டிருந்தது. நீண்ட உருவங்களாகவும், தோற்றம் கவலைவுற்றவர்களாகவும் குடிகாரர்கள் நடந்து கொண்டிருந்தனர். வேனல் தெருவின் இரு பக்கமும் நீண்ட வரிசையாக மதுக்கடைகளே நிறைந்திருந்தன. கண்ணாடிக் குடுவைகளில் தேங்கிய மது, தன் நீள் தொடு கொம்புகளால் பார்ப்பவரின் கண்களைச் சுருட்டி அடைத்துக் கொண்டிருந்தது.

நகரின் தொல் பழமையான இந்தத் தெருவின் இமைகள், இரவு-பகல் பேதமின்றி சிமிட்டிக்கொண்டிருந்தன. வயதை மறந்த குடிகாரர்கள், தங்களை மீறி ஸ்நேகித்துக் கொண்டும், பரஸ்பரம் அன்பில் கட்டுப்பட்டவர்களாய் நேசம் மட்டுமே வழியும் மதுக் குடுவையுடன் விடாது பேசியபடியிருக்க, எரிந்துகொண்டிருக்கும் ஒன்றிரண்டு குண்டு பல்புகளுக்கு ஊடே பெண்களும் கூடி கபடின்றி சிரித்தபடி முக்காடு விலக்கிக் குடித்துப் போகின்றனர். போதை ததும்பியவன் கனவிலே உருக்கொண்டதுபோல வியாபித்திருக்கிறது வேனல் தெரு. மனிதர்கள், மதுவுடன் தங்கள் ஆக்ருதிகளைக் கரைத்துவிட்டு திரவம் போலாகி மதுப்புட்டியினுள் சேகரமாகிவிட

முயன்றுகொண்டிருந்தனர்.

நீண்ட தாடியும் கருத்த 'ரம்' புட்டியுமாக நிற்கிறாரே -& அதோ கட்டடத்தின் கடைசியில் & அவரிடம் கேளுங்கள். தனது விநோத கனவுகளில் நூறு நடிகைகளைக் காதலித்துத் தோற்ற கதை, அவரிடம் ஒரு சுருள் பூச்சியாய் ஆயிரம் கால்கொண்டு ஊர்ந்துகொண்டிருக்கிறது.

என்றோ இறந்துவிட்ட எல்.பி.வனமோகினிக்காகத்தான் அவர் இப்போது மது அருந்திக்கொண்டிருக்கிறார். இருபது வயதிற்குள் எண்ணற்ற நடிகர்களால் காதலிக்கப்பட்டு, எவரையும் வெறுக்கத் தெரியாமல் சுயமரணம் செய்துகொண்ட அந்த நடிகையின் சுருள் கூந்தல் இழையொன்று, மதுவின் வழியே தன்மீது படர்வதாகவே அவர் நினைத்துக்கொள்கிறார். எல்.பி.வனமோகினியை அவர் நேரில் கண்டவரில்லை.

யாரோ தந்த சினிமா புகைப்படத் தாளில் சுழித்த உதடுடன் இருந்த அவள், நரி ஒன்றைத் தன்னோடு அணைத்துக் கொண்டிருந்தாள். நரியே அவளைக் காதலிக்கச் செய்தது. இந்த நூற்றாண்டின் இரண்டாம் பத்தில் இறந்துபோனாள் வனமோகினி. என்றாலும் என்ன? அவளை உயிருடன் எழுப்பும் மதுப்புட்டிகள் அவரிடம் இருந்தனவே.

அவரின் மனதில், அன்பின் சிறு துவாரங்களின் வழியே தீர்க்க முடியாத துக்கம் சுரந்துகொண்டிருக்கிறது. அன்பே துக்கத்தின் துளிதானோ? உலகில் வனமோகினியின் காலம் இன்னும் எத்தனை நூற்றாண்டுகளுக்கு இருக்கும்? அவரிடமிருந்து தேவைப்படுமாயின் மதுவை நீங்களும் பெற்றுக்கொள்ளலாம். இன்று அவரிடமிருந்த மதுப்புட்டியைப் பிடுங்கிக்கொண்டு அவரை மிதித்துத் தள்ளியபடி நகர்கிறானே அந்த இளைஞன், அவன் பெயர் என்னவாகயிருக்கும்?

வேனல் தெருவிற்குள் வருபவர்கள் எவராகயிருப்பினும் பெயர் ஒன்றுதானே? இளைஞன் தன்னிடமிருந்த சில்லறைகளைத் தெருவெங்கும் வீசி இறைக்கிறான். எவனோ ஒரு கடைக்காரன் தன்னிடம் சில்லறையில்லை என எந்த ஊரிலோ மறுதலித்ததின் பதிலாக இங்கே சில்லறைகள் வீசுகிறான். பின்பு, மெதுவாகத் தன்னிடமிருந்த நூறு ரூபாய் தாளை சுருட்டி அதன் முனையில் நெருப்பிட்டுப் புகைக்கிறான். அவனைப் பார்த்து யாரோ சிரிக்கிறார்கள்.

ஏழாம் நம்பர் கடை மூலையில் இருக்கும் இருவர்தானே சிரித்தது. அவர்களில் ஒருவனுக்கு, பணத்தைப் புகைப்பவனிடமிருந்து ஒரேயொரு தம் அடிக்க ஆசை எழ, கால் பின்னிய நிலையில் எழுந்து வந்து, அவனிடம் தம் கேட்கிறான். வந்தவன் உதட்டிலும் பணத்தின் நீல நிறம் ஒட்டிக்கொள்கிறது. இருவரும் புகைக்கிறார்கள். அவர்களுக்குள் ஏற்பட்ட புதிய நட்பிற்காக இருவரும் ஒரே மதுக்கோப்பையைப் பகிர்ந்து கொள்கிறார்கள். கோப்பை காலியானதும் இருவருக்குள் விரோதம் துவங்குகிறது. தனது பணத்தைப் பிடுங்கி சுருட்டிப் புகைத்துவிட்டான் என, வந்தவனுக்கு எதிராகக் கூச்சலிடுகிறான் இளைஞன்.

ஏழாம் கடையில் இருந்தவனோ, தன்னுடன் இருந்த நண்பன் எவன் என அறியாது, மற்றொருவன் தோளில் சாய்ந்துகொண்டு உறவை விளித்து 'மாப்ளே.. மாப்ளே..!' என செல்லமிடுகிறான். இத்தனைக் குடிகாரர்களுக்கும் நடுவில், சிதறிய நாணயங்களைக் குனிந்து அவசரமும் ஒடுக்கமுமாக பொறுக்கிக்கொண்டிருக்கிறாளே அந்த செங்கிழவி, அவளை விடவும் திருடக்கூடியவர் இந்த வேனல் தெருவில் எவரும் கிடையாது.

நாணயங்களைக் குனிந்து சேகரித்தபடியே அவள் கால் செருப்புகளைத் திருடி ஒளிக்கிறாள் பாருங்கள். அவள் உடைந்த குப்பிகளுக்குள் நாணயங்களைப் போட்டுக் குலுக்குகிறாள். அவைதான் எத்தனை இனிமையாகச் சப்தமிடுகின்றன. நாணயங்கள் நிரம்பிய மதுப்புட்டியுடன் வேனல் தெருவில் இருந்த இருள் சந்தில் போகிறாள். அங்கும் சிலர் குடித்துக்கொண்டுதான் இருக்கிறார்கள். அவர்கள் நிலத்தோடு உரையாடிக்கொண்டிருப்பது போல முணுமுணுக்கின்றனர்.

விலை மலிந்த சாராய வீதி அந்த இருள் சந்து. தகரக் குவளைகளில் மஞ்சள் சாராயம் மினுக்கிறது. செங்கிழவி தன் மதுப்புட்டியை ஒரு தகரக் குவளையில் கொட்டுகிறாள். மிச்சமான சாராயத்தில் ஊறுகின்றன நாணயங்கள். தங்கத்தைப் போன்ற வசீகரமான அத்திரவத்தை அவள் உதடு தீண்ட விரிகின்றது, ஒரு வான்கோழியைப் போல சப்தமிட்டபடி!

அவள் குடித்துவிட்டுத் தகரக் குவளையைத் தருகிறாள். அவளுடைய வயது மெல்லக் கரைந்து மீண்டும் பால்யம் கண்டவள்போல, தனது மார்புகளை சாராயக்காரனிடம் காட்டி இச்சை மொழியில் பேசுகிறாள். அவனோ, 'கிழட்டு நாயே..!' என ஏசியபடி மீண்டும் தகரக் குவளையில் சாராயம் தருகிறான். இனி இரவு முழுவதற்கும் வேறு கிடைக்காது என்பது தெரியும். நீண்ட கயிற்றால் காலி மதுப்புட்டியை இடுப்பில் சுற்றி நாணயம் தேடி அலையத் துவங்குவாள்.

வேனல் தெருவுக்கு, எல்லா இரவும் மது வாங்கவரும் பக்கீர் வந்திருக்கக்கூடும். அவரது மிகப் பெரிய மோட்டார் சைக்கிள் ஓசையைக் கேட்டதும் கிழவி ஓடுகிறாள். பக்கீர் என்றைக்கும் போலவே இரண்டாம் கடைமுன் நிற்கிறார். அவருக்கு உரியதைப் பெற்றுக்கொள்கிறார். இளம் பெண்ணைப்போல அவரை உரசிச் சிரிக்கிறாள் செங்கிழவி. அவர் வண்டியில் அமர்ந்தபடி எல்லா நாளையும் போலவே தனது இடது காலால் அவளை உதைத்துத் தள்ளிவிட்டு ஐந்து ரூபாயை எறிந்து புறப்படுகிறார். அதை எடுக்க மனம் அற்றவளாக அவரின் மனைவிகளைப் பற்றிய வசைகளைப் பெருக்கியபடி நிற்கிறாள்.

அந்தப் பணம், இரவெல்லாம் எவராலும் எடுக்கப்படாமல் அந்த இடத்தில் கிடக்கும். விடிந்த பின்பு அதை அவளே எடுத்துக்கொள்ளக்கூடும். ஆயினும், இரவில் அவள் அதன்மீது மூத்திரம் பெய்வதையோ, காறி உமிழ்வதையோ எவர் தடுக்க முடியும்? 'வழியற்ற ஒருவன் அப்பணத்தை எடுத்த நாள் ஒன்றில், கிழவி, அவன்

உடைகளை அவிழ்த்துவிட்டு ஆடையற்ற அவன் உறுப்பில் புட்டியால் அடித்திருக்கிறாள்' என்கிறார்கள். எனினும் புறக்கணிக்கப்பட்ட பணம், வெறும் காகிதமாக இருளில் வீழ்ந்து கிடக்கும்.

வேனல் தெருவுக்குப் புதிதாக வந்த அந்தப் பையனைப் பாருங்கள். இப்போதே மீசை அரும்பத் துவங்கியிருந்த அவன், எதிர் வீட்டில் குடியிருந்து வேறு ஊருக்கு மாற்றலாகிப் போன மாணவிக்காகவும் தன் முதல் காதலுக்காகவும் மதுப்புட்டியைத் திறக்கிறான். அவனிடம் சொல்லவொண்ணாத காதல் இருக்கிறது. தோற்றுப்போன தன் முதல் காதல் பற்றி யாரிடமும் பேச முடியாத தவிப்பில் அவன் கடைசியில் தன்னிடமே பேச முயலுகிறான். தன்னிடம் பேசுவதைவிடவும் வேறு எவர் கிடைக்கக்கூடும் நல்துணை.

அவனுக்குக் குடிக்கத் தெரியாமல் இருக்கக்கூடும். ஒருவேளை, மது அவனை வீட்டிற்குத் திரும்பவிடாமல் ஏதோ ஒரு தெரு இருளில் விழச் செய்யக்கூடும். ஆனாலும், அவனுடன் பேசுவதற்குக் கற்றுத் தரக்கூடும். அவன் கறுப்புத் திரவம் ஒன்றை வாங்கியிருக்கிறான்.

அத்திரவம் அவன் உடலில் கண்ணாடி இதழ்போல நீர்தட்டானின் சிறகை விடவும் மெல்லியதாக இரு சிறகுகளைக் கிளைவிடச் செய்யும். இதை நினைத்தபடியே குடிக்கிறான். பனை விசிறியைப்போல வடிவம்கொண்ட அந்தச் சிறகு அருகில் குடித்துக்கொண்டிருப்பவன் கண்ணுக்குக்கூடத் தெரிகிறது. அவனுள் மிதந்துகொண்டிருந்த திரவம், மாற்றலாகிப்போன பெண்ணின் சுவடுகளைப் பற்றிச் சென்று, தெரியாத ஊரில் உறங்கும் அவள் வெண்பாதங்களை முத்துகின்றன.

அவன் இப்போது அந்தப்பெண்ணையே குடித்துக்கொண்டிருக்கிறான். புட்டியில், ஒரு துளி திரவமும் இல்லாமல் தீர்த்துவிட்டான். நீர்மைப் படர்ந்த கண்களுடன், தன் முதல் காதலைப் பற்றித் தன்னிடமே பேசிக்கொள்கிறான். விசும்பலும் ஏக்கமும் ஊர்கின்றன உடலெங்கும். சக குடிகாரன் ஒருவன், அவனை நோக்கித் தன் கைகளை விரிக்கிறான். கரங்களின் ஊடே நுழைந்த மாணவனை முத்தமிடுகின்றன பெரு உதடுகள். மாறி மாறி முத்தமிட்டுக்கொள்கிறார்கள்.

பின் இருவரும் தோளில் கைபோட்டபடி அடுத்த மதுக்கடைக்குப் போகிறார்கள். அவர்களை இடித்துக்கொண்டு போகும் நபர், பையனின் நல்லாசிரியராக இருக்கிறார். எனினும் என்ன? இரவின் ரகசிய படிக்கட்டுகளின் வழியே உலவும் குடிகாரர் அவரும்தானே. காலி மதுப்புட்டிகளில் விரல் நுழைத்து துழாவும் குருடன் செபாஸ்டியன் புட்டிகளில் மிஞ்சிய மதுவைத் துளிதுளியாக தன் சிரட்டையில் சேகரிக்கிறான் பாருங்கள்.

எவனோ குடித்து மீதம் வைத்துப்போன பாதி புட்டி ஒன்றால் சிரட்டையே நிரம்பிவிடுகிறது. இனி, அவனை விடவும் யோகமும் சந்தோஷமும் கொள்ளக்கூடிய மனிதன் எவனிருக்கிறான். வேனல் தெருவில் இடிந்த மூத்திரப் பிறையின் படிக்கட்டில் அமர்ந்தபடி அவன்

இரவு உணவையும் சிரட்டை மதுவையும் ருசித்துக் குடிக்கிறான். பகல் முழுவதும் கூவிப் பெற்ற நாணயங்களையும் மனிதர்களையும் மறந்துவிட்டு, தான் கண் பார்த்து அறியாத வேனல் தெருவின் வாசனையை முகர்ந்தபடி களிப்புறுகிறான். சந்தோஷம், ஒரு சல்லாத்துணிபோல உடல்மீது படர்கிறது.

தன்னிடமிருந்த பீடியைப் புகைக்கத் துவங்கியதும், உலகம் ஏன் இத்தனை சந்தோஷமாகவும் இடைவிடாத களிப்பையும் கொண்டிருக்கிறது என எண்ணிக்கொண்டான். ஸ்திரீகளையும் வீட்டையும் மறந்த வேனல் தெரு, மதுக்குடியர்களுக்குள் மட்டும் எப்படி வற்றாமல் களிப்பு பீறிடுகிறதோ என புரியவேயில்லை. கசப்பு முளைத்த நாவுடன் அவர்கள் உலகின் மொத்தக் களிப்பையும் திருடி வந்துவிட்டார்களா என்ன? வேடிக்கையும் உல்லாசமும் நிரம்பிய அத்தெருவிற்குள் ‘குற்றம்’ என எதைச் சொல்லிக் கொள்ளக்கூடும். திறந்த இரவினுள், குற்றங்கள் நிழலைப்போல சப்தமிடாதபடியே உலவுகின்றன.

பண்டிகை நாள் தவிர, வேறு காலங்களில் ஒப்பனையற்றுப் போன ஸ்திரீபார்ட்காரன் ஒருவன் மட்டும் குடியில் குரல் உயர்த்திப் பாடாமல் இருந்திருந்தால், உல்லாசத்தில் இந்த லயம் இருந்திருக்கக் கூடுமா? அவனுக்குப் பெண்களைவிடவும் அடர்ந்த கூந்தல். ஸ்திரீ முகம் கொண்ட அவன், வேனல் தெருவிற்குக் குடிப்பதற்கு ஒருபோதும் தனியே வருவதேயில்லை. ஓர் ஆட்டுக் குட்டியை மார்போடு அணைத்து எடுத்துக்கொண்டு வருவான். கற்பனையான உபவனத்தில் தோழியோடு அலையும் ராணியைப்போல நடக்கிறான்.

அவனுடைய தோளில் சரசரக்கும் தலைமயிர், குடிப்பவர்களுக்குள் சரசத்தின் மூச்சைக் கிளப்பிச் செல்கிறது. வேஷமிடாத போதும் அவனால் ஸ்திரீபார்ட்டினின்னு தப்பிக்க முடியவில்லையே. பொய் மார்பகமும், உயர் கொண்டையும் அணியவில்லையே தவிர, அவன் முகத்தில் மஞ்சள் திட்டுகளும், கைகளில் வளையும் சப்தமிட வருகிறான். அவனுடைய ஆட்டுக்குட்டி துள்ளி, குடிகாரர்களின் ஊடே அலைகிறது. ஆட்டின் கழுத்தில் புரளும் ஒற்றை மணி சப்தம் கேட்ட குடிகாரன் எவனோ, தங்களுக்குக் குடிப்பதற்காக வாங்கிய புட்டியுடன் இருளில் மறைகிறான்.

ஆட்டின் கண்களில் பழகிய போதையின் சுகிப்பு தெரிகிறது. அவனும் ஆடுமாகக் குடிக்கிறார்கள். இருவரும் இரவெல்லாம் குடிக்கக்கூடும். குடித்த ஆடுகள், எப்போதும் இயல்பிலேயே புணர்ச்சிக்கு ஏங்குகின்றன. அவை மனித பேதமறியாது, கால் தூக்கி நிற்கின்றன. நள்ளிரவு வரை அவர்கள் பேசிக்கொண்டே இருக்கிறார்கள்.

ஆடு, வேனல் தெருவின்று கிளம்பி அவர்கள் மஞ்சள் அழியும் உலர்ந்த வீதிகளில் காகிதத்தை மென்றபடி அலையத் துவங்குகிறது. மூடிய வீடுகளுக்கு வெளியே முரட்டுக் குடிகாரனைப்போல ஆடு

மணியசைத்துச் சுழல்கிறது. தடுக்க யார் இருக்கிறார்கள். உல்லாசம், தெருவில் தனியே நடனமிடுகிறது என்பதைத்தவிர.

வேனல் தெரு மதுக்கடைகள் மூடப்படுவதேயில்லை. கடைகளுக்குக் குடிக்க வருபவர்கள் மட்டுமல்ல, கடையில் இருக்கும் விற்பனை செய்யும் நபர்கள்கூட ஒரே முகச் சாயலில்தான் இருக்கிறார்கள். அவர்களுள் நான்காம் கடை சிப்பந்தியின் கண்கள், புட்டிகளை வாங்கும் எல்லா மனித முகத்தையும் துளையிட்டு அறிந்துவிடுகின்றன.

மதுக்கடைச் சிப்பந்திகள் சில்லறை தராமல் ஏமாற்றும் போதோ, கள் மதுவை விற்கும்போதோகூட குடியர்கள் ஏன் எதிர்ப்பதில்லை. வேனல் தெரு இரவு, எப்போதும் அரை மயக்க நிலையிலேயே இருக்கிறது. பொருள் வழி அலையும் வியாபாரிகளும் பயணிகளும் இதனுள் நுழையாமல் செல்ல முடிவதேயில்லை. தனது குறிப்பேட்டில் யாரோ பயணியின் கைகள் தெருவின் ஞாபகத்தினை எழுத் தாக்குகின்றன. பின் அவனும் களைத்துவிடுகிறான்.

நேற்றாக இருக்கலாம். குடிக்க வந்த இருவர், நெடும் காலத்தின் பின் சந்திப்பு கொண்டு நினைவைப் பரிமாறியபடி குடித்தனர். அவர்கள் பர்மாவிலிருந்து நடந்து வந்தவர்கள் எனத் தெரிகிறது. மதுப்புட்டிகள் காலியாகியபடி இருந்தன. பின் இருவரில் மூத்தவன் மதுப்புட்டியை உயர்த்தி அதனுள் பர்மா மூழ்கியிருப்பதாகக் கூறுகிறான். திரவம் மெல்ல படிய, பர்மா நகரம் கண்ணாடி மீறி விரிகிறது. இருவரும் யுத்தத்துக்கு முந்திய மரவீடுகளின் சாலையில் நடக்கின்றனர். ஜப்பானிய விமானங்களின் குண்டு, நகர் மீது சிதறுகிறது. தெருக்களுக்குள் ஓடுகிறார்கள்.

துப்பாக்கி ரவை எட்டாத வெளியில் பயணித்து நடந்தபோது ஒருவன் மற்றவனை நோக்கி துப்பாக்கியை நீட்ட, தோட்டா பீறிட்டு முதுகில் பாய்கிறது. விழித்துக் கொண்டவனைப்போல, குடிப்பவன், கண்ணாடி புட்டியைத் தூக்கி உடைக்கிறான். பர்மா சிதறுகிறது. சுட்டுக்கொண்டது யார் யாரை என்ற புதிர் விலங்காமல் சொந்த துயரத்திற்காக மீண்டுமொரு மதுப்புட்டி வாங்க நடக்கின்றனர்.

இரவு நீள நீள மயங்கிச் சரிந்த சாயைகளின் நடமாட்டம் ஓய்ந்த பின்பும், வேனல் தெரு விழித்தபடிதானிக்கிறது. என்றோ இந்த நகரையாண்ட வெள்ளைப் பிரபுவின் குள்ளமான சிலையைப் பாருங்கள். அதன் கண்கள்கூட இந்தத் தெருவைப் பார்த்தபடிதானிருக்கின்றன.

பிறந்த தேசம்விட்டு கனவுக் கப்பலில் மிதந்தபடி அந்தத் துரை இந்நகரை நன்றாக அறிந்திருந்தான். அந்தச் சிலையின் கீழே உளறுகிறானே ஒருவன், அவன் எதைத்தான் பேசுகிறான்? காதில் விழுகிறதா? என்றோ மழை வெறித்த நாள் ஒன்றில் சிவப்புக் குடையுடன் வந்த இரண்டு சட்டைக்காரப் பெண்கள் கண்ணீர் மல்க, அந்தச் சிலையின் முன்பாக மௌனித்துவிட்டு ரோஜா மலர்களை அங்குவிட்டுச் சென்றனரே அன்றும் அவன் அங்கு

குடித்துக் கொண்டிருந்தான்.

ரோஜா மலர்கள், வேனல் தெரு மதுக்குடியர்களைப் பேச்சற்றுப் போகச் செய்தன. மதுக் கடைக்காரர்களுக்கு அந்த ரோஜாக்களைப்போல குற்ற உணர்வை ஏற்படுத்தும் அந்தப் பொருளும் இதுவரை உலகில் இருந்ததாக நினைவில்லை. இருபத்தி எட்டு மதுக்கடை சிப்பந்திகளும் ரோஜாக்களை எவராவது எடுத்துப் போய்விட வேண்டும் என ஆசைப்பட்டார்களே அன்றி, எவனும் கீழ் இறங்கி அந்த ரோஜாக்களை எடுத்து எறிய இயலவில்லை.

பதினாலாம் கடைச் சிப்பந்தி ஒருவனுக்கு, தன் ஆறு வயது மகளின் ஞாபகம். பெரு மைல்களுக்கு அப்பால் உள்ள கிராமத்து வீட்டின் கதவுகளைத் தட்டி முகம் பார்க்க ஆசையுற்றுப் புலம்பினான். அவனாலும் இந்த ரோஜாக்களை எடுத்துவிட முடியவில்லைதானே? மூன்று நாட்கள் வரை அதே இடத்தில் காய்ந்து சருகாகிய நிலையில் ரோஜாக்கள் இருந்தன. பின் காற்று அதைத் தன்னோடு கூட்டிப்போனது. காற்றில் மறைந்துவிட்ட ரோஜா ஏற்படுத்திய வெறுமை, கடைச் சிப்பந்தி ஒருவனுக்குத் தாளாமல், அவன் வீதியின்று அழித்து ஓடி, 'நகரையே விட்டுப் புலம்பி ஓடுகிறானே, அது எதற்காம்?' விசித்திரம்தான் மனிதர்களாக உருக்கொண்டு இங்கு வருகின்றதாயென்ன?

மழிக்கப்படாத மயிர் படர்ந்த முகத்துடன் ஒருவன் எல்லா மதுக்கடைகளிலும் இரஞ்சும் குரலில் பணத்தை வைத்துக்கொண்டு கேட்டும், எவரும் இல்லையெனத் தலையாட்டுகிறார்களே தெரிகிறதா? அவனுக்கான மதுப்புட்டிகள் உலகில் இல்லாமல் தீர்ந்துவிட்டனவா? அவன் குடிப்பதற்காக எதையும் கேட்பதாகத் தெரியவில்லை. அருகில் வந்து அவன் குரலைக் கேளுங்கள். வேறு எதோ ஒரு பொருளுக்காக மன்றாடுகிறான்.

படர்ந்த மீசையில் கண்ணீர் துளிர்த்து நிற்க, அவன் வேதனையுடன் எதைத்தான் கேட்கிறான்? நேற்றுதானோ, இல்லை ஒரு வருடத்தின் முன்பாகவோ ஏதோ ஒரு மதுக்கடையில் அவன் இறந்துபோன மனைவியின் மணநாள் பட்டுப் புடவையொன்றை விற்றுக் குடித்து போயிருக்கிறான்.

இன்று புடவையின் ஞாபகம் பீறிட, தேடி மீட்டுக்கொள்ள அலைகிறான். அந்தப் புடவையின் ஒரு முனை தீயில் எரிந்து போயிருக்கும் என்பதும், அதைச் செய்தவன் அவன் என்பதையும் யார் அறிவர்?

எல்லா மதுக்கடைக்காரர்களும் அவனையறிவர். புடவை என்றில்லை. கடிகாரங்கள், நிலைக்கண்ணாடி என எத்தனையோ விற்றுக் குடித்துப் போயிருக்கிறான்.

அந்தப் புடவையை அடைந்தவன் எக்கடையின் சிப்பந்தி எனத்தான்

தெரியவில்லை. அவனது பரிதாபம் தாங்காது சகக் குடிகாரன் ஒருவன் விடாது பேசுகிறான். ஒரு சிப்பந்தி, அவனைக் கூப்பிட்டு, "குடிகாரர்கள், விற்றுப்போன பொருட்களின் சேகர அறையைத் திறந்து காட்டுவதாகக் கூறுகிறான். அந்த அறையினுள் புடவைகள், மரக்கண்ணாடிகள், கடிகாரங்கள், மணல்குடுவைகள், பழந்துப்பாக்கி, இசைத்தட்டுகள், புகைபிடிக்கும் குழல், கோப்பைகள், தைல ஓவியம் எனக் குவிந்து கிடக்கின்றன.

தன் மனைவியின் புடவையைத் தேடிச் சலிக்கிறான். என்றோ அடமானத்தில் வைக்கப்பட்டுப்போன சித்திரக்காரனின் இதயம் ஒன்று மிக மெதுவாகத் துடித்துக்கொண்டிருந்தது அறையில். அந்த அறையைவிட்டு அகலாது ஆறு நாட்கள் புடவையைத் தேடிக்கொண்டிருந்தான். பின்னொரு நாள் "வெளிறிய முகத்துடன் மனைவியின் புடவையை நெருப்பிட்டு எரித்து சாம்பலாக்கிக் குடித்தவன் நானே..!" எனக்கூறி தெருக் கடந்து சென்றான். கடைச் சிப்பந்திகள் அறிந்திருக்கிறார்கள் & குடிகாரர்கள், எதையும் நினைவில் வைத்துக்கொள்வதேயில்லை என்பதை.

'வேனல் தெரு' என்பதே ஒரு கண்ணாடி கூண்டுதான் போலும். இங்கே வருபவர்கள் மதுவால் மட்டும் போதையாடுகிறார்கள் என எவராலும் தீர்க்கமாகச் சொல்ல முடியாது. விசித்திரம் ஒரு மோதிரமென இவர்கள் விரல் சுற்றிக்கொள்ள, உறக்கமற்று எதைத்தான் அழித்துவிடக் குடிக்கிறார்கள். வாகனங்கள் ஊர்ந்து அலையும் நகர வீதியில் கூக்குரலிட்டு வெறியுடன் ஒருவன் நீட்டுகிற கத்தியின் பரப்பில் வேனல் தெரு உருக்கொண்டுவிடுவதைப் பல கண்களும் அறிந்தே கிடக்கின்றன.

என்றாலும் நண்பர்களே, மதுக்கடைகள் மூடப்படுவதேயில்லை. மீன், கறிகளையும் மிஞ்சிய மதுவையும் குடித்துப் பெருத்த எலிகளின் கூட்டமொன்று, தெருவை கருமி பூமியினுள் இழுத்துச் சென்றுவிட முயல்கின்றன.

தன் தலைமயிர் நிலத்தில் வேர்விட, நூற்றாண்டுகளாக ஒருவன் இத்தெரு நடுவில் வீழ்ந்து உறங்கிக்கொண்டே இருக்கிறான். அந்த மனிதன், விடுபட்டுப்போன சீன யாத்ரீகர்களில் ஒருவன் எனச் சொன்னால், நம்புவீர்களா நீங்கள்?

# தமிழ் எழுத்தாளர்களின் பார்வையில் தமிழ்ச் சிறுகதை

தமிழ்ச் சிறுகதையின் வரலாறு பல்வேறு உத்திகளைக் கடந்து வெற்றி நடைபோட்டு வருகிறது. 20&ம் நூற்றாண்டின் தொடக்க ஆண்டுகளில் தமிழ்ச் சிறுகதை பிறந்தது. கார்த்திகேசு சிவதம்பி, சிட்டி, சி.சு.செல்லப்பா உள்ளிட்ட சிலர் தமிழ்ச் சிறுகதை பிறந்த 50 ஆண்டுகளுக்குள் அதன் வளர்ச்சி பற்றி புத்தகங்கள் எழுதினார்கள்.

தமிழின் முதல் கதை எது என்ற சர்ச்சை தொடங்கி, அதன் வளர்ச்சிப் போக்கையும் பதிவு செய்தார்கள். அதன்பிறகு எழுத்தாளர்கள் பலர் சிறுகதை கலையைப் பற்றி, தமிழின் சிறந்த கதைகள் குறித்து பதிவுசெய்தனர். தேவசகாய குமார் சிறுகதை ஆய்வு நூல் எழுதினார்.

எதற்காக சிறுகதை எழுதப்பட வேண்டும் அல்லது படிக்கப்பட வேண்டும் என்ற ஆதார கேள்வியில் இருந்து எப்படி எழுத வேண்டும் என்பது வரை அவர்களின் எழுத்துகளின் வாயிலாக அறிந்துகொள்வது புதிதாக எழுத வருபவர்களுக்கு மட்டுமன்றி, புதிதாகப் படிக்க வருபவரகளுக்கும்கூட பயன்படும்.

இனி... சிறுகதைகள் குறித்து

சிறுகதை சாம்ராட்கள்..!

# சிறுகதை என்பது வாழ்க்கையின் சாளரம்

## புதுமைப்பித்தன்

கதை, கேட்பதும்; சொல்வதும் தொன்றுதொட்டு வந்த ஒரு பழக்கம். 'ஒரே ஒரு ஊரிலே ஒரே ஒரு ராஜா இருந்தான்...' என்று ஆரம்பிக்கும் இளமை மாறாத கிழக்கதைகள் முதல் இன்று இருக்கும் எழுத்தாசிரியர்களின் கனவுகளான சிறுகதைகள் வரை, எல்லாம் மனித உள்ளத்தின் அடைய முடியாத ஆசைகளின் எதிரொலி.

கதை என்றால் என்ன? எதுதான் சிறுகதை? சிறுகதையின் எல்லை என்ன? சிறுகதைக்கு என்று தனிப்பட்ட ரூபம் ஒன்று உண்டா? இதற்கெல்லாம் சூத்திரங்கள் ஒன்றும் கிடையாது. சிறுகதையின் எல்லை வளர்ந்துகொண்டே வருகிறது. ஒவ்வொரு கதையாசிரியனும் எடுத்தாண்ட ரூபங்கள் எண்ணிறந்தன. இருக்கும் கதைகளை வைத்து இவைதான் 'சிறுகதை' என்று நிர்ணயிக்க வேண்டும்.

சிறுகதையின் ஜீவநாடி ஒன்று, அதில் எடுத்தாளப்படும் சம்பவம் அல்லது நிகழ்ச்சி தனிப்பட்ட ஒன்றாக இருக்க வேண்டும். சிறுகதை வாழ்க்கையின் சாளரம். கவிதையிலே 'லிரிக்' என்று ஒரு பகுதி உண்டு. ஒரு தனிச் சம்பவம் அல்லது உணர்ச்சி அல்லது குணவிஸ்தாரம் அல்லது வருணனை எடுத்தாளப்படும் தனிப் பிண்டமான சிறு கவிதைக்கு 'லிரிக்' என்று

கூறுவார்கள். தமிழில் அதைத் 'தனிப்பாட்டு' என்று அர்த்தப்படுத்திக் கொள்ளலாம். சிறுகதைக்கும், தனிப்பாட்டு என்ற 'லிரிக்'குக்கும் உள்ள வித்தியாசம் ஒன்றுதான். 'லிரிக்'குக்கு ரூபம் அவசியம்; சிறுகதையில் ரூபம் கதை எழுதுபவனின் மனோதர்மத்தைப் பொறுத்தது. இவ்வாறு அகன்ற எல்லைக்கோட்டுக்குள்தான் இலக்கியத்தின் சிறுகதைப் பகுதி அடங்குகிறது. சிறுகதை என்றால், அளவில் சிறியதாக இருப்பது என்பதல்ல; எடுத்தாளப்படும் சம்பவம் தனி நிகழ்ச்சியாக இருக்க வேண்டும்.

சிறுகதைக்கும் நாவலுக்கும் உள்ள வித்தியாசத்தைக் கவனித்துவிட்டு, பிறகு ஒரு சிறுகதையை உதாரணமாக எடுத்து அதன் கட்டுக்கோப்பைக் கவனிப்போம்.

சிறுகதை, வாழ்க்கையின் சாளரம் என்றால்; நாவல், வாழ்க்கையைப் பிரதிபலிக்கும் நிலைக்கண்ணாடி. வாழ்க்கையின் சிக்கல்களை, அதன் உயர்வை, அதன் சிறுமைகளை, உலாவும் பாத்திரங்களான மனிதக் கூட்டத்தின் சலனத்தில், அவற்றின் குண விஸ்தாரத்துடன் சிருஷ்டிப்பதுதான் நாவல். நாவலுக்கு, கால எல்லை கிடையாது. சென்ற காலம், நிகழ் காலம், வருங்காலம் இவற்றின் நிகழ்ச்சியை மனோதர்மத்தால் சிருஷ்டியின் மேதை குன்றாமல் கற்பனை செய்வதுதான் 'நாவல்.'

சிறுகதை வாழ்க்கையின் ஒரு பகுதியை மற்றவற்றின் கலப்பை மறந்து, ஏன், விட்டுவிட்டு கவனிக்கிறது. நாவல், வாழ்க்கையை அப்படியே முழுசாக சிருஷ்டிக்க முயல்கிறது. இவைதான் ஆசிரியர்களின் இலட்சியங்கள். ஒவ்வொருவருடைய மனோதர்மத்துக்கும் சிருஷ்டி சக்திக்கும் அனுபவத்துக்கும் தக்கவாறு நாவல்கள் பிறக்கின்றன.

சிறுகதைப் பின்னலில் ஆரம்பம், மத்திய சம்பவம், அதன் வளர்ச்சி அல்லது வீழ்ச்சி என்ற மூன்று பகுதிகள் உண்டு. சாதாரணமான கதைகளில் இந்த மூன்றும் படிப்படியாக வளர்ந்துகொண்டே போகும். சமீபத்தில் எழுதப்பட்ட அமெரிக்க சிறுகதைகளில், பழைய சம்பிரதாயமான ஆரம்பம், முடிவு என்ற இரண்டு பகுதிகளும் கிடையவே கிடையாது. கதை, திடீரென்று மத்திய சம்பவத்தின் உச்சஸ்தானத்தில் ஆரம்பிக்கிறது. அதிலேயே முடிவடைகிறது.

இன்னும் வேறு ஒருவிதமான கதைகளும் உண்டு. அவற்றில் முடிவு என்ற ஒன்று கிடையாது. அதாவது, கதையை வாசிப்பது நமது சிந்தனையின் சலனத்தை ஊக்குவதற்கு ஒரு தூண்டுகோல். கதை முடியும்போது அதைப் பற்றிய சிந்தனை முடிவடைந்து விடாது. இப்படிப்பட்ட கதைகள் முடிந்த பிறகுதான் ஆரம்பமாகிறது என்று சொன்னால் விசித்திர வாதமாகத் தோன்றும். ஆனால், அதுதான் உண்மை.

இந்த மாதிரியாகக் கதை எழுதுகிறவர்கள் இந்த முறையின் சார்பாகக் கூறும் வாதம் ஒன்று. வாழ்க்கையில் 'முற்றிற்று', 'திருச்சிற்றம்பலம்' என்று

கோடு கிழித்துவிட்டு ஹாய்யாக நாற்காலியில் சாய்ந்துகொள்ளும்படி ஏதாவது இருக்கிறதா? வாழ்க்கை எல்லையற்றது; மனந்தான் எல்லைக் கனவுகளைக் காண்பது. கடவுள் வாழ்க்கையின் கடைசிப் பக்கத்தை எழுதி விடவில்லை. அவரால் எழுதவும் சாத்தியப்படாத காரியம். இதுதான் அவர்கள் கூற்று.

கதைகளுக்குச் சம்பவம் அவசியமா, இப்படிப்பட்ட விகற்பங்கள் இருக்கலாமா என்று பலர் கேட்கிறார்கள். கதைகள் அவரவர்களுடைய சுவையையும் ரசனையையும் பொறுத்தது. ஒரு நிகழ்ச்சியை சுவாரஸ்யமாகப் பின்னுவது சிறுகதையில் ஒரு பகுதி. அவரவர்களுடைய அனுபவத்துக்கும் ரசனைக்கும் ஏற்றபடிதான் கதைகளைப் படிக்க முடியும். அதனால் இவையெல்லாம் சிறுகதை அல்ல என்று கூறுவது அசட்டுத்தனம்.

உதாரணமாக, ஸ்ரீ பி.எஸ்.ராமையா எழுதிய 'பூச்சூட்டல்' என்ற கதையை எடுத்து கதைப் பின்னலைக் கவனிப்போம். கதையில் எடுத்தாளப்படும் சம்பவம் நைந்த, ஆனால் மிகவும் அபாயகரமான பொருளைப் பற்றியது. அதாவது, ஓர் இளம் விதவையின் துன்பம். பழைய விஷயங்களை எடுத்து எழுதுவதுதான் மிகவும் அபாயகரமான விஷயம். வாசகன் எப்போதும், லேசில் பொறுமையை இழக்கக்கூடியவன் என்பதை எழுத்தாளர்கள் மனதில் வைத்துக்கொள்ள வேண்டும். 'ஆமாம், இவ்வளவுதானா?' என்று பக்கத்தைத் தள்ளிக்கொண்டு போவதில் நிபுணன். அவனுக்குத் தெரிந்த விஷயத்தை, அதாவது அவன் காதுகள் புளித்துப் போகும்படியாகக் கேட்ட விஷயத்தை மெய்ம்மறந்து உட்கார்ந்து கேட்கும்படி செய்வது மிகவும் கடினமான காரியம். அதைச் சாதிப்பதற்கு எழுத்தாளர்கள் கையாளும் தந்திரங்கள் எத்தனையோ உண்டு.

'பூச்சூட்டல்' என்ற கதையில் ஆசிரியர் புதிய முறைகளைக் கையாளாமல், சம்பிரதாயத்துக்கு உள்பட்ட ஆரம்பம், மத்திய நிகழ்ச்சி, முடிவு என்று மூன்று அங்கங்களும் உள்ள சாதாரண முறையில் ஒரு சம்பவத்தை வருணித்திருக்கிறார். ஆனால், முறையில் புதுமை இல்லாவிட்டாலும் கதை பின்னும் தந்திரத்தால் பழைய நைந்த விஷயத்துக்கு ஒரு புதிய மெருகு கொடுத்துவிடுகிறார்.

கதையில் ஓர் இளம் விதவை, தன் சகோதரன் குழந்தைக்குப் பூ வைத்துப் பின்ன முயல்கிறாள். குழந்தை அவளையும் பூச்சூட்டிக்கொள்ளும்படி வற்புறுத்துகிறது. அதிலிருந்து அவள் மனது கலைந்து பின்நோக்கிப் பாய்கிறது. மனதின் பின்பாய்ச்சலில் அவள் பூர்வகதை முழுவதும் சித்திரிக்கப்பட்டு விடுகிறது. முதல் ஆரம்பம். பிறகு சீதையின் மற்றொரு சகோதரனுடைய சாந்தி முகூர்த்தம். அந்தக் கோலாகலமான பகைப்புலத்தின் முன்பு சீதையின் துயரம், அவளது சகோதரனது தாராள மனது, தகப்பனாரின் கோபம் இவற்றின் மீது படிப்படியாக வளர்ந்து, சீதையின் கல்யாணத்தில் முடிவடைகிறது.

சீதையின் சகோதரன் தகப்பனாரைத் தன் வழிக்குத் திருப்ப எடுத்துக்கொள்ளும் வழிதான் விநோதமானது. ஆனால், திரும்பக்கூடாத மனிதனாக இருந்தால் அந்த வழியைத் தவிர வேறு ஒன்றினாலும் மாற்றப்பட முடியாது. கதையின் முடிவில் சீதைக்கும் அவளது தந்தைக்கும் சமாதானத்தை ஏற்படுத்துவதும் அந்தச் சிறு குழந்தைதான். குழந்தை, கதைப் பின்னலின் பொற்சரடு. சீதையின் புதிய வாழ்க்கைக்கும், அவள் விதவா விவாகம் செய்துகொண்டாள் என்பதைத் தவிர சாதாரண ஒரு பிராமணப் பெண்ணுக்கும் ஒரு வித்தியாசமும் இல்லை. சீதையின் முதல் மணம் எப்படி மற்றவர்களால் நிச்சயிக்கப்பட்டதோ அப்படியே அவளது இரண்டாவது மண வாழ்க்கையும் ஆரம்பமாகிறது. இதற்குப் பதிலாக சீதைக்கு ஒரு காதலனைச் சிருஷ்டித்திருந்தால் நடைமுறை உலகத்துத் தவறுக்கும் அதற்கும் பிரமாதமான ஒரு வித்தியாசமும் இருந்துவிடாது. அதனால் விதவை மணத்தின் அவசியம் குறைந்துவிடுமேயன்றி உயர்ந்து விடாது.

சிறுகதை, அதாவது தற்கால விமர்சனத்தின்படி கருதப்படும் சிறுகதை தமிழ்நாட்டுக்குப் புதிய சரக்கு. மேல்நாட்டு இலக்கிய கர்த்தர்கள் ஒரு நூற்றாண்டு பழகிய கையால் எழுதும் கதைகளுக்கும், தற்போது தோன்றி இருக்கும்

ஸ்ரீ ந.பிச்சமூர்த்தி, ஸ்ரீ கு.ப.ரா. முதலான எழுத்தாளர்களின் கற்பனைக்கும் ஏற்றத்தாழ்வைக் காணவே முடியாது.

- மணிக்கொடி, 27.10.1935

# சிறுகதை எழுதுவது எப்படி?

## தி.ஜானகிராமன்

எல்லோரும் நாட்டியம் ஆடுவதில்லை. எல்லோரும் சங்கீதம் பாடுவதில்லை. எல்லோரும் வயலினோ, மிருதங்கமோ வாசிப்பதில்லை. சிலருக்குத்தான் இந்தக் காரியங்களைச் செய்ய முடிகிறது. அந்தச் சிலரிலேயே ஓரிரண்டு பேர் செய்யும்போது நமக்கு மெய்ம்மறந்து விடுகிறது. தெய்வத்தையே கண்டு விட்டாற்போல புல்லரித்துப் போகிறோம். வேறு பலர் செய்யும்போது, நமக்கு இந்த அனுபவம் ஏற்படுவதில்லை. ஒரு சமயம் நாம் பிரமிக்கலாம்... மலைக்கலாம்... வியக்கலாம். நுட்பமான ரசானுபவம், தன்மறதி போன்ற உணர்வு நிலைகள் வருவதில்லை.

கலைஞர் உணர்வுமயமாகி ஆடும்போதோ, வாசிக்கும் போதோ, தானாக ஒரு முழுமையும் ஓர் ஒருமையும் அந்தக் கலைப்படைப்பில் நிறைந்து, நம்முள்ளேயும் பரவி நிரம்பும். உணர்வு இல்லாமல் இயந்திரரீதியில் படைக்கிறவர்கள் இருக்கிறார்கள். இவர்கள் தங்கள் சாமர்த்தியத்தையும் அசகாய சூரத்தனத்தையும் காட்டி நம்மைப் பிரமிக்கவைக்க முடியும். ஆனால், மெய்ம்மறக்கச் செய்ய இயலாது. நான் இந்த நோக்கில்தான் எந்தக் கலைப்படைப்பையும் பார்க்கிற வழக்கம். சிறுகதையையும் அப்படித்தான் பார்க்கிறேன்.

எந்தக் கலைப்படைப்புக்கும் முழுமையும்

ஒருமையும் அவசியம். அவை பிரிக்க முடியாத அம்சங்கள். சிறுகதையில் அவை உயிர்நாடி. ஓர் அனுபவத்தைக் கலைவடிவில் வெளிப்படுத்த சிறுகதையில் இடமும் காலமும் குறுகியவை. எனவே, எடுத்துக்கொண்ட விஷயம் உணர்வோ, சிரிப்போ, புன்சிரிப்போ, நகையாடலோ முறுக்கேறிய, துடிப்பான ஒரு கட்டத்தில்தான் இருக்க முடியும். சிறிது நேரத்தில் வெடித்துவிடப் போகிற ஒரு தெறிப்பும், ஓர் அவசரத் தன்மையும் நம்மை ஆட்கொள்ள வேண்டும். தெறிக்கப் போகிறது பட்டுக்கயிறாக இருக்கலாம். எஃகு வடமாக இருக்கலாம். ஆனால், அந்தத் தெறிப்பும் நிரம்பி வழிகிற துடிப்பும் இருக்கத்தான் வேண்டும்.

இந்தத் தெறிப்பு, விஷயத்துக்குத் தகுந்தாற்போல் வேறுபடுவது சகஜம். கதையின் பொருள் சோம்பல், காதல், வீரம், தியாகம், நிராசை, ஏமாற்றம், நம்பிக்கை, பக்தி, உல்லாசம், புதிர் அவிழல் அல்லது இவற்றில் சிலவற்றின் கலவைகளாக இருக்கலாம். அதற்குத் தகுந்தபடி, அந்தத் தெறிப்பு பஞ்சின் தெறிப்பாகவோ, பட்டின் தெறிப்பாகவோ, எஃகின் தெறிப்பாகவோ, குண்டு மருந்தின் வெடிப்பாகவோ சத்தம் அதிகமாகவோ, குறைந்தோ, மௌனமாகவோ மாறுபடும். எனக்கு வேறு மாதிரியாக இந்த அனுபவத்தை விளக்கத் தெரியவில்லை. பல சமயங்களில் சிறுகதையைப் பற்றி நினைக்கும்போது, நூறு அல்லது ஐம்பது கஜ ஓட்டப்பந்தயத்துக்கு ஆயத்தம் செய்துகொள்ளுகிற பரபரப்பும், நிலைகொள்ளாமையும் என்னைக் கவ்விக் கொள்கிறதுண்டு.

இது ஒரு, மைல் ஓட்டப்பந்தயமல்ல; சைக்கிளில் பல ஊர்கள், வெளிகள், பாலங்கள், சோலைகள், சாலைகள் என்று வெகுதூரம் போகிற பந்தயம் இல்லை. நூறு கஜ ஓட்டத்தில் ஒவ்வோர் அடியும் ஒவ்வோர் அசைவும் முடிவை நோக்கித் துள்ளி ஓடுகிற அடி; அசைவு. ஆற அமர, வேடிக்கை பார்த்துக்கொண்டு செல்லவோ, வேகத்தை மாற்றிக் கொள்ளவோ இடமில்லை. சிறுகதையில் சிக்கனம் மிக மிக அவசியம். வளவளப்புக்கு இடமே கிடையாது. வளவளப்பு என்றால் அதிகச்சுமை. ஓடுவது கஷ்டம்.

இத்தனை தெறிப்பும் துடிப்பும் வேகமும் தேவையான சிறுகதை எழுத எத்தனையோ பேர் வழிகள் சொல்லி இருக்கிறார்கள். வகுப்புக்கூட நடத்துகிறார்கள். தபால் ட்யூஷன்கூட நடத்துவதாகக் கேள்வி. என்ன நடத்தினாலும் உத்திகளைத்தான் சொல்லிக்கொடுக்கலாம். உணர்வில் தோய்வதைச் சொல்லிக்கொடுக்க முடியாது. உணர்வில் லயிப்பதையும் முறுக்கேறுவதையும் சொல்லிக்கொடுக்க முடியாது. ஆனால், உத்திகளைச் சரியாகக் கையாண்டு, இலக்கணரீதியாகப் பழுதில்லாத ஆயிரம் சிறுகதைகள் இப்போது நம் நாட்டிலும் அயல்நாடுகளிலும் பல பத்திரிகைகளில் வருகின்றன. ஆனால் நாவலோ, நாடகமோ எழுதும் ஆசிரியர்களின் எண்ணிக்கையில் நூற்றில் ஒரு பங்குகூட அசல் சிறுகதை ஆசிரியர்கள் இந்த உலகத்தில் இல்லை. இதுதான் வேடிக்கை.

உத்திகளைத் தெரிந்துகொண்டு மட்டும் சிறுகதைகள் எழுதி, பத்திரிகைகளை நிரப்பலாம். அது ஒன்றும் பெரிய காரியமில்லை. செக்காவின் உத்திக்கு ஓர் அச்சு தயார் செய்துகொண்டு அதில் நம் சரக்கைப் போட்டு வார்த்துவிடலாம். ஆனால், அது செக்காவ் அச்சின் வார்ப்பாகத்தான் இருக்கும். புதிதாக ஒன்றும் வந்துவிடாது. உணர்வும் நம் பார்வையின் தனித்தன்மையும்தான் முக்கியம். அவை கண்ணியமாகவும் தீவிரமாகவும் இருந்தால் நமக்கு என்று ஓர் உருவம் கிடைக்கும். இதை எப்படிச் சொல்லிக்கொடுக்கப் போகிறார்கள்?

தனித்தன்மையும், உணர்ச்சி நிறைவும், தெறிப்பும் இல்லாவிட்டால், சிறுகதையின் பிரசித்திபெற்ற இலக்கணமான ஒருமைப்பாடு உயிரில்லாத ஜடமாகத்தான் இருக்கும். இன்று உலகப் பத்திரிகைகளில் வரும் பெரும்பாலான கதைகள் தனித்தன்மை இல்லாத அல்லது போலி உணர்ச்சிகள் நிறைந்த ஜடங்கள்தான். ஆனால், பொதுவாகப் பத்திரிகைகள்தான் சிறுகதைக் கலையை வளர்ப்பதில் பெரும் பங்குகொண்ட கருவியாக இருந்திருக்கின்றன.

செக்காவ், மாப்பஸான், ஹென்ரி ஜேம்ஸ், மாம், மெல்வில், ஸ்டீபன், க்ரேன், ப்ரெட் ஹார்ட்டி முதல் ஜெர்மனி, ஜப்பான், இந்தியா ஆகிய நாடுகளில் எழுதிய எழுதுகிற சிறுகதை எழுத்தாளர்கள் வரை முக்காலே மூன்று வீசம்பேர் பத்திரிகைகளில்தான் எழுதியிருக்கிறார்கள்.. எழுதுகிறார்கள். எனவே, பொறுப்புள்ள பத்திரிகைகள் நல்ல சிறுகதைகளையும் பொறுப்பில்லாதவை ஜடங்களையும் வளர்க்கின்றன என்று சொல்லிவிட்டு மேலே போவோம்.

சிறுகதையில் வரும் கதையோ, நிகழ்ச்சியோ ஒரு க்ஷணத்திலோ, நிமிஷத்திலோ, ஒரு நாளிலோ, பல வருடங்களிலோ நடக்கக்கூடியதாக இருக்கலாம். காலையில் தொடங்கி இரவிலோ, மறுநாள் காலையிலோ அல்லது அந்த மாதிரி ஒரு குறுகிய காலத்திலோ முடிந்துவிட வேண்டும் என்று அவசியமில்லை. சொல்லப்படவேண்டிய பொருளின் ஒருமைதான் முக்கியமானது. எட்டு நாளில் நடந்த சங்கதியை முதல் நாளிலிருந்து வரிசையாகச் சொல்லிக்கொண்டு போகலாம். இரண்டாவது, மூன்றாவது, நாலாவது நாளிலிருந்தோ அல்லது கடைசிக் கணத்திலிருந்தோ ஆரம்பித்து, பின் பார்வையாகப் பார்த்துச் சொல்லிக்கொண்டு போகலாம். நடந்தது, நடக்கப்போவது இரண்டுக்கும் இடையே ஒரு வசதியான காலகட்டத்தில் நின்றுகொண்டு நிகழ்ச்சியைச் சித்திரித்துக்கொண்டு போகலாம். எப்படிச் சொன்னாலும் ஒரு பிரச்னை, ஒரு பொருள், ஓர் உணர்வு, ஒரு கருத்துதான் 'ஓங்கியிருக்கிறது' என்ற நிலைதான் சிறுகதைக்கு உயிர்.

சிறுகதையில் சொல்லக்கூடாத விஷயங்களே இல்லை. கடந்த 100 ஆண்டுகளில் சிறுகதை வளர்ந்துள்ள போக்கைப் பார்த்தாலே இது தெரியும். வெறும் புற நிகழ்ச்சிகளில் தொடங்கி நுட்பமான மனத்தத்துவ ஆராய்ச்சி வரையில் அதன் பொருள் இப்போது விரிந்திருக்கிறது.

மேலெழுந்த வாரியான கவனத்துக்குப் புலப்படாத அக உணர்வுகள், நினைவோட்டங்கள், அடிமன நிலைகள் வெறும் கண்பார்வைக்குப் பின்னால் ஒளிந்து கிடக்கும் மன உந்தல் இவை எல்லாம் இன்று சிறுகதைப் பொருளாக வந்துள்ளன. ஆனால், எதைச் சொன்னாலும் ஓங்கி நிற்கும் ஒருமை அவசியம்.

ஒருமையுள்ள சிறுகதை முடிய வேண்டிய இடத்தில் தானாக முடிந்துவிடும். முடிகிற எல்லையைக் கடந்தால் ஒருமைக்கோப்புக்கும் ஊறுவிளையத்தான் செய்யும். பந்து எல்லையைக் கடந்து ஓடினால் கிரிக்கெட்டில் ஒன்றுக்கு நாலாக ரன் கிடைக்கும். சிறுகதையில் கிடைப்பது பூஜ்யம்தான்.

என்னை ஒரு நண்பர் கேட்டார், 'சிறுகதை, நாவல் எழுதுகிறவன் பெரிய இலக்கிய கர்த்தர்களின் நூல்களைப் படிக்க வேண்டுமா?' என்று. 'அவசியமில்லை!' என்று நான் சொன்னேன். அது எனக்கும் என்னைப் போன்றவர்களுக்கும் சொல்லவில்லை. இயற்கையாகவே அபாரமாக எழுதும் மேதை படைத்தவர்களை, புது வழிவகுக்கும் ஆற்றல் படைத்தவர்களை மனதில் வைத்துக்கொண்டு சொன்னது. என்னைப் போன்றவர் நிறைய படித்தால்தான் நல்லது.

செக்காவ், மாப்பஸான், போ, மாம், தாகூர், கு.ப.ரா. புதுமைப்பித்தன், லா.ச.ரா, ஸீன் ஓகாஸி, ஜாய்ஸ், ஸ்டீஃபன் க்ரேன், ஹென்றி ஜேம்ஸ், போவன், காவபாட்டா போன்ற வெவ்வேறு சிறுகதை ஆசிரியர்களைப் படித்தால், சிறுகதைக்கான பொருள்களை நாடுவதில் எத்தனை சாத்தியக்கூறுகள் உண்டு என்பதும், சிறுகதை உருவத்தில் எத்தனை நூறு வகைகள்? சாத்தியம் என்பதும் தெரியும். உருவம் என்று சொல்லும்போது ஆரம்பம், இடை, முடிவு மூன்றும் தெள்ளத் தெளிவாகத்தான் இருக்கவேண்டிய அவசியம் இல்லை என்பதும் இந்தக் கதைகளைப் படித்தால் தெரியும்.

இந்த மூன்றும் தெளிவாகத் தெரிவதும் தெளிவில்லாமல் பூசினாற்போல் இருப்பதும் சொல்லுகிற விஷயத்தைப் பொறுத்தவை. ஒரு மரத்தின் நிழல் கருக்காகக் கத்தரித்தாற் போலும் விழலாம். பூசினாற்போலும் விழலாம். அது விளக்கின் தூரம், ஒளி முதலியவற்றைப் பொறுத்தது. உருவம் சரியாக அமைவது நம்முடைய உணர்வின் தீவிரத் தன்மையைப் பொறுத்தது. என்னுடைய அனுபவத்தில், உணர்ச்சியோ, சிந்தனையோ போதிய தீவிரத்தன்மை பெறும்போது, உருவமும் தானாக ஒருமைப்பாட்டுடன் அமைந்துவிடுகிறது.

உணர்ச்சியின் தீராத தன்மை எப்போது, எந்தக் கால அளவில் போதிய அளவுக்குக் கைகூடும் என்று சட்டம் போடுவதில்லை. அது ஒவ்வொர் ஆசிரியரின் திறமையைப் பொறுத்தது. ஒருவருக்கு ஒரு மணியிலோ, ஒரு நிமிஷத்திலோ கைகூடுகிற தீவிரத்தன்மை, ஊறும்தன்மை, எனக்குக் கிட்ட ஒரு வாரமோ, ஒரு வருஷமோ பிடிக்கலாம். எனக்கு ஒரு கதையைப் பற்றிச் சிந்தித்துக் கொண்டிருக்கையில், திடீரென்று வேறு

ஒரு கதை தோன்றிச் சில நிமிஷங்களில் அதை எழுதி முடித்ததுண்டு. யோசித்துப் பார்த்தால், அந்தக் கதைக்கான வித்து மனத்தில் விழுந்து எத்தனையோ வருஷங்கள் ஆகியிருக்கும். தோட்டத்து மண்ணில் எப்போதோ உதிர்ந்த விதையொன்று, மண்ணுள் பல காலம் உறங்கி, திடீரென்று ஒரு மழை அல்லது நைப்புக்குப் பிறகு முளைப்பது மாதிரிதான் அது.

உணர்ச்சியைக் குறுகிய காலத்தில் தீவிரமாக அனுபவிக்கப் பழக்கியும் கொள்ளலாம் என்று சொல்கிறார்கள். எழுத்து தொழிலாகி, பத்திரிகைகள் பெருகிவிட்ட இந்த நாளில் இப்படிப் பழக்கிக்கொள்வது அவசியம் என்பதில் தவறில்லை.

எப்படி எழுதுவது என்பதை எனக்குச் சரியாக விவரிக்கத் தெரியவில்லை. மாபஸான் 'நெக்லேஸை'யோ, 'இரு நண்பர்களை'யோ, செக்காவ் 'டார்லிங்'கையோ, 'கோரஸ் பாடகி'யையோ, கு.ப.ரா. 'நூருன்னிஸா'வையோ, பிச்சமூர்த்தி 'பதினெட்டாம் பெருக்கை'யோ, தாகூர் 'ஊர் திரும்புதலை'யோ எப்படி எழுதினார்கள் என்று அவர்களைக் கேட்டால்தான் தெரியும்.

என் சொந்த அனுபவத்தில் தெரிந்ததைத்தான் நான் சொல்லுவேன். ஒருநாள் நான் ரயிலில் போய்க்கொண்டு இருந்தபோது, கச்சலும் கறுப்புமாக நாய் பிடுங்கினாற் போன்ற பத்து வயதுப் பெண்குழந்தையுடன் யாரோ பணக்கார அம்மாள், எதிர் இருக்கையில் அமர்ந்திருந்தாள்.

பள்ளிக்கூட விடுமுறைக்கு, மூத்த அக்காளின் ஊரில் தங்கிவிட்டு ஊர் திரும்புகிறது அந்தப் பெண். நல்ல துணை ஒன்று இந்தப் பணக்கார அம்மாளின் உருவில் கிடைக்கவே, அக்காள் அந்த அம்மாளோடு குழந்தையை அனுப்பியிருக்கிறாள். ஏதோ பேசிக்கொண்டிருக்கும்போது அந்த அம்மாள் "இது படித்து என்ன பண்ணப் போகிறது? நான்கூட, கூடமாட ஒத்தாசையாயிருக்க இதையே சாப்பாடு போட்டு வீட்டில் வைத்துக்கொண்டு விடலாம் என்று பார்க்கிறேன்" என்றாள்.

என்னமோ, அந்த யோசனையும் அந்த அம்மாள் அதைச்சொன்ன தோரணையும் உள் மனத்தில் பாய்ந்து குத்திக்கொண்டுவிட்டன. அந்தப் பெண்ணையே பார்த்துக்கொண்டு வந்தேன். அந்த ஆறு மணி நேரப் பயணத்தில் ஒன்றும் வேண்டும் என்று கேட்காமல், ஆசைப்படாமல், கேட்ட கேள்விகளுக்கு மட்டும் பதில் சொல்லிக்கொண்டு வந்தது அது.

எனக்கு உணர்ச்சி வசப்படுகிற இயல்பு அதிகம். அந்தப் பெண், தன் பொறுமையினாலும் பொறுப்பினாலும் எதையும் சமாளிக்கும்; எதையும் ஆளும் என்று தோன்றிற்று. ஓடி ஆடி, கத்திக் கூச்சலிட்டு, விளையாடிப் பிதற்ற வேண்டிய வயதில் அது உலகத்தின் சுமைகளையும், கவலைகளையும் தாங்கிக்கொண்டிருப்பதுபோல் எனக்குத் தோன்றிற்று. எனக்குப் பயமாக இருந்தது. வயிற்றைக் கலக்கிற்று. அது ஒரு படம்.

இன்னொரு படம். என் மகன் ஆறு வயதில் ஒரு விடுமுறைக்கு அவன் தாத்தா வீட்டுக்குப் போயிருந்தான். நான் போய்த் திரும்பி அழைத்து வந்தேன். குணத்தில் எனக்கு நேர் விரோதம் அவன். கூப்பிடாததற்குமுன் போய் யாரோடும் பேசிச் சிரித்து, நெடுநாள் சிநேகம்போல ஐக்கியமாகிவிடுகிற சுபாவம். பார்ப்பதற்கும் அப்போது கஷ்கு... முஷ்கென்று உருட்டிவிட்டாற்போல் இருப்பான். கூடப் பிரயாணம் செய்தவர்களோடு பேசிச் சிரித்துக் களைத்துப்போய் அவன் தூங்கத் தொடங்கினான். ஆரஞ்சுப் பழத்துக்காகக் கத்திவிட்டு, வாங்கிக் கொடுத்ததும் சாப்பிடாமல் தூங்கிவிட்டான். அது கையிலிருந்து உருண்டு, ஓர் ஓரமாகக் கிடந்தது.

அவ்வளவு கத்தினவன் ஏன் உடனே அதைத் தின்னவில்லை? எனக்கு அப்போது முன்பொரு தடவை ரயில் பயணம் செய்தபோது பார்த்த அந்தப் பெண்ணின் ஞாபகம் வந்தது. இந்த இரண்டு படங்களும் எனக்கு அடிக்கடி ஞாபகம் வருவதுண்டு. ஆனால், எழுத வேண்டும் என்று தோன்றவில்லை.

சுமார் ஒரு வருடம் கழித்து 'கலைமகள்' தீபாவளி மலருக்காக அழைப்பு வந்தபோது, இந்த இரண்டு படங்களும் இணைந்து கலந்து 'சிலிர்ப்பு' என்ற கதையாக உருவானது. அதை வேகமாக எழுதின ஞாபகம் எனக்கு. கம்ப்யூட்டரில் கொடுத்ததுபோல இந்த இரு நிகழ்ச்சிகளும் அந்த ஒரு வருஷ காலத்துக்குள் ஒரு கதையை உருவாக்கிவிட்டனவோ என்னவோ! உட்கார்ந்து கதையை எழுதி முடிக்கிறவரையில் என்னால் துயரம் தாங்க முடியவில்லை. அபூர்வமான ஓர் உணர்ச்சிலயம் அது. உடல், உள்ளமெல்லாம் நிரம்பி அன்று நான் கரைந்துகொண்டிருந்த ஞாபகம்.

13 வருஷம் கழிந்தும் இன்னும் தெளிவாக நினைவிருக்கிறது. கடைசி வரிகளை எழுதும்போது ஒரு குழந்தையின் நிர்மலமான அன்பில் திளைக்கும் சிலிர்ப்பும் கசிவும் என்னைக் கரைத்துக் கொண்டிருந்தன. எழுதி முடித்ததும் ஒரு அதிசயமான சுமையிறக்கமும் விடுதலையும் நெஞ்சு கொள்ளாத நிறைவும் என்னை வந்து அணைத்துக்கொண்ட நினைவு இன்னும் எனக்கு இருக்கிறது. 'சிலிர்ப்பு' என்றே பெயர்வைத்துக் கதையை அனுப்பினேன். (எழுதி முடித்த பிறகுதான் தலைப்புக் கொடுக்கிற பழக்கம் எனக்கு.)

நான் ஒரு சின்ன ஹோட்டலில் சாப்பிடப் போனபோது ஒரு புதுக் கண்டாமணி கல்லாவுக்கு அருகில் வைத்திருந்தது. ஹோட்டல் முதலாளி அதைக் கோயிலுக்கு விடப்போவதாகச் சொன்னார். ஏதோ செல்லக் குழந்தையைப் பார்ப்பதுபோல அதை அவர் பார்த்துக்கொண்டு நின்றார். எதற்காக மணி வாங்கிவிடுகிறார் என்று எனக்குள் கேட்டுக்கொள்ளத் தொடங்கினேன். இன்னொரு நாள் லஸ் மூலை ஹோட்டல் ஒன்றில் சாப்பிடுகையில் ரவா தோசையின் மடிப்பைத் திறந்தபோது பாதி குடித்த பீடி ஒன்று கிடந்தது. ஹோட்டல்

முதலாளியிடம் காண்பித்தேன்.

அவருக்கு வருத்தம், பத்துப் பேருக்கு நடுவில் சொன்னார். அதே லஸ் மூலையில் இன்னொரு ஹோட்டலில் சாம்பாரில் சின்ன கருவண்டு ஒன்று கிடைத்தது. நல்ல வேளையாக அது சுண்டை வற்றல் குழம்பு இல்லை. வண்டு அடையாளம் தெரிந்தது. (ஒரு தடவை ரசத்தில் பல்லிகூடக் கிடைத்திருக்கிறது. சாப்பாடு விஷயத்தில் எனக்குத் தனி அதிர்ஷ்டம் உண்டு.) சர்வரிடம் சொன்னதும், பீடி, தோசை முதலாளி போலல்லாமல், அவர் பயந்து பரபரவென்று காதோடு காதாக மன்னிப்புக் கேட்டுக்கொண்டு ராஜோபசாரம் செய்து என்னை வழியனுப்பிவைத்தார்.

பல ஆண்டுகள் கழித்து இவையெல்லாம் சேர்ந்து 'கண்டாமணி' என்ற கதையாக உருவாயின. இந்தக் கதைக்கு மையக்கரு, சந்தேகம் அல்லது பயம். உணவு விடுதிக்காரரர் ஒருவர் சாதம் குழம்புகள் பரிமாறிவிட்டு உள்ளே வந்தபோது, குழம்புக்குள் கரண்டியைவிட்டுக் கிளறித் தூக்கியபோது நீளமாகப் பாம்புக் குட்டி போன்ற ஒரு ஜந்து கிடப்பதைப் பார்த்தார். கணவனும் மனைவியும் பதறிப்போய் தெய்வத்திடம் அபவாதம் ஆபத்து ஏதும் வராமல் காப்பாற்றும்படி வேண்டிக்கொள்கிறார்கள். செய்தி, பரவாமலிருக்க வேண்டும் என்று அவர்களுக்குக் கவலை. கண்டாமணி வார்த்துக் கட்டுவதாக நேர்ந்துகொள்கிறார்கள். மறுநாள் காலை அந்த ஆள் செத்துப் போய்விட்டதாகத் தெரிகிறது. அது இங்கே சாப்பிட்டதனால்தானா என்று நிச்சயமாகச் சொல்வதற்கில்லை. ஆனால், விடுதிக்காரருக்குத் தன் குழம்புதான் எமன் என்று பயம்.

சந்தேகமும் பயமும் அவரை ஆட்டுகின்றன. சொன்னபடி கண்டாமணி வார்த்துக் கோயிலில் கட்டிவிடுகிறார். ஆனால், அந்த மணியோசையைக் கேட்கும்போதெல்லாம், தான் செய்துவிட்டதாக நினைத்த குற்றம் அவரை அலைக்கழிக்கிறது. கடைசியில், தாங்க முடியாமல் கோயில் நிர்வாகியிடம் சென்று வேறு என்னவோ சாக்குகள் சொல்லி மணியைத் திருப்பிப் பெறப் பார்க்கிறார். சின்னச் சின்னதாக வெள்ளிமணிகள் செய்து வைக்கிறேன் என்று வேண்டுகிறார். கண்டாமணியோ நன்றாக அமைந்துவிட்டது. அதிகாரி அதை எண்ணி, "போய்யா பைத்தியம்" என்ற மாதிரி சிரித்துவிட்டு மறுத்துவிடுகிறார். விடுதிக்காரருக்கு அழுத்தி வற்புறத்தவும் பயம். பேசாமல் திரும்பிவிடுகிறார். இந்தக் கதையைச் 'சிலிர்ப்பு' மாதிரி பரபரவென்று நான் எழுதவில்லை.

அந்தச் சந்தேகமும் பயமும் கதாநாயகர்களாக இருப்பதாலோ என்னவோ மெள்ள மெள்ளத்தான் எழுத முடிந்தது. வேறு தொல்லைகள் குறுக்கிட்டதனாலும் மூன்று நான்கு தடவை உட்கார்ந்து எழுதி முடித்ததாக ஞாபகம்.

இந்த மாதிரி பல கதைகளுக்குச் சொல்லிக்கொண்டு போகலாம்.

அதனால் உங்களுக்கு எந்தப் பிரயோஜனமும் இராது. அவரவர்கள் அனுபவிப்பதும் எழுத்தாக வடிப்பதும் அவரவர் முறை.

என் அனுபவத்தை மீண்டும் ஒருமுறை சொல்ல ஆசைப்படுகிறேன். எந்த அனுபவத்தையும் மனசில் நன்றாக ஊறப்போடுவதுதான் நல்லது. பார்த்த அல்லது கேட்ட ஓர் அனுபவம் அல்லது நிகழ்ச்சியைப் பற்றி உணர்ந்து சிந்தித்துச் சிந்தித்து ஆறப்போடத்தான் வேண்டும்.

இந்த மனநிலையை ஜே.கிருஷ்ணமூர்த்தி அடிக்கடி சொல்லும் 'சாய்ஸ்லெஸ் அவார்னெஸ்' என்ற நிலைக்கு ஒப்பிடத் தோன்றுகிறது. ஒரு நிகழ்ச்சியைச் சுற்றி சித்தம் வட்டமிட, வட்டமிட, அதன் உண்மை நம் அகத்தின் முன்னே மலரும். கதை உருவு முழுமையுடன் வடிவதற்கு என் அனுபவத்தில் இதுதான் வழி. அனுபவம் நம்முள்ளில் தோய்ந்து ஒன்றி பக்குவநிலைக்கு வருமுன் அவசரப்பட்டு எழுதினால் உருவம் மூளிப்பட்டுவிடுகிறது. பழக்கத்தில் இது தெரியும்.

நான், சிறுகதை ஆசிரியனும் இல்லை; சிறுகதை வாத்தியாரும் இல்லை. ('சிறுகதை எழுது...' என்று யாராவது என்னைக் கேட்டால், எனக்கு வயிற்றில் புளியைக் கரைக்கத் தொடங்கிவிடும்.) நான் எழுதிய நூற்றுக்கு மேற்பட்ட கதைகளில் ஒன்றோ இரண்டோதான் 'சிறுகதை' என்ற சொல்லுக்குச் சற்று அருகில் நிற்கின்றன. மற்றவற்றைச் சிறுகதை என்றால், 'சிறுகதை' என்ற சொல்லுக்கே இழிவு செய்கிற மாதிரி.

அப்படியானால் ஏன் இத்தனை நாழி கதைத்தாய் என்று கேட்காதீர்கள். தோல்வி பெற்றவர்கள்தான் உங்களுக்கு வழி சொல்ல முடியும்.

# கதைகள் எதற்காக?

## ஜெயகாந்தன்

புது வருஷப் பிறப்பன்று இலக்கியச் சிந்தனை விழாவில் கலந்துகொண்டு, 'எதற்காகக் கதை சொல்கிறோம்?' என்ற தலைப்பில் என்னைப் பேசச் சொல்லியிருந்தார்கள்.

இது மாதிரியான கேள்விகளுக்குப் பல சந்தர்ப்பங்களில் நான் பலவிதமான பதில்களைக் கூறி இருக்கிறேன். அவை ஒன்றுக்கொன்று மாறிய பதில்களாக இருந்தபோதிலும் ஒன்றை ஒன்று மறுப்பதாக இருந்ததில்லை.

*சமுதாய மாற்றம் காணுவதற்காக.*

*போராடும் புதுயுக மனிதனுக்கு என் எழுத்தை ஓர் ஆயுதமாக்கித் தருவதற்காக.*

*மனித நேயத்தைப் பரப்புவதற்காக* & என்றெல்லாம் நான் சொல்லி இருக்கிறேன். அவை பொய்யன்று. ஆனால், அவைதான் நான் எழுதக் காரணமோ?

இவை யாவும், நான் எழுதிய பிறகு கண்டுபிடித்த காரணங்கள் என்று என் மனத்துக்குத் தெரியுமே. நான் மகிழ்ந்திருக்கிறேன்; மகிழ்வித்திருக்கிறேன். நான் துன்புற்றிருக்கிறேன்; பிறரைத் துன்புறுத்தி இருக்கிறேன். பிறரை மகிழ்வித்து, நான் துன்புற்றிருக்கிறேன். இதெல்லாம் எதற்காக?

நான் இந்த வாழ்க்கையோடு என்னை

சம்பந்தப்படுத்திக் கொண்டுள்ளேன். இந்த வாழ்க்கை என்னைப் பாதிக்கிறது. நானும் இந்த வாழ்க்கையைப் பாதிக்கிறேன். வாழ்க்கை, எனக்கு முடிவும் தொடக்கமுமற்ற நெடுங்கதையாகக் காட்சி தருகிறது. அவ்வப்போது சிதறிச் சிதறி அலைகளாய் என்மீது மோதும் சிறுகதைகளாகவும் பொருள் கொள்கிறது.

வாழ்க்கையில் நான் காண்கிற மனிதர்களும், விலங்குகளும், பறவைகளும், மலர்களும், மண்ணும், கடலும், வானும், வண்ணங்களும், ஓசைகளும் எல்லாமே எனக்குக் கதை சொல்கின்றன.

என் தாயும், தந்தையும், என் மனைவியும், குழந்தையும் மௌனமாக என்னைப் பார்க்கிற பெண்களும், கோபமாக என்னை வெறுக்கிற ஆண்களும், எனக்குச் சம்பந்தமானவர்கள் என்போரும் & எல்லோருமே எனக்குக் கதைகள்தான் சொல்லிக் கொண்டிருக்கிறார்கள்.

வாழ்க்கையே கதைகள்... கதைகள்தான்! யாருமே தங்களின் அனுபவித்ததை அப்படியே சொல்ல முடியாமையினால் கதைகளாய்த்தான் சொல்ல நேர்கிறது. சிலர், கதை எழுதுகிறார்கள்; சிலர் கதைகளாகவே ஆகிறார்கள். ஆனால், இவை எல்லாம் எதற்கு? என்று சிலர் கேட்கிறார்களே!

எதற்கு..? எதற்காகக் கதை படிக்கிறோமோ அதற்கு; எதற்காக நாம் வாழ்கிறோமோ அதற்கு.

என் பேச்சு மிகக் குழப்பமாக இருந்தது என்றார் ஒரு நண்பர்.

ரொம்பச் சரி. அதற்கும்தான். தெளிந்தவர்களைக் குழப்பவும், குழம்பியவர்களைத் தெளிய வைக்கவும் நாம் கதை எழுதுகிறோம் என்று இப்போது நினைக்கிறேன்.

(சிந்தையில் ஆயிரம் நூல் தொகுதியில்...)

# தமிழில் சிறுகதை

### க.நா.சு.

சென்னை சர்க்கார் ஆதரவில் வெளிவந்திருக்கிற தமிழ்ச் சிறுகதைத் தொகுப்பு & ஆங்கில மொழிபெயர்ப்பு, 'தி ப்ளோ அண் தி ஸ்டார்ஸ்' என்கிற பெயரில் & திருப்திகரமானதாக இல்லை.

தமிழ் மொழியில் 'சிறுகதை' என்ற இலக்கியத் துறையின் வளர்ச்சியை எடுத்துக்காட்டுவதாக இல்லை. உண்மைதான். இதுபோன்ற ஒரு தொகுப்பு எல்லோருக்கும் திருப்தி தருவதாக அமைய முடியாது என்பது உண்மைதான். ஆனால், இதுபோன்ற திருப்தி தராத 10, 20 தொகுப்புகள் வந்து புழுதியைக் கிளப்பிவிட்டு புழுதி அடங்கினால்தான் தமிழ்ச் சிறுகதையின் சாதனை தெரிய வரும். ஒன்றிரண்டு தொகுப்புகளும் திருப்தி தருவதாக அமைய முடியும்.

30 ஆண்டுகளுக்கும் அதிகமாகவே சிறுகதைத் துறை தோன்றித் தமிழில் வளர்ந்து வந்திருக்கிறது. சிறுகதையில் வளர்ச்சி இருக்கிறது என்று ஏற்றுக்கொள்பவர்கள் இன்று பத்திரிகைகளில் வருகிற பெரும்பாலான கதைகள் தரமானவையாக திருப்தி தருவனவாக இல்லை என்றும் ஏற்றுக்கொள்வார்கள்.

அரசியல் அரங்கில் அல்லது பத்திரிகைகளில் இடம் பெற்று சுலபமாக விற்கக்கூடிய நூல்களைத்

தவிர, பிற நூல்களைப் பிரசுரகர்த்தர்கள் தேடி வெளியிடுவதில்லை. இந்த நிலையில் ஒன்றிரண்டு நல்ல நூல்களும் எல்லோரையும் மீறி வெளிவந்துவிடுகின்றனவே என்று மகிழ வேண்டிய நிலைதான்.

சிறுகதைகளில் நாம் எதிர்பார்ப்பது என்ன? சுவாரஸ்யம், ஒரு கதை, குணச்சித்திரங்கள், மனோபாவ மோதல் அல்லது வர்ணனை, இத்யாதிகளுடன் ஓர் உருவ அமைதியும் காண வேண்டும் என்று எண்ணுகிறோம்.

'உருவ அமைதி' என்பது அவரவர் ஏற்படுத்திக்கொள்கிற விதிக்கேற்ப அமைந்துவரும் & உருவம் பெறும். எந்தக் கதைக்கும் முன்கூட்டியே ஓர் உருவம், இதுதான் உருவம் என்று கிடையாது. ஆசிரியர் தருகிற உருவம் & ஒரு கதைக்கு அதன் ஆசிரியர் தந்திருக்கிற உருவம் திருப்தி தருகிறதா, மனதை நிறைக்கிறதா என்பதை வைத்துத்தான் இந்த உருவ அமைதிப் பிரச்னை முடிவு செய்யப்பட வேண்டும்.

உருவ அமைதி உத்திகளைப் பொறுத்து ஆசிரியரின் திறனுக்கேற்ப ஏற்படுவதாகும். இப்படி உருவ அமைதியுடன் சிறுகதைகள் எழுதியிருப்பவர்கள், ஆளுக்கு ஐந்தாறு சிறுகதைகளாவது எழுதியிருப்பவர்கள் என்று பின்வருகிறவர்களைச் சொல்லலாம்.

புதுமைப்பித்தன், கு.ப.ராஜகோபாலன், தி.ஜானகிராமன், கு.அழகிரிசாமி & நால்வரும் இறந்துவிட்டவர்கள். உயிருடன் இருப்பவர்களில் மௌனி, ந.பிச்சமூர்த்தி, ந.சிதம்பர சுப்ரமணியம், லா.ச.ராமாமிர்தம், ஜெயகாந்தன், சுந்தர ராமசாமி. (இது 1965&ல்). இந்தப் பத்து பேரும் தமிழ்ச் சிறுகதைக்குச் சிறப்பாக சேவை செய்திருப்பதாகச் சொல்லத் தோன்றுகிறது எனக்கு.

இந்தப் பத்துப் பேரிலே ஒன்றிரண்டு ஆசிரியர்களை விட்டுவிட வேண்டியதாக இருக்குமே தவிர, சேர்ப்பதற்கு இருப்பதாக எனக்குத் தெரியவில்லை.

இவர்களுடைய சிறுகதைகளில் சிறந்ததைப் பொறுக்கி எடுத்து 10, 20 பக்க இலக்கியத்தரமான முகவுரையுடன்

ஒரு தொகுதியாக என்று வெளிவருகிறதோ அன்றுதான் தமிழ்ச் சிறுகதை வயது வந்ததாகக் கருதப்பட வேண்டிய நாள் என்று நான் எண்ணுவேன். அதுவரையில் எருமை மாட்டை குளத்தில் போட்டுக்கொண்டு விலை பேசுகிற கதைதான், தமிழில் சிறுகதை பற்றி, அதன் வளர்ச்சியைப் பற்றிப் பெருமை பேசுவதும்!

சிறுகதைகளில் மட்டுமின்றி இலக்கியத்தில் எல்லாத் துறைகளிலுமே எழுதப்படுவதில் ஒரு தனித்துவம், ஆசிரியரின் பர்ஸனாலிடி இல்லாதுபோனால் அது உபயோகமற்றதாகும். நன்றாகவே சிறுகதைகள் சுவாரஸ்யமாக, கெட்டிக்காரத்தனமாக இன்று பத்திரிகைகளில் எழுதுகிற பலருடைய கதைகளிலும் இந்த இலக்கிய தனித்துவம், நோக்கு, பர்ஸனாலிடி இல்லாத காரணத்தினால்தான் அவர்கள்

சிறுகதைகள் ஒரு சாதனையைக் காட்டவில்லை என்று நினைக்க வேண்டியதாக இருக்கிறது.

லேசான, குழப்பமான மனிதாபிமானப் போக்கு & இருந்தால் போதும் என்று பத்திரிகைகளுக்கு எழுதுபவர்கள் முடிவு கட்டிவிடுவதில் அவர்கள் அளவில் தவறில்லை.

சிறுகதை ஏதோ வேடிக்கையாகத் தட்டுத் தடுமாறாமல் நின்று யோசிக்காமல், ஒரே ஓட்டமாக வாசித்து முடிக்கும்படியாக இருந்தால் போதும் என்கிற நினைப்பு பத்திரிகை அளவில் சரியே.

ஒரே இலக்கிய ஆசிரியன் மாதம் ஒரு சிறுகதை என்று திட்டமிட்டு கதை எழுதிப் பணம் பண்ண வேண்டிய நிலை ஏற்படுகிறபோது லியோனார்டு மெர்ரிக்கையும், அல்பெர்ட்டோ மோரேவியாவையும் நம்ப வேண்டியதாக வந்துவிடுகிறது. இதை எடுத்து எவ்வளவுதான் திறம்படச் செய்தாலும் பத்திரிகைகளுக்குப் போதும் & இலக்கியத்துக்குப் போதாது என்று சொல்கிற விமர்சகனைக் குறைகூறிப் பயனில்லை. இதுதான் நடந்துகொண்டிருக்கிறது.

சராசரிக் கணக்கில், இன்று எழுதப்படுகிற கதை முப்பதுகளில் எழுதப்பட்டதைவிட நன்றாக இருக்கிறது. அதுவே தமிழில் சிறுகதைகளின் வளர்ச்சி என்று சொல்லிப் பயனில்லை. அதுவே சிறுகதையின் தேக்கமும் ஆகும். மலையாளத்தில, மராட்டியில், சராசரிச் சிறுகதை உயர்வாகவே இருக்கிறது. தமிழின் பெருமை அதில் ஒரு புதுமைப்பித்தன், ஒரு மௌனி, ஒரு லா.ச.ராமாமிர்தம் தோன்றியதுதான். இலக்கியத்தில் சராசரி பார்த்துப் பயன் இல்லை. அது சர்க்கார் இலாகா புள்ளிவிவர நிபுணர் பிறரைத் திருப்தி செய்வதற்காகச் செய்ய வேண்டிய வேலை.

நமது சிகரங்கள் என்ன என்று கவனிப்பதே ரஸிகனாக, வாசகனாக, விமர்சகனாக என் வேலை. முப்பது வருஷ வளர்ச்சியில் சிறந்த 10 சிறுகதாசிரியர்கள் போதாது என்பதில்லை. அடுத்து வருகிற ஆண்டுகளில் நல்ல ஒரு சிறுகதை ஆசிரியர்கூடத் தோன்றாமல் இந்தச் சராசரிப் பத்திரிகை யுகம் செய்துவிடுமோ என்ற பயமே ‘தேக்கம்’ எனும் எண்ணத்தை ஏற்படுத்துகிறது.

குறிப்பிடப்பட்டவர்களும் அன்று நன்றாக எழுதி இருக்கலாம். இன்று சுமாராகத்தானே எழுதுகிறார்கள் என்று கேட்கலாம். எந்த இலக்கிய ஆசிரியரையுமே அவருடைய லேட்டஸ்ட் நூலை, சிறுகதையை வைத்துத்தான் மதிப்பீடு சொல்ல வேண்டும் என்பதில்லை. அவருடைய சிறந்ததை வைத்துத்தான் சொல்ல வேண்டும். அந்தச் சிறந்தது சமீபத்தில் எழுதப்பட்டதானாலும் சரிதான், இருபது ஆண்டுகளுக்கு முன் எழுதப்பட்டதானாலும் சரிதான்.

வளர்ந்திருக்கிற அளவில் சிறுகதைகள் வளர்ச்சி சரிவரக் கணிக்கப்படவில்லை என்பது நிச்சயம்.

**(இலக்கியத்துக்கு ஓர் இயக்கம் நூலில்...)**

# அறிவியல் புனைகதைகளின் கூறுகள்

## சுஜாதா

முதலில், 'சைன்ஸ் ஃபிக்‌ஷன்' என்பதற்கான சரியான தமிழ்ச் சொல் பார்க்கலாம். விஞ்ஞானக் கதை அல்லது அறிவியல் புனைகதை இரண்டையும் கலந்து பயன்படுத்தப் போகிறேன், எது நிலைக்கிறது என்பதைக் காலம் தீர்மானிக்கட்டும்.

ஆங்கிலத்திலேயே 1930-ல்தான் இந்தப் பிரயோகம் நிலைத்தது. அதற்குமுன் சைன்டிஃபிக்‌ஷன், சைன்டிஃபிக் ரொமான்ஸ் போன்றவை புழக்கத்தில் இருந்தன. தமிழில் அறிவியல் சார்ந்த புனைகதைகள் மிகவும் குறைவு. ஆனால், சைன்ஸ் ஃபிக்‌ஷன் என்னும் பொது வகையில் சேர்க்கக் கூடிய நூல்களும், சிறுகதைகளும், சில நாவல்களும் தமிழில் இருக்கின்றன.

சைன்ஸ் ஃபிக்‌ஷன் எழுதுகிறோம் என்பதை அறியாமலேயே எழுதிய கதைகளைத்தான் ஆரம்பகாலத் தமிழ்ச் சிறுகதைகளில் காண்கிறோம். இதற்கு முக்கியக் காரணம் இதன் மேல்நாட்டு வரையறைகள் நமக்குத் தெரியாமல் இருந்ததே. அவை மிகவும் விஸ்தாரமாக இருந்ததால் பல தமிழ்ச் சிறுகதைகள் தம்மை அறியாமல் இந்த வரையறைக்குள் வந்து விழுகின்றன. மேரி ஷெல்லி 1818ல் ஃப்ரான்கன்ஸ்டைன் எழுதி வெளியிட்ட போது சைன்ஸ் ஃபிக்‌ஷனின் ஆரம்ப விதைகளை

விதைக்கிறோம் என அவர் அறிந்திருக்கவில்லை. அதே நிலையில்தான் நம் முதல் தமிழ் விஞ்ஞானக் கதைகளும் உருவாகியுள்ளன. அறிவியல் புனைகதை என்பது என்ன என்பதை அறுதியிட்டுவிடலாம்.

ப்ரையன் ஆல்டிஸ்ஸின் கூற்று எனக்குப் பிடித்தது & 'அறிவியல் புனைகதை என்பது, முன்னேற்றமும் குழப்பமும் நிறைந்த (அறிவியல்) சூழ்நிலையில் மனித இனத்தை வரையறை செய்து பிரபஞ்சத்தில் மனிதனின் இடத்தைத் தேடும் இலக்கியம்.' இந்த வரையறைதான் மேல்நாட்டில் இந்த ஜாதியில் பிரசுரமாகும் எல்லாக் கதைகளுக்கும் பொருந்துகிறது.

'காத்திக்' வகைக் கதைகளில் இருந்துதான் விஞ்ஞானக் கதைகள் வந்தன என்பது ஆராய்ச்சியாளர்களால் ஒப்புக்கொள்ளப்பட்ட விஷயம். 'காத்திக்' என்றால் இயற்கையை மீறின, அதற்கு மேற்பட்ட அல்லது விநோதமான என்று பொருள். மூன்றுமே இந்த வகைக் கதைகளில் உள்ளன. கதை மாந்தருக்கு இயற்கைக்கு மேற்பட்ட சக்திகள் அதிகமாக இருந்தால், அதை 'வன்மையான அறிவியல் புனைகதை' (ஹார்டு சைன்ஸ் ஃபிக்ஷன்) என்கிறார்கள். கதை மாந்தர்கள் சாதாரண மனிதர்களாக, ஆசாபாசங்களுக்கு உட்பட்டவர்களாக இருந்து இவர்களுக்கு அசாதாரண சம்பவங்கள் நிகழ்வதாக இருந்தால், அதை மென்மையான 'அறிவியல் புனைகதை' (ஸாஃப்ட் ஸைஃபி) என்கிறார்கள்.

ஏறத்தாழ உண்மைக்கு மிக அருகிலே நடைபெறக் கூடியதாக, அறிவியல் விதிகளுக்குள் அடங்கும்படியான கதைகளும் எழுதுகிறார்கள். இந்த மூன்றாம் வகை, ஒரு முனை என்றால், மறுமுனையில் எது விஞ்ஞானம், எது மந்திரச் செயல் என்று தெரியாமல் கலந்துவரும். எல்லாக் கலவைகளையும் இந்த இயல் அனுமதிக்கிறது. இதனால்தான் இது மேல்நாடுகளில் மிகப் பிரபலமாகி, குறிப்பாக அமெரிக்காவில் அதிகமாக எழுதப்படுகிறது. சிறுகதையின் மற்ற வடிவங்கள் அங்கே மெள்ள மெள்ள வழக்கொழிந்து வரும்போது இவ்வகை மட்டும் செழிப்பதற்குக் காரணம் இந்தக் கலவைச் சுதந்திரம்தான்.

சென்ற நூற்றாண்டின் கவிஞர் ஷெல்லியின் மனைவி மேரி ஷெல்லி எழுதிய 'ஃப்ராங்கன்ஸ்டைன் ஆர் தி மாடர்ன் ப்ரொமீத்தியஸ்' (திக்ஷீணீஸீளீமீஸீstமீவீஸீ ஷீக்ஷீ tலீமீ விஷீபீமீக்ஷீஸீ றிக்ஷீஷீனீமீtலீமீus) என்னும் காத்திக் நாவலில்தான் இந்த இயல் துவங்கியது. இதன் கதைச் சுருக்கத்தைச் சொல்வது இந்தக் கட்டுரைக்கு அவசியமாகிறது.

விக்டர் ஃப்ராங்கன்ஸ்டைன் பல புதிய பிரேதங்களின் பல பாகங்களிலிருந்து ஓர் உடலைத் தயாரித்து அதற்கு உயிர் ஊட்டுகிறார். அதை உடனே நிராகரித்தும்விடுகிறார். ஆனால், அது தப்பித்துச் சென்று அவரையும் மற்றவர்களையும் அழிக்க முயலும் அபாயம் வந்து விடுகிறது. அதற்கு ஒரு ஜோடி தயாரிக்க வேண்டியிருக்கிறது. இறுதியில் அது அழிக்கப்படுகிறது.

இந்தச் சுருக்கத்திலும் ஆரம்பத்தில் நாம் பார்த்த வரையறை பொருந்துவதை & சைன்ஸ் ஃபிக்ஷனின் முக்கியமான ஒரு கருப்பொருளான 'விபரீதமாகும் பரிசோதனை' இருப்பதை & உடனே நீங்கள் உணரலாம். (இந்தக் கதையைப் புதுமைப்பித்தன் 'பிரேத மனிதன்' என்ற தலைப்பில் மொழிபெயர்த்திருக்கிறார்.) தமிழில் முதல் காத்திக் கதை 'சீவகசிந்தாமணி' என்று கூறலாம். சச்சந்தனின் கர்ப்பிணி மனைவி மயிற்பொறி மேல் ஆகாய வழியில் சென்று ஒரு சுடுகாட்டில் இறங்கிச் சீவகனைப் பெற்றாள் என்று படிக்கும்போது இதில் காத்திக் கூறுகள் அனைத்தும் உள்ளதை உணரலாம். சீவகன், காந்தருவதத்தை, குணமாலை, பதுமை, கனகமாலை என்று அழகான பெயர்கள் கொண்ட மங்கையரை ஒவ்வொரு நாட்டுக்கு ஒருத்தியாக ஏறக்குறைய ஒரு டஜன் ராஜகுமாரிகளைக் கல்யாணம் செய்துகொள்ளும் ஒவ்வொரு கதையிலும் 'காத்திக்' கூறுகள் நிறையவே உள்ளன. டெலிவிஷன்கூட வருகிறது.

அதேபோல் மணிமேகலையிலும் கம்பராமாயணத்திலும் உள்ள அற்புத விஷயங்கள் அனைத்தும் சைன்ஸ் ஃபிக்ஷன் வகையைச் சேர்ந்தவை. புஷ்பக விமானம், ஏரோப்ளேன் போலவே கொஞ்ச தூரம் ஓடிவிட்டு டேக் ஆஃப் ஆனதைப் பற்றிக்கூடச் சொல்கிறார் கம்பர்.

**மண்ணின் மேலவன் தேர் சென்ற சுவடெலாம் மாய**

**விண்ணின் ஓங்கிய தொருநிலை மெய்யுற**

என்று புனைந்திருக்கிறார்.

கலிங்கத்துப் பரணியில் நிணக்கூழை எல்லோருக்கும் நிறைய ஊற்றுங்கள் என்று ஏகதேசம் ஒரு பேய் மகாநாடே சொல்லப்பட்டிருக்கிறது. பேய்களிலேயே பார்ப்பனர்கள், புத்தப் பேய்கள், சமணப் பேய்கள் என்று சாதி வித்தியாசம் காட்டி,

**உயிரைக் கொல்லா சமணப் பேய்கள்**

**ஒருபோழ்து உண்ணும் அவை உண்ண**

**மயிரைப் பார்த்து நிணந்துகிலால்**

**வடித்து கூழை வாரீரே**

உயிர்களைக் கொல்லாத சமணப் பேய்கள் ஒருவேளைதான் சாப்பிடும். அதனால் மயிரை வடிகட்டி அவற்றுக்குக் கூழாக்கி நிணத்தைக் கொடுக்கவும் என்று பாடும்போது செயங்கொண்டார் தமிழின் ஆரம்பகால 'காத்திக்' கதை எழுதியவர் ஆகிறார்.

விக்ரமாதித்தன் கதைகள் பல சைஃபி தகுதி பெறுகின்றன. இரு நண்பர்களிடையே தலையும் உடலும் மாறிப்போய் யார் உண்மையான கணவன் என்று மனைவி தடுமாறும் விக்ரமாதித்தன் கதை உண்மையான ஸைன்ஸ் ஃபிக்ஷன். (இதை கிரீஷ் கர்னாட் 'ஹயவதனா' என்ற அற்புதமான நாடகமாக மாற்றினார்.) 'உர்சூலா

லா குவைன்' (Ursula La Guin) சென்ற வருடம் எழுதிய 'ஐலண்ட் ஆஃப் இம்மார்டல்ஸ்' என்னும் கதை விக்ரமாதித்தன் கதை போலத்தான் இருக்கிறது. ஒரு வகை கொசு கடிப்பதால் ஒரு தீவில் உள்ளோர் சாகாவரம் பெறுகிறார்கள் என்பது கதையின் கரு & அதைச் சொல்லும் முறை நவீனச் சிறுகதை பாணியில் யதார்த்தத்துக்கு அருகில் இருக்கும்.

கதை என்னவோ அதே மந்திர&தந்திரக் கதைதான். இந்த வகைக் கதைகள் நிறைய உள்ளன. தமிழக நாட்டுப்புறக் கதைகள் சிலவற்றிலும் காத்திக் கூறுகள் இருக்கின்றன.

இரண்டாம் வகையைச் சேர்ந்த மென்மையான அறிவியல் புனைகதைகள்தாம் தமிழ் இலக்கியத்தில் பஞ்சம். மெல்லிய உள்ளம் கொண்ட சாதாரண கதை மாந்தர்களை வைத்த எந்த அற்புதச் செயலும், பேய் பிசாசும் இல்லாமல் உண்மைக்கு அருகிலிருக்கும் கதைகள் பலவற்றை அவர்கள் எழுதுகிறார்கள். இதை 'எ டச் ஆஃப் ஸ்ட்ரேஞ்' என்பார்கள். எல்லாம் நலமாகத்தான் இருக்கும். ஏதோ ஒரு மூலையில் விநோதமான ஒரு முரண்பாடு இருக்கும். தியோடோர் ஸ்டர்ஜியன், க்ளிஃபோர்டு சைமாக், ஐரா லெவின் போன்றவர்கள் இதில் விற்பன்னர்கள். இந்த வகைக் கதைகள் தமிழில் குறைவு. இந்த வகையில் முதல் சைன்ஸ் ஃபிக்ஷன் கதை தமிழில் பாரதியின் 'காக்காய் பார்லிமென்ட்' என்று சொல்லத் தோன்றுகிறது.

அதன் ஒரு பகுதி இது:

"கா' என்றால், சோறு வேண்டும் என்று அர்த்தம். 'கக்கா' என்றால், என்னுடைய சோற்றில் நீ பங்குக்கு வராதே! என்று அர்த்தம். 'காக்கா' என்றால் எனக்கு ஒரு முத்தம் தாடி கண்ணே! என்று அர்த்தம். 'காஹகா' என்றால், சண்டை போடுவேன் என்று அர்த்தம். 'ஹாகா' என்றால், உதைப்பேன் என்று அர்த்தம்.'

ஆர்வெலின் 1984&ல் உள்ள 'நியூஸ்பீக்'கை இது நினைவுபடுத்துகிறது. சைன்ஸ் ஃபிக்ஷனுக்கு முக்கியத் தேவை ஒரு புதிய உலகத்தை, புதிய சூழலை அமைத்து அதன் விதிகளையும் தெளிவாக்குவதுதான். புதுமைப்பித்தனின் 'கடவுளும் கந்தசாமிப் பிள்ளையும்' கதையை நீங்கள் எல்லோரும் படித்திருப்பீர்கள். சைன்ஸ் ஃபிக்ஷனுக்கு உள்ள எல்லாத் தகுதிகளும் பெற்ற கதை இது. கால முரண்பாடு & சிவபெருமான் நாற்பதுகளில் வருவது.

இடமுரண்பாடு & கைலாசத்திலிருந்து சென்னை பிராட்வே. வாகன முரண்பாடு & விடையேறும் சிவன் ட்ராம் ரிக்ஷா ஏறுவது. (என்ன ரிக்ஷா இவ்வளவு லேசாக இருக்கிறதே). கலாசார முரண்பாடு & ரிக்ஷாக்காரரர் பாஷையும், திருநெல்வேலி பிள்ளைமார் பாஷையும், சிவனின் தூய தமிழும், ருத்ரதாண்டவமும் சினிமா டான்ஸும், கந்தசாமிப் பிள்ளை போன்ற குறைபட்ட சாதாரண கதாபாத்திரங்கள் அசாதாரண, மேல்லோகத் தனமான சூழ்நிலையைச் சந்திக்கும் 'சிஷீரீஸீபீரீஸ்ம் ணிsகூஷீணீஸீரீமீனீமீஸீt' என்பது, விஞ்ஞானப்

புனைகதைகளுக்கு முக்கியமானத் தகுதி. அது இதில் முழுமையாக உள்ளது. இந்த வகைக் கதைகள்தான் பல, ஆங்கிலத்தில எழுதப்பட்டு வருகின்றன. தமிழில் புதுமைப்பித்தன்தான் முதல்வர்.

ஆஸ்பத்திரிக் கட்டில் சொல்வதாக விக்ரமாதித்தன் கதைப் பாணியில் அவர் எழுதியுள்ள சிறுகதையையும் ஸைஃபியில் சேர்க்கலாம். அதுபோல பிரம்மராக்ஷஸ், கயிற்றரவு போன்றவையும் ஃபேன்டஸி என்னும் ஜானரில் வரும்.

கல்கியின் குறுநாவல்களான ‘மோகினித் தீவு’, ‘சோலைமலை இளவரசி’ இரண்டையும் சைன்ஸ் ஃபிக்ஷனில் சேர்க்கலாம். மோகினித் தீவில் ஒரு கடல் விபத்தில், ஒரு தீவில், இந்தக் கால மனிதன் இறங்கப்போய் அங்கே பல்லவர் போன்ற பழைய அரசாட்சி ஒன்று நடந்து கொண்டிருக்க, அதன் அரண்மனைச் சூழ்ச்சிகளில் கதாபாத்திரம் மாட்டிக் கொள்கிறது. இது மார்க் ட்வெய்னை நினைவுபடுத்தும் கதை. சோலைமலை இளவரசியில் ஒரு தீவிரவாதி தண்டனைக்குப் பயந்து, ஒரு மலைக்குகையில் ஒளிந்துகொண்டிருக்கும் ஒவ்வோர் இரவும் கனவு காண்கிறான்.

கனவில் அவன் தின வேளைகளில் பார்த்த சம்பவங்கள் வேறு வடிவில் வேறு பெயர்களுடன் திரும்ப வருகின்றன. அபாயம் மட்டும் பொது. கல்கியின் இந்த இரண்டு அற்புதமான குறுநாவல்களும் அவருடைய மற்ற கதைகளின் அளவுக்குப் பிரபலமாகாததற்குக் காரணம் இரண்டிலும் இருந்த விஞ்ஞானக் கதைக் கூறுகளை உணர்ந்துகொள்ளும் பக்குவம் வாசகர்களுக்கு ஏற்படாது, அவர்கள் குழம்பிப் போனதுதான். போதுமான உதாரணங்களும் ஊக்கமும் அப்போது இருந்திருக்கவில்லை என எண்ணுகிறேன்.

மேல்நாட்டு இலக்கியங்களுடன் அதிகம் பரிச்சயம் கொண்டிருந்த புதுமைப்பித்தன், கல்கி போன்றவர்கள் இந்தப் பரிசோதனை செய்திருக்கிறதில் ஆச்சர்யமில்லை. அதேபோல், க.நா.சு&வும் ‘பொய்த்தேவு’ போன்ற புதினங்களில் பரிசோதனைகள் செய்திருக்கிறார். ஆனால், பொய்த்தேவு விஞ்ஞானக் கதை என்று சொல்ல மாட்டேன். புதுமைப்பித்தன், கல்கி தவிர இவர்கள் காலகட்டத்தில் வாழ்ந்த மற்ற சிறந்த எழுத்தாளர்கள் யாரும் இதை முயற்சிக்கவில்லை. எல்லோரும் உருவகக் கதைகள் என்று ஒரு வகை எழுதினார்கள். அதை சைன்ஸ் ஃபிக்ஷனில் சேர்த்துக்கொள்ள இயலவில்லை. ‘யுடோபியா’ வகை நாவல் ஒன்றை மு.வரதராசனார் ‘கி.பி.2000’ என்று எழுதியுள்ளார்.

கதைகளில் ஆனால் சு.குஞ்சிதபாதம் எழுதிய ‘நல்ல பிசாசு’ என்ற கதை ஓர் அரிய விதிவிலக்கு. விந்தன் ஒரு கதையில் தீபாவளியில் பணமில்லாமல் தவிக்கும் ஏழைக் குடும்பத்தின் அவல நிலையை வருணித்துவிட்டு கடைசியில் ‘இவர்கள் கஷ்டம் தீருவது எப்படி என்று எனக்குத் தெரியவில்லை. ஆகவே கடவுள் அவன்முன் தோன்றினார். ‘பக்தா, உனக்கு என்ன வேணும்?’ என்றார். அவன் தன் தீபாவளிக்

கஷ்டங்களைச் சொல்ல, எல்லாவற்றையும் தீர்த்து வைத்தார்' என்று முடித்திருக்கிறார்.

இது துல்லியமான சைன்ஸ் ஃபிக்ஷன். தமிழ்த் திரைப்படங்களில் மாய தந்திரக் காட்சிகளை ஃபேன்டஸி அற்புத வகை சைன்ஸ் ஃபிக்ஷன்களில் சேர்க்கலாம். மோகினி, மர்மயோகி, வேதாள உலகம், பாதாள பைரவி போன்ற படங்கள் இந்த வகையில் சேரும். தற்போது கிராஃபிக்ஸ் கலக்கல்களுடன் வரும் அம்மன் படங்கள்கூட ஒரு முரட்டுத்தனமான முயற்சிதான்.

சைன்ஸ் ஃபிக்ஷன் எழுதுவதற்கு சைன்ஸ், ராக்கெட், விண்வெளிப் பயணம் தேவையில்லை. எதிர்காலத்தைத்தான் எழுத வேண்டும் எனும் கட்டாயமில்லை என்பது இப்போது உங்களுக்குப் புரிந்திருக்கும். அதையெல்லாம் அது எப்போதோ கடந்துவிட்டது. இன்றைய காலகட்டத்து எழுத்தாளர்களில் ஜெயமோகனின் 'பேய்ச்சிப் பாறை', 'விஷ்ணுபுரம்' போன்ற படைப்புகளில் விஞ்ஞானக் கதைக் கூறுகள் இருப்பதைப் பார்க்கிறேன். ஜெயமோகன் இதை ஒப்புக்கொள்வாரா தெரியவில்லை. 'விஷ்ணுபுரம்' என்பது ஒரு 'காத்திக்' வகை நாவல்தான். கோணங்கியின் சில கதைகளை மாஜிக் ரியலிஸக்காரர்கள் விட்டுவைத்தால் சைன்ஸ் ஃபிக்ஷனில் சேர்க்கலாம். உதாரணம், 'ஆதிவிருட்சம்.' கிருஷ்ணன் நம்பி, ஒரு ஷூவுக்குள் ஒரு குடும்பமே வாழ்வதைப் பற்றி எழுதிய சிறுகதையைக் காலச்சுவடு கண்ணன் எனக்கு அனுப்பியிருந்தார். மாலன் எழுதிய 'வித்வான்' என்ற கதை விஞ்ஞானப் புனைகதை. இந்த வகையில் தேடும்போது மிக அரிதாகவே சைன்ஸ் ஃபிக்ஷன் கதைகள் கிடைக்கின்றன. நான் படிக்காது தப்பவிட்ட கதைகள் சில இருக்கலாம். இருப்பினும் பற்றாக்குறைதான்.

காரணம், இந்த வகையை யாரும் விஸ்தரித்து விளக்கி விமர்சனக் கட்டுரை எழுதாததுதான். யோசித்தால் இந்தக் கட்டுரைதான் முதல் கட்டுரை என்று தோன்றுகிறது. ஆனால் கோவை பாரதியார், மதுரை காமராஜர் பல்கலைக்கழகங்களில் எம்.ஃபில்., பட்டத்துக்கு விஞ்ஞானக் கதைகளைப் பலர் ஆராய்ந்து பட்டம் பெற்றிருக்கிறார்கள். சிற்பி பாலசுப்பிரமணியம் இதில் ஒரு முன்னோடியான வழிகாட்டி. விஞ்ஞானக் கதை என்றால், ராக்கெட், விண்வெளிப் பயணம் என்ற அஸிமோவ்த்தனமான குறுகிய கற்பனைகள்தான் என, பலர் எண்ணிக்கொண்டிருந்தார்கள். 'ஒரு தையல் இயந்திரமோ, ரேடியோவோ எப்படி வேலை செய்கிறது என்று தெரியாத நமக்கு எதற்கு வம்பு, நாம் ஏதாவது எழுதப் போய் யாராவது மத்ய சர்க்கார் டி.ஆர்.டி.ஓ. உயர் விஞ்ஞானி அதை அபத்தம் என்று எழுதி, தேவைதானா, இருக்கவே இருக்கிறது சாய்வு நாற்காலி, மத்யானத் தூக்கம், நினைவுத்திரைகள் பின்னோக்கிச் செல்வது, சமையலறைச் சண்டை, சாதிச் சண்டை, வட்டார வழக்கு என்றும், மாறாத காதல் போதும் என்ற பொன் செய் மனோபாவத்தால்தான் தமிழில் இந்த முக்கியமான வகையில் கதைகள் அதிகம் எழுதப்படவில்லை. இல்லையேல் கற்பனை

வளத்தில் உலக எழுத்தாளர்களுக்கு எந்த விதத்திலும் குறைவில்லாத நம் எழுத்தாளர்களில் பலர் இதை முயன்று பார்த்திருப்பார்கள். லா.ச.ரா. சில கதைகளில் அருகில் வருகிறார். (ஜனனி, யோகம்).

புதுக்கவிதைகளில் சிலவற்றில் சைஃபி கூறுகளையும் பார்க்கிறேன். குறிப்பாக, மீராவின் 'எனக்கும் உனக்கும் ஒரே ஊர், வாசுதேவநல்லூர்' என்பது தமிழில் முதல் சைன்ஸ் ஃபிக்ஷன் புதுக்கவிதை. ஞானக்கூத்தனின் 'மோசிகீரன்' கவிதையும் அஃதே. விருட்சம், ழ கவிதைத் தொகுப்புகளில் ஒருசில சைன்ஸ் ஃபிக்ஷன் கவிதைகளைச் சிங்கப்பூர் தொலைக்காட்சியில் நானும் அரவிந்தனும் நடத்திய உரையாடலில் படித்துக் காட்டியது நினைவுக்கு வருகிறது. ரூமியின் கவிதைத் தொகுப்பில் ஒரு கவிதை கணிப்பொறி 'பேசிக்' மொழியில் இருந்தது. இன்டர்நெட்டில் பல 'ஹைகூ' கவிதைகள் கிடைக்கின்றன.

உதாரணம்,

அகழ்வாராய்ச்சியின் போது

தோண்டி எடுத்த

டென்னிஸ் ஷூக்கள்

சிறு சிறுகதைகளும் ஏராளமாக எழுதியுள்ளார்கள். உலகிலேயே மிகச் சிறிய ஸைஃபி கதை கதாநாயகன் நெடுந்தூரம் பயணம் செய்து இறுதியில் பிரபஞ்சத்தின் எல்லைக்கு வருகிறான். அவன் காலடியில் எழுதியிருக்கும் ஒரே ஒரு வரிதான்:

"இதுதான் பிரபஞ்சத்தின் எல்லை!"-

ஆனால் இந்த வரி தலைகீழாக அச்சடிக்கப் பட்டிருக்கும்! தமிழில் கதைகள் எழுத ஆரம்பித்ததிலிருந்து இந்த மாதிரி முயற்சிகளால் வசீகரிக்கப்பட்டு பிடிவாதமாக சைன்ஸ் ஃபிக்ஷனை எழுதிவரும் சில எழுத்தாளர்களில் அடியேனும் ஒருவன். 'திசைகள்' என்ற ஓர் இளைஞர் பத்திரிகை எண்பதுகளில் துவங்கியபோது அதன் ஆசிரியராக இருந்த மாலன் என்னை, சைன்ஸ் ஃபிக்ஷன் எழுதச் சொன்னார். திமலா, ஜில்லு போன்ற கதைகள் உங்களில் சிலருக்கு ஞாபகம் இருக்கலாம். 'திமலா' அடுத்த நூற்றாண்டில் திருப்பதி கோயிலுக்குச் செல்லும் ஹைடெக் தம்பதிகளைப் பற்றியது. ஏறக்குறைய 25 வருடத்துக்குமுன் எழுதியது. எல்லாமே இப்போது நடைமுறையில் வந்துவிட்டது.

'ஜில்லு'&வில் இந்தியாவுக்கும் பாகிஸ்தானுக்கும் இடையே அணு ஆயுதப் போர் நிகழ்ந்தது. அதன் பின்விளைவாகக் கதிரியக்கத்தைத் தவிர்க்க ஒரு நகரத்திலிருந்து அவசரமாக ஒரு குடும்பம் தப்பும்போது ஒரு சிறுவனும் அவன் நாயும் போய் மாட்டிக்கொள்வதைப் பற்றி எழுதியிருந்தேன். இது உண்மையாக வேண்டாம் என ஸ்ரீரங்கநாதனைப் பிரார்த்திக்கிறேன். உண்மைக்கு அருகில் எழுதப்படும் 'ஸாஃப்ட்' வகை சைன்ஸ் ஃபிக்ஷன் கதைகள் எதிர்காலத்தில் சாத்தியமாகக்கூடிய வாய்ப்பு அதிகம் உள்ளது. ஆர்தர் கிளார்க் பூமியுடன் விண்வெளியில் உடன்

சுற்றும் செய்தித் தொடர்பு ஜியோ ஸ்டேஷனரி சாட்டிலைட்டுகளைப் பற்றி ஒரு கட்டுரையிலும், வில்லியம் கிப்ஸன் ஸைபர் ஸ்பேஸ் பற்றி 'நியூரோமான்ஸர்' என்னும் நாவலிலும் எழுதியிருப்பதை உதாரணமாகச் சொல்லலாம். தொடர்ந்து நான் பிடிவாதமாக இந்தக் கதைகளை அவ்வப்போது எழுதி வந்திருக்கிறேன். 'சொர்க்கத் தீவு', 'என் இனிய இயந்திரா' போன்ற நாவல்களையும் சமயமும் சந்தர்ப்பமும் கிடைக்கும் போதெல்லாம் எழுதி வருகிறேன்.

அதேபோல் தமிழில் மாலன், இரா.முருகன், நளினி சாஸ்திரி, ஆர்னிகா நாஸர் போன்றவர்களும் அவ்வப்போது எழுதி வருகிறார்கள். விகடன், கல்கி பத்திரிகைகள் அரிதாக சைன்ஸ் ஃபிக்ஷன் கதைகளுக்குப் போட்டி வைக்கிறார்கள். ஆனால், தேர்ந்தெடுக்கப்பட்ட கதைகளை 'ஸைஃபி' என்று சொல்வது கஷ்டமாக இருக்கிறது. தமிழில் இந்த வடிவம் முழுமையாக வருவதற்கு இதற்கு இலக்கிய அந்தஸ்தும் அங்கீகாரமும் கொடுக்க வேண்டும். அதற்கு விமர்சகர்களும் மற்ற எழுத்தாளர்களும், பத்திரிகை ஆசிரியர்களும் இந்த வீச்சைப் புரிந்துகொள்ள வேண்டும். உண்மையான

விஞ்ஞானக் கதை என்பது, என்ன என்பதில் குழப்பம் நீங்க வேண்டும். விஞ்ஞானக் கதைக்கு விஞ்ஞானம் தெரிந்திருக்கவோ, அது சரியாக இருக்க வேண்டியதோ அவசியம் இல்லை என்பதை அவர்கள் உணர வேண்டும்.

ஆங்கிலத்தில் ஒரு சிறந்த வி.க. அல்லது அ.பு. எழுத்தாளர்கள் சைன்ஸ் படித்தவர்கள் அல்ல. இதன் விட்டு விடுதலையான சாத்திரங்கள் மகத்தானவை. கதாபாத்திரங்களுடன் அவர்கள் தமக்குள் புழங்கும் சமூக விதிகளையும் முதலில் அமைத்துக் கொண்டு அதற்கேற்ப கதையை அமைக்க வேண்டும். மனிதன், மனிதனுடன் பழகும் சம்பிரதாய விதிகளை மாற்றி அமைக்கும் சுதந்திரத்தை இது தருகிறது. இதில் நாய் பேசலாம், ஒரு சலவை இயந்திரம் நீட்ஷேயை விளக்கலாம். சமூகத்தை விமர்சிப்பதிலுள்ள சன்னமான மறைமுக முறைகளை இதில் கொண்டு வரலாம். பிடிக்காதவர்களையும், பிடிக்காத விதிகளையும் கழற்றி விடலாம்.

'தாமஸ் டிஷ்' என்னும் ஓர் அமெரிக்க ஆசிரியர் அண்மையில் எழுதிய 'ஸ்பீக் ஈஸி' எனும் கதையில் அரசின் பொது இடத்தில் யாரும பேசக் கூடாது என்பது புதிய விதி. ஒருவருக்கொருவர் பேசிக்கொள்ள வேண்டும் என்றால், அதற்கென்ற அமைக்கப்பட்ட கூட்டமான அறைகளில் போய் என்ன வேண்டுமானாலும் பேசிக்கொள்ளலாம். வெளியே வந்ததும் கப்சிப். இந்த விதி மெள்ள மெள்ள மெகா நகரங்களில் வந்து கொண்டிருப்பதை உணரலாம்.

இனி நிறைய விஞ்ஞானக் கதைகளை எழுதுங்கள். உங்களுக்கு எந்தக் கட்டுப்பாடும் கிடையாது. தினசரி அவலங்களை நாம் மீள முடியாது. நம் உணர்ச்சிக் கொந்தளிப்புகளைத் தவிர்க்க முடியாது. ஆனால்,

அவற்றையே வேறு களத்தில் வேறு விதிகள் அமைத்து மறுபரிசீலனை செய்து பார்கக்கும் வாப்பை சைன்ஸ் ஃபிக்ஷன் தருகிறது. இதுபற்றித் தேவைப்பட்டால் ஒரு பயிலரங்கம் நடத்த நான் உதவுகிறேன். மற்ற இந்திய மெழிகளில் குறிப்பாக மராத்தி, பெங்காலி போன்றவற்றில் இது வேகமாக வளர்ந்திருக்கிறது. மராத்தியில் தனிப் பத்திரிகையே இருக்கிறது. முதல் இந்திய சைஃபி கதைகளை மொழிபெயர்த்துத் தெகுத்து, *'IT Happened Tomorrow'* என்ற தலைப்பில் 'கொண்ட்கே' *(kondke)* என்கிற மராத்திய எழுத்தாளர் வெளியிட்டுள்ளார். அதில் தமிழ்க் கதைகள் இரண்டு உள்ளன. அரைத்த மாவையே நிறைய அரைத்து விட்டோம் என்று தோன்றுகிறது. புதுசாக ஏதாவது என்றால், கிரைண்டரைச் சிலர் பயன்படுத்துகிறோம். மாவு அதேதான். எத்தனை காலம்தான் குண்டுசட்டியில் குதிரை (இதுகூடஒரு சைஃபி உருவகம்தான்.) ஓட்டுவது? புதிய கதைகள் படைக்க வாருங்கள்.

இதற்கு ஒரே ஒரு விதிதான். நீங்கள் படைக்கும் உலகத்தில் இன்றைய உலகத்தின் அடையாளங்களை முழுவதும் மறைக்க இயலாது; கூடாது.

# சுஜாதாவுக்குப் பிடித்த சிறுகதைகள்

| | | |
|---|---|---|
| புதுமைப்பித்தன் | – | மனித யந்திரம் |
| கு.ப.ராஜகோபலன் | – | விடியுமா? |
| தி.ஜானகிராமன் | – | சிலிர்ப்பு |
| கு.அழகிரிசாமி | – | அன்பளிப்பு |
| சுந்தர ராமசாமி | – | பிரசாதம் |
| கிருஷ்ணன் நம்பி | – | மருமகள் வாக்கு |
| அசோகமித்திரன் | – | புலிக் கலைஞன் |
| தங்கர்பச்சான் | – | குடி முந்திரி |
| பிரபஞ்சன் | – | மீன் |
| கி.ராஜநாராயணன் | – | கதவு |
| திலீப் குமார் | – | கடிதம் |
| வண்ணநிலவன் | – | எஸ்தர் |
| ஆ.மாதவன் | – | நாயனம் |
| பாமா | – | அண்ணாச்சி |
| இந்திரா பார்த்தசாரதி | – | அசலும் நகலும் |
| இரா. முருகன் | – | உத்தராயணம் |
| ஜெயமோகன் | – | பல்லக்கு |
| கிருஷ்ணமூர்த்தி | – | மனிதர்கள் |
| லா.ச.ராமாமிதம் | – | கொட்டு மேளம் |
| நாஞ்சில் நாடன் | – | வாக்குப் பொறுக்கிகள் |
| ரா.கி. ரங்கராஜன் | – | செய்தி |
| ராஜம் கிருஷ்ணன் | – | மாவிலைத் தோரணம் |
| ராமசந்தர வைத்தியநாதன் | – | நாடகக்காரர்கள் |
| சிவசங்கரி | – | செப்டிக் |
| சோ.தருமன் | – | நசுக்கம் |
| சுந்தர பாண்டியன் | – | கனவு |
| சுஜாதா | – | மகாபலி |
| சு.சமுத்திரம் | – | நான்காவது குற்றச்சாட்டு |
| வண்ணதாசன் | – | நிலை |

# தமிழ்ச் சிறுகதையின் வளர்ச்சி

**ஜெயமோகன்**

தமிழில் முதல் காலகட்டக் கதைகளை அ.மாதவையா, சி.சுப்ரமணிய பாரதி, வ.வே.சு.ஐயர் ஆகியோர் எழுதியிருக்கிறார்கள். தமிழில் தொடக்க காலகதைகள் சமூகசீர்திருத்த நீதிகளை விளையாட்டு கலந்து முன்வைப்பவையாக இருந்தன. மாதவையாவின் ‘கண்ணன் பெருந்தூது’ என்ற கதையை மிகச்சிறந்த முன்னுதாரணமாகச் சொல்லலாம். அதையே தமிழில் எழுதப்பட்ட முதல் சிறுகதை என்றும் குறிப்பிடலாம்.

அடுத்த காலகட்டம் தமிழில் பொதுவாக ‘மணிக்கொடி’ என்ற இதழினூடாக உருவாகி தேனீ, கலாமோகினி, கலைமகள், சுதேசமித்திரன் போன்ற இதழ்கள் வழியாக வளர்ந்தது. இதுவே தமிழ்ச் சிறுகதையின் செவ்வியல் காலகட்டம். ந.பிச்சமூர்த்தி, ரஸிகன், எம்.எஸ்.கல்யாண சுந்தரம், தி.ஜானகிராமன், கு.அழகிரிசாமி போன்றவர்களில் செக்காவ்தன்மை மேலோங்கி இருக்கிறது. புதுமைப்பித்தன், கு.ப.ராஜகோபாலன் போன்றவர்களில் மாப்பஸான் இயல்பு. பொதுவாக இருவகை பாதிப்புகளும் கொண்ட படைப்பாளிகளாகவே நாம் இந்தக் காலகட்டத்தினரைக் காண முடிகிறது. இந்தப் பிரிவினை புரிந்து கொள்வதற்கான ஒரு முயற்சி மட்டுமே.

மூன்றாவது காலகட்டத்தின் பாதிப்பு 'மணிக்கொடி' காலத்திலேயே தமிழில் வந்துவிட்டாலும், அடுத்த தலைமுறையினரில்தான் வலிமைகொண்டது. தமிழ் நவீனத்துவப் படைப்பாளிகளில் அசோகமித்திரன், சா.கந்தசாமி, ந.முத்துசாமி, ஆதவன், இந்திரா பார்த்தசாரதி போன்றோர் காம்யூ பாணி கொண்டவர்கள் என்றும், பிற்கால சுந்தர ராமசாமி, நகுலன், சம்பத் போன்றோரை காஃப்கா பாணி கொண்டவர்கள் என்றும் அடையாளப்படுத்திப் பார்க்கலாம். இவர்கள் அனைவரிலும் இருத்தலியல் பாதிப்பு உண்டு. இந்த நிலையில்தான் தமிழில் 80&களின் இறுதியில் நவீனத்துவத்துக்கு எதிரான கோணம் வலுவுடன் எழுந்து வந்தது.

நவீனத்துவத்தின் நான்கு இயல்புகளை இந்தக் கோணம் நிராகரித்தது.

1. நவீனத்துவம் விரிவான வரலாறு நோக்கு இல்லாமல் தனிமனித நோக்கில் பிரச்னைகளை அணுகியது. அதை நிராகரித்து வாழ்க்கையின் அனைத்து பிரச்னைகளையும் ஒரு வரலாற்றுப் பின்னணியில் வைத்து நோக்கும் அணுகுமுறை முன்வைக்கப்பட்டது.

2. நவீனத்துவம் ஒரு மையத்தை வலியுறுத்தும் படைப்புகளை உருவாக்கியது. அதற்குமாறாக கதையின் மையத்தை பல கோணங்களில் ஆராயும் எழுத்துமுறை உருவாகியது.

3. நவீனத்துவம்மொழியைசெறிவாகவும்கட்டுப்பாடுடனும்பயன்படுத்த வேண்டும் என்றது. அதை நிராகரித்து மொழி ஆழ்மனதுக்குள் ஊடுருவும்விதத்தில் கட்டற்று பாய வேண்டும் என்று கூறப்பட்டது.

4. நவீனத்துவம் தர்க்கபுத்திக்குப் பொருந்தக்கூடியவற்றை மட்டுமே எழுதியது. அதன்மூலம் வாழ்க்கையின் ஒரு தளம் மட்டுமே எழுதப்பட முடியும் என்று வாதிட்ட அடுத்த தரப்பினர் தர்க்கத்தை உதறி கற்பனை மூலமே சஞ்சரிக்கக்கூடிய வெளிகளையும் கதைகளுக்குள் கொண்டு வந்தார்கள்.

இந்தக் காலகட்டத்தின் முன்னுதாரணமான படைப்பாளிகள் என்று, அர்ஜென்டினா நாட்டு எழுத்தாளரான ஜோர்ஜ் லூயி போர்ஹெ, கொலம்பியா நாட்டு எழுத்தாளரான கேப்ரியேல் கார்ஸியா மார்க்யூஸ், இத்தாலிய எழுத்தாளரான இடாலோ கால்வினோ ஆகியோரைக் குறிப்பிடலாம். இவர்களின் பாதிப்பு வடிவரீதியாக அதிகமாகவே இருந்தது. இவர்களின் கதைகள் சா.தேவதாஸ், பிரம்மராஜன், ஆர்.சிவக்குமார், லதா ராமகிருஷ்ணன் போன்றோரின் மொழிபெயர்ப்புகளாக தமிழில் கிடைக்கின்றன. எஸ்.ராமகிருஷ்ணன் போர்ஹெ பற்றி 'என்றார் போர்ஹெ' என்ற அறிமுக நூல் ஒன்றை எழுதியிருக்கிறார்.

நவீனத்துவத்தைத் தாண்டி தமிழில் நிகழ்ந்த இந்த நகர்வுக்கு மேல்நாட்டு பின்நவீனத்துவம் ஒரு முன்னுதாரணமாகவே இருந்தது. அது இங்கே சிலர் தவிர பிறரால் அப்படியே நகல் செய்யப்படவில்லை.

நவீனத்துவத்துக்குப் பிறகான தமிழிலக்கியத்தில் பல தனிப்போக்குகள் உள்ளன. பொதுவாகப் பார்த்தால், மையப்படுத்தப்பட்டவையும் ஒருங்கிணைய உள்ளவையுமான படைப்புகளுக்குப் பதிலாக விவாதத்தன்மை உள்ளவையும் பலகுரலில் பேசுகின்றவையும் ஊடுபாவுகள் கொண்டவையுமான வடிவங்கள் உருவாகி வந்தன எனலாம்.

இதன் விளைவாகச் சிறுகதையில் அடிப்படையான மாற்றங்கள் ஏற்பட்டன. ஒரு புள்ளியில் ஒருங்கிணைவோடு குவியக்கூடிய சிறுகதை வடிவம் பின்னகர்ந்தது. சிறுகதைக்குள் பல அடுக்குகள் ஒரேசமயம் கூறப்பட வேண்டும் என்றும், அதற்குள் ஒரு விவாதத்தன்மை இருக்க வேண்டும் என்றும் முயலப்பட்டது. ஆகவே, சிறுகதை குறியீட்டுத்தன்மை கொண்டதாக ஆகியது. சிறுகதையின் இறுதியில் உள்ள திருப்புமுனைப் புள்ளியில் மட்டும் அதன் உச்சம் நிகழவேண்டும் என்பதற்குப் பதிலாக, அதன் உடலெங்கும் கவித்துவமான உட்குறிப்புகள் மூலம் உச்சப்புள்ளிகளை கொண்டுவர முடியுமா என்ற முயற்சிகள் உருவாயின. இதற்கு எதார்த்தவாத எழுத்துமுறை உதவாது என்ற கண்டடைதல் காரணமாக மிகைபுனைவுகள் அதிகமாக எழுதப்பட்டன. மாய எதார்த்தம் போன்ற வடிவங்கள் பரிசீலிக்கப்பட்டன.

**(டைம்ஸ் ஆஃப் இந்தியா வெளியிட்ட இலக்கிய மலரில்...)**

# சிறுகதைப் பிரிவுகள்

"தமிழ்ச் சிறுகதையின் வளர்ச்சிப்போக்கில் எத்தனை வகைதான் உண்டு?' வாசகர்களை, தலைசுற்ற வைக்கும் கேள்வி இது.

எதார்த்த சிறுகதைகள், பெண்ணிய சிறுகதைகள், தலித்திய சிறுகதைகள், மாயாவாத சிறுகதைகள், அழகியல் சிறுகதைகள், முற்போக்குச் சிறுகதைகள், நவீன சிறுகதைகள், பின்நவீனத்துவ சிறுகதைகள், வட்டார வழக்கு சிறுகதைகள், சரித்திரச் சிறுகதைகள், சமூக சிறுகதைகள், அறிவியல் புனைகதைகள்... இப்படி கதைகளை அடையாளப்படுத்தினாலும் எல்லாமே 'சிறுகதை' என்ற பொதுப்பிரிவின் கிளைகள்தான். விமர்சகர்கள், சில பட்டியல் வசதிகளுக்காக அவற்றை அப்படி வகைப்படுத்துகிறார்கள்.

படைப்பாளி, 'இன்று, முற்போக்குச் சிறுகதை ஒன்று எழுத வேண்டும்' என்ற முனைப்போடு பேனாவையோ, அல்லது கம்ப்யூட்டரையோ தொடுவதில்லை. பெண்ணிய கதை எழுத வேண்டும், ஒரு மாயாவாதக் கதை எழுத வேண்டும் என்று முன்னரே முடிவு செய்வது, பெரும்பாலும் சாத்தியம் இல்லை. கதைக் களமே அதற்கான உத்தியைத் தீர்மானிக்கிறது.

சூரியன் உதிக்கிறது, அது உதிக்கும் திசை கிழக்கு என அடையாளம் கொள்கிறோம்.. அதுபோலத்தான்.

19-ஆம் நூற்றாண்டில் ஐரோப்பாவில் உருவாகி வளர்ந்த சிறுகதை உத்தி, ஏறத்தாழ 50 ஆண்டு இடைவெளியில் தமிழில் பிரபலமாகி, உலகச் சிறுகதைப் பந்தயத்தில் தானும் நிகராக ஓடிவருவதுதான் தமிழ்ச் சிறுகதையின் சிறப்பு. மேலே சொன்ன பட்டியலில் உள்ள பிரிவுகளை ஒவ்வொன்றாகப் பிரித்துப் பார்ப்போம்.

## எதார்த்த சிறுகதைகள்

சமுதாயத்தில் எதிர்கொள்ளும் பிரச்னைகளை நேரடியாகச் சொல்வது, அனைவருக்கும் பிடிக்கும்; சுலபமாகப் புரியும். வறுமையின் கொடுமை, சொன்னச் சொல்லைக் காப்பாற்ற முடியாமல் போவது, ஏழ்மையிலும் நேர்மை, அன்பின் வலிமை, தாய்ப்பாசம்.. போன்ற மனித சமுதாயம் தோன்றிய காலத்தில் இருந்து நிலவிவரும் சூழ்நிலையை, சம்பவத்தை நெற்றியில் அடித்தாற்போல போட்டு உடைப்பது 'எதார்த்த வகை சிறுகதை' என்று புரிந்துகொள்ளலாம்.

அறிஞர் அண்ணா, 'சிறுகதைக்கான இலக்கணம்!' என்று ஒருமுறை சொன்னார். அதிலே அவர் சொன்ன ஓர் இலக்கணம் இது. "இப்படித்தான் வாழ வேண்டும் என்று நினைத்த ஒருவன், அப்படி வாழ முடியாமல் போவதையும்; மாறவே மாட்டேன் என்று சொன்னவன், மாறிப்போவதையும்- சிறுகதைகள் சொல்கின்றன" என்றார். எதார்த்தவாத சிறுகதையின் ஒரு பொது அடையாளம் இது. தமிழில் பெரும்பாலும் எதார்த்தவாத சிறுகதைதான் பிரபலமாக இருக்கிறது. உலக அளவிலும்கூட அதே நிலைதான்.

எம்.வி.வெங்கட்ராமின் 'காதுகள்' நாவலில், மனதைவிட்டு அழியாத ஒரு சித்திரம் உண்டு. மனைவிக்குப் பிரசவம். ஏற்கெனவே இரண்டு, மூன்று சவளைக் குழந்தைகள். 'பிரசவத்தின்போது குழந்தை இறந்துவிடும். கணவனின் கையில் குழந்தையை ஒப்படைப்பார்கள். தனி ஆள் அவர். கையில் காசு இல்லை. வறுமையின் கோரத்தாண்டவம். மனநிலை தடுமாறிய கணவன், பிணமான குழந்தையை என்ன செய்வதென்று தெரியாது, கைப்பையில் போட்டு சைக்கிள் கேரியரில் கிளிப்பில் மாட்டிக்கொண்டு, வீட்டுக்குப் போவான்.' வறுமையும் இயலாமையும் போட்டியிடும் உச்சகட்ட எதார்த்தக் காட்சி அது.

பொதுவாக, வெகுஜன இதழ்களில் இந்த வகைக் கதைகளே அதிகம் இடம்பெறுகின்றன. அதேபோல பொதுவாக எல்லா எழுத்தாளர்களும் சாஸ்திரத்துக்கு ஒரு கதையாவது எதார்த்த உத்தி கதை எழுதியுள்ளனர். எல்லா எழுத்தாளர்களும் பெரும்பாலும் இந்தக் கதை உத்தியில்தான் கதை எழுதத் தொடங்குவார்கள்.

## பெண்ணிய சிறுகதைகள்

பெண்ணிய கதைகளை, பெரும்பாலும் பெண்கள்தான் எழுதுகிறார்கள். பெண்ணுலகை ஓரளவுக்குப் புரிந்துகொண்ட ஆண்

எழுத்தாளர்கள், பெண்களைவிட சிறப்பாகவே பெண்ணிய கதைகளை எழுதினார்கள். தமிழின் ஆரம்ப கதைகளில் இருந்தே கைம்பெண்களின் நிலை பற்றிய கவலை அதிகம் வெளிப்பட்டது.

பாரதியார், வ.வே.சு. ஐயர், அ.மாதவையா, புதுமைப்பித்தன், கு.அழகிரிசாமி என அதைப் பற்றி வருந்தாத கதாசிரியர் இல்லை. பெண்களில் வை.மு.கோதைநாயகி, குகப்பிரியை, மூவலூர் ராமாமிர்தம் அம்மையார், கிருத்திகா, அம்பை, கோமகள், அநுத்தமா, ஆர். சூடாமணி போன்றோர் நாகரிக யுகத்தின் ஆரம்பகால பிரச்னைகளை வெளிப்படுத்தினர்.

லக்ஷ்மி, வாஸந்தி, சிவசங்கரி, இந்துமதி, அனுராதா ரமணன் உள்ளிட்டோர் வெகுஜன இதழ்களில் எழுதினர். பாமா, மாலதி மைத்ரி, அ.வெண்ணிலா, திலகபாமா, மதுமிதா, இந்திரா, சந்திரா, உமா ஷக்தி ஆகியோர் இன்று தீவிரமாக எழுதிவருகிறார்கள்.

ஆண்களால் வஞ்சிக்கப்படுதல், மனைவியின் சொல்லைக் கேட்டுத் தாயை உதாசீனப்படுத்தும் மகன், பெற்றோரை கடைசி காலங்களில் கைவிடும் பிள்ளைகள், சமூகத்தின் எள்ளல்களைக் கடந்து நடைபோடும் பெண்.. என ஆணாதிக்க & குடும்பச் சிக்கல்களை முன்வைக்கும் கதைகள் இதில் அடங்கும். பெண்களுக்கான பிரச்னைகள் நவீனமடையும் போது அதற்கான கதைகளும் நவீன முடிவுகளை முன்வைத்தன.

## தலித்திய சிறுகதைகள்

சமூகத்தின் கீழ்மட்டத்தில் இருக்கும் மக்களின் வேதனைகளை, சாதிய இழிவுகளைப் படம் பிடித்துக் காட்டும் கதைகள் ‘தலித்திய சிறுகதைகள்’ என வகைப்படுத்தப்பட்டன.

விளிம்புநிலை மாந்தர்களாகிய அவர்களுடைய வாழ்வியல் அவலங்கள், மற்றவர்களின் பிரச்னைகளில் இருந்து வேறுபட்டவை. பொருளாதாரரீதியாக மட்டுமின்றி குறிப்பிட்ட சாதியில் பிறந்ததற்காகவே கேவலங்களை அவர்கள் அனுபவிக்கும் நிலை உள்ளது. ஆதிக்க சாதியினர் எப்படியெல்லாம் அவர்களை சந்தர்ப்பம் கிடைக்கும் போதெல்லாம் அவமதிக்கின்றனர் என்பதை இந்தக் கதைகள் சித்திரிக்கின்றன.

தலித்திய சிறுகதைகளை தலித்துகள் எழுதினால்தான் அவர்களின் வலியும் வேதனையும் அதில் பிரதிபலிக்கும் என்று வாதிடுபவர்கள் உண்டு. ஆனால், புதுமைப்பித்தனின் ‘துன்பக் கேணி’யும் ‘புதிய நந்த’னும், ஜெயகாந்தனின் ‘சினிமாவுக்குப் போன சித்தாளு’வும், ஜீ.நாகராஜனின் ‘நாளை மற்றும் ஒரு நாளே’வும் தலித் அல்லாதவர்களால் எழுதப்பட்டவையே. பெண்ணிய கதைகளைப் பெண்கள்தான் எழுத வேண்டும் என்பதைப் போன்றது இது.

பாமா, ராஜ் கௌதமன், அழகிய பெரியவன் போன்றவர்கள் முக்கிய பங்காற்றி வருகிறார்கள்.

## மாயாவாத சிறுகதைகள்

மாயாவாதம் என்பதன் அர்த்தம், அதன் பெயரிலேயே இருக்கிறது. விக்ரமாதித்தன் கதையில் ஆவிகளும் பதுமைகளும் பேசுவது மாயாவாதம்தான்.

ஒரு ராஜா, காட்டில் ஆறு மாதங்களும் நாட்டில் ஆறு மாதங்களும் இருக்க வேண்டியிருக்கிறது. அவர், 32 பதுமைகள் கேட்கும் கேள்விகளுக்குப் பதில் சொல்லி அடுத்தடுத்த படிக்கட்டுகள் ஏறிச் செல்வதில் இருக்கும் சுவாரஸ்யமும் கதைக் கட்டமைப்பும் இன்றைக்கும் படிப்பவர்களை மாய உலகுக்குக் கொண்டு செல்லும் தன்மையுடையவை.

தமிழில் தமிழவன், விமலாதித்தன், கோணங்கி, எஸ்.ராமகிருஷ்ணன், ரமேஷ் பிரேம், ஜீ.முருகன், த.அரவிந்தன் உள்ளிட்ட சிலர், இத்தகைய கதைகளில் நிபுணர்கள். இளம் எழுத்தாளர்கள் பலரும் இத்தகைய கதைகள் எழுதுவதில் ஆர்வம் காட்டுகின்றனர்.

## அழகியல் சிறுகதைகள்

'கலை, கலைக்காகவே!' என்ற கொள்கைகொண்ட படைப்பாளிகளை, இந்தப் பட்டியலில் சேர்க்கலாம். சமூகப் பிரச்னையைச் சொல்லி, அதற்கு ஒரு தீர்வு சொல்லி ஒன்றும் ஆக வேண்டியதில்லை.

ஒரு படைப்பு, ரசிக்கும்படியாக இருக்க வேண்டும்; புதுமை மிளிர வேண்டும். ஏற்கெனவே சொல்லப்பட்ட விஷயங்களைப் புதிய உதாரணங்களோடு சொல்ல வேண்டும் என்ற துடிப்பு இத்தகைய கதைகளில் அதிகம் இருக்கும். இத்தகைய கதைகளில் வர்ணனைகளின் ஆதிக்கம் அதிகமிருக்கும். படிப்பின் பலன், அதனால் கிடைக்கும் பரவசம்தான் என்பது இந்தக் கட்சியினரின் வாதம்.

தமிழில் மௌனி, லா.ச.ரா. கதைகளின் மீது அப்படி ஒரு குற்றச்சாட்டை கு.அழகிரிசாமி வைத்தார். 'இத்தகைய கதைகளினால் சமூகத்துக்கு என்ன பலன்?' என்றார்.

என்னைப் பொறுத்தவரை 'கலை, கலைக்காகவே!' என்பது அவர்களின் வாதமாகவே இருந்தாலும், அவை ஏதோ ஒரு தத்துவத்தை வலியுறுத்தாமல் நின்றுவிடுவதில்லை. அந்த வகையில் 'சோப்பு சோப்புக்காகவே' என்று சொல்ல முடியாததைப் போலவே 'கலை, கலைக்காகவே' என்பதும் அர்த்தமற்றதாகிவிடுகிறது.

## முற்போக்குச் சிறுகதைகள்

மார்க்சிய சிந்தனைப் போக்கை ஏற்றுக்கொண்டவர்கள் எழுதும் கதைகள் என்று இப்போது முத்திரைக் குத்தப்பட்டாலும் சாதி, மதபோக்குகளை, மூடப்பழக்க வழக்கங்களை எதிர்க்கும் கதைகள்

பாரதி, அ.மாதவையா காலத்திலேயே முழுவீச்சில் இருந்தன என்றுதான் சொல்ல வேண்டும். இவர்கள் தவிர, அண்ணா, கருணாநிதி, தென்னரசு, ஏ.வி.பி.ஆசைத்தம்பி போன்ற திராவிட இயக்க எழுத்தாளர்கள் சாதி ஆதிக்கத்தை, மேட்டுக்குடி மனோபாவத்தை எதிர்த்து எழுதினர்.

தொழிற்சங்கப் பிரச்னைகள், புரட்சிகர முடிவுகளைத் தந்த கதைகளும் முற்போக்குச் சிறுகதை வட்டத்தைச் சேர்ந்தவையே. மேலாண்மை பொன்னுசாமி, ஜெயந்தன், கந்தர்வன், பொன்னீலன், கு.சின்னப்ப பாரதி, பாரதி வசந்தன் போன்றோரின் கதைகளில் பிரச்னையின் தீர்வை அடையாளம் காட்டும் தன்மை நேரடியாகவோ, மறைமுகமாகவோ தொனிக்கும்.

மார்க்சிம் கார்க்கியின் தாய் கதையின் உந்துதலில், தமிழகச் சூழலுக்குப் பொருந்தாத தொழிற்சங்கப் போக்கு வறட்டுத்தனமாக அமைந்துவிட்டதாகவும் விமர்சனங்கள் உண்டு.

## நவீன சிறுகதைகள்

இதன் பதத்தைப் பார்த்து அஞ்ச வேண்டியதில்லை. நவீன சிறுகதைகளின் தொகுப்புகள் அனைத்தும் சமீபத்தில் வெளியான சிறுகதைகளின் தொகுப்பு என்ற அர்த்தத்தில்தான் பிரயோகிக்கப் படுகின்றன. சிலர் 'தற்கால சிறுகதைகள்' என்று தொகுப்பதுபோல. இவை இரண்டுமே வெளியான ஆண்டை தெரிந்துகொண்டு தற்காலத்தைக் கணிக்க வேண்டியுள்ளது.

1960ல் வந்த 'தற்காலச் சிறுகதை' என்ற நூலை, 2010ல் என்னவென்று சொல்வது?

## பின் நவீனத்துவ சிறுகதைகள்

பின் நவீனத்தை வகைப்படுத்துவது சிரமம். எந்தக் காலத்திலும் இருக்கும் நவீனத்தை மீறுகிற கதைகள் என இவற்றைப் பொருள் கொள்ளலாம். ஏற்கெனவே சொல்லப்பட்ட கதைக்கரு, சொல்லப்பட்ட விதம் எல்லாவற்றையும் மீறும்தன்மை நிறைந்தவை இவை.

சமூகம் போற்றிவரும் தத்துவங்களில் சாய்ந்துகொள்ளாமல் இருப்பதற்கான தொடர் போராட்டம் இந்த நடைகளில் செயல்படும். சொல்லுக்குத் தரப்படும் அர்த்தங்களை அசைத்துப் பார்க்கும் நடைகளையும் பின் நவீனத்துவத்தில் சேர்க்கலாம். ஏற்கெனவே இருக்கும் எல்லா நவீனங்களையும் ஒரு மீள் உருவாக்கம் செய்யும் எத்தனிப்பு என்பது, பின் நவீனத்தை ஓரளவுக்கு சரியான அர்த்தமாக இருக்கும்.

தமிழவன், விமலாதித்த மாமல்லன், சாரு நிவேதிதா, சுரேஷ்குமார இந்திரஜித், கோணங்கி போன்றவர்கள், பின் நவீனத்துவ கதைகளில் ஆர்வம் காட்டுபவர்கள்.

## வட்டார வழக்கு சிறுகதைகள்

கி.ராஜநாராயணன், பூமணி, நாஞ்சில் நாடன், ஜெயமோகன், இமையம், கண்மணி குணசேகரன், ஜோ டீ குரூஸ் போன்றோர், வட்டார வழக்குத் தமிழ்நடையில் சாதனை புரிந்து வருகிறார்கள். தமிழில் ஒவ்வொரு வட்டாரத்திலும் ஒவ்வொரு தமிழ்நடை அடையாளமாக இருப்பதுதான் மொழியின் தொன்மைக்குச் சான்று.

பல்லாயிரம் ஆண்டுகளுக்கு முன் உதித்த மொழிகளுக்கு மட்டுமே ஒவ்வொரு வட்டாரத்துக்கும் ஒவ்வொரு நடை இருக்க முடியும்.

சென்னைத் தமிழ், கொங்குத் தமிழ், மதுரைத் தமிழ், நெல்லைத் தமிழ், தஞ்சைத் தமிழ், நாஞ்சில் தமிழ், தூத்துக்குடி தமிழ்... என, வட்டார வழக்கு நடைகளில் தமிழ்ச் சிறுகதைகள் ஏராளமாகப் படிக்கக் கிடைக்கின்றன. வட்டார வழக்கு, அந்தப் பகுதியின் பிரச்னைகளை, சூழலை ரத்தமும் சதையுமாக நமக்குத் தருபவை. ஆனால், மொழிபெயர்ப்பில் அசல் சுவையைத் தரமுடிவதில்லை.

## சரித்திரச் சிறுகதைகள்

கல்கி ஏற்படுத்திய தாக்கம் அசாதாரணமானது. சாண்டில்யன், அரு.ராமநாதன், ஜெகச்சிற்பியன், அகிலன், கோவி.மணிசேகரன், அண்ணாதுரை, கருணாநிதி, பாலகுமாரன், கௌதம நீலாம்பரன், மு.மேத்தா, இந்திரா சௌந்தரராஜன் போன்ற பலர் சரித்திரச் கதைகள் எழுதுவதில் ஈடுபட்டனர்.

சோழ, பல்லவ, பாண்டிய மன்னர்களின் செப்பேடுகள், மெய்கீர்த்திகள், புதைபொருள்களின் அடிப்படையில் சரித்திரக் கதைகள் எழுதப்படுகின்றன. கடந்த சில காலங்களாக, 200, 300 ஆண்டுகளுக்கு முந்தைய சரித்திரங்களை வைத்து நாவல்கள் எழுதப்படுகின்றன. உதாரணம்: சு.வெங்கடேசனின் 'காவல்கோட்டம்', தமிழ்மகனின் 'வெட்டுப்புலி', பூமணியின் 'அஞ்ஞாடி'.

## சமூகச் சிறுகதைகள்

பொதுவாக சாதி சச்சரவுகள், சடங்குகளை ஒட்டிய சிக்கல்கள், மதப் பிரச்னைகளை முன்வைத்து எழுதப்படுபவை சமூகக் கதைகளாகின்றன.

கட்டுப்பாடுகளை உடைத்தல், மூடநம்பிக்கைகளை தூக்கி எறிதல், ஊர் வழக்கங்கள், சம்பிரதாயங்களை மீறுவதால் ஏற்படும் சச்சரவுகள் இதில் முக்கியத்துவம் வகிக்கும்.

நகரத்தின் சமூகப் பிரச்னைகளைவிட கிராமத்து சமூகப் பிரச்னைகளில் மண்ணின் அடையாளம் மிகுந்து காணப்படும். விவசாயம், குலதெய்வம், சாதிக் கட்டுப்பாடு, தியாகங்கள் ஆகியவற்றை

சமூகத்தின் பிரத்யேக அடையாளங்களாகக் கொள்ளலாம். திராவிட இயக்க எழுத்தாளர்கள் இத்தகைய கதைகளைத் தொடர்ந்து எழுதினர். புதுமைப்பித்தன், கந்தர்வன், பிரபஞ்சன், வாஸந்தி, இந்திரா பார்த்தசாரதி, மேலாண்மை பொன்னுசாமி, அய்க்கண் போன்றோரது எழுத்துத்தன்மைகளை இதில் சேர்க்கலாம்.

## துப்பறியும் கதைகள்

ஆரணி குப்புசாமி ஐயங்கார் காலம் தொட்டு தமிழில் துப்பறியும் கதைகள் பிரபலம். தமிழ்வாணன், சுஜாதா, ராஜேந்திரகுமார், ராஜேஷ்குமார், பட்டுக்கோட்டை பிரபாகர், சுபா, தேவிபாலா, ஆர்னிகா நாசர் போன்றவர்கள் முக்கியமானவர்கள். திடுக்கிடும் திருப்பங்கள் நிறைந்த இத்தகைய கதைகள் எளிதில் எல்லோரையும் கவரக்கூடியவை.

## அறிவியல் புனைகதைகள்

தமிழில் அறிவியல் புனைகதைகள் இதிகாச காலத்தில் இருந்ததை விடவும் குறைவு என்றுதான் சொல்ல வேண்டும். அப்போதாவது, வானவூர்தியில் பறந்தார்கள்; கூடுவிட்டு கூடு பாய்ந்தார்கள். இப்போது சுத்தம். செவ்வாய் கிரகம், பறக்கும் தட்டு, கால இயந்திரம் தாண்டி எழுத விரும்புவர்களிடம் போதிய அறிவியல் இல்லை. அறிவியல் தெரிந்தவர்கள் சமன்பாடுகள் எழுதுவதோடு நின்றுவிடுகிறார்கள். இரண்டையும் இணைப்பது சாதாரணப் பணி அல்ல.

சுஜாதா, வெகுகாலம் அறிவியல் கதைகள் எழுதி உத்தரம் விழுந்துவிடாமல் முட்டுக்கொடுத்து வந்தார். அவர் ஏற்படுத்திய ஆர்வத்தில் மாலன், இரா.முருகன், நளினி சாஸ்திரி, தி.தா.நாராயணன், தமிழ்மகன் போன்ற வெகுசிலர் இப்போது அபூர்வமாக விஞ்ஞானத்தில் கதை செய்கிறார்கள்.

இலங்கை எழுத்தாளர் அ.முத்துலிங்கம் மிக அருமையான விஞ்ஞானக் கதைகள் சில எழுதியுள்ளார். ஜெயமோகன் 'விசும்பு' என்ற அறிவியல் புனைகதை தொகுதி ஒன்று எழுதியுள்ளார்.

மொத்தத்தில் தமிழ்ச் சிறுகதைப் பிரிவுகள், நெடுங்கதைகளைவிட நீளமானவை!

ஐ • ஜ